Að ná tökum á visku – leiðin þín til lífsfyllingar

AF834665

Að ná tökum á visku

Leið þín til lífsfyllingar

I J Nayak

Indlandi
2023

INNIHALD

1. KAFLI INNGANGUR: THE AGE OF US

Ég er hlustandi vegna lífsins. Ég leita visku og fegurðar, svo og að raddir sem eru ekki að öskra til að heyra. Í bókinni er sagt frá ákveðnum þáttum hvers

Ég hef lært af því sem hefur breyst í samtal sem spannar kynslóðir, tíma, fræðigreinar og trúarbrögð.

Ævintýrið hófst þegar öldin færðist yfir og hefur vaxið og breyst eins og hún hefur gert. Áherslan mín á þessum síðum er á þeim þáttum sem felast í lífinu sem kom mér á óvart og reif í sundur trú mína. Ég hef reynt, í málsgreinunum sem á eftir koma, að sýna fram á hvernig hugmyndir mínar urðu til með samræðum, fram og til baka milli þokkafulls hugar og lífs. Ég hef rekist á tengslin í skrifum mínum sem mynd af viskukorti varðandi breyttan heim okkar. Þetta er vegakort skrifað í orðum til hins víðfeðma landsvæðis sem við erum öll saman á. Þetta er sett af ábendingum sem taka brúnirnar jafn alvarlega og fjölmenna miðjuna. Vegna þess að breytingar hafa alltaf verið á jaðri mannkynssögunnar og þær eiga sér stað einmitt í dag. Breytingar á jarðskjálftaumhverfi hversdagsleikans, og þær eiga sér stað í heimi jarðeðlisfræðinnar, byrja í sprungum og rýmum.

Þessi heillandi og töfrandi öld leiðir í ljós grundvallarspurningar sem tuttugustu öldin hélt að hún hefði fjallað um. Spurningarnar sem við spyrjum eru djúpstæðar og siðmenningarlegar í senn og skilgreina skilgreiningar á þeim tíma þegar lífið byrjar og hvenær það byrjar.

Dauðinn gerist, um mikilvægi fjölskyldu og hjónabands sem og merkingu sjálfsmyndar; af tengslum okkar við náttúruna; af tengingu okkar við tækni sem og tengingum okkar í gegnum tækni. Netið í árdaga hefur breytt því hvernig við hugsum um að skapa og leiða, auk þess að vera hluti af. Það er að færa okkur inn á tímum siðbótar, en að þessu sinni eru það allar stofnanir okkar samtímis, þar á meðal menntamál, pólitísk efnahagsleg, trúarleg og svo framvegis. Það áhugaverðasta og erfiðasta á þessari stundu er að við erum meðvituð um að gömlu mannvirkin virka ekki. Við getum ekki enn ákveðið hvernig framtíðarformin munu líta út. Við erum að búa þá til með því að nota „rauntíma“; við erum jafnvel að endurmynda hugtakið tíma.

Mannkynið byrjaði fyrst að líta inn í sjálft sig með hnattrænu sjónarhorni á því sem stundum er nefnt axialöldin, sem var nokkrum öldum áður en mið árþúsundamerkið var hið almenna tímabil. Í algerlega ótengdum menningarheimum breytingaheims fæddist Konfúsíus í Kína og Búdda leitaði að uppljómun. Platon og Aristóteles horfðu á sálina og hugann á meðan hebresku spámennirnir byrjuðu að skrifa hugmyndina um að fólk Guðs myndi fæðast. Leitin að innri friði hófst í samhengi við þá átakanlegu hugmynd að velferð þeirra sem eru utan ættbálksins og ættingja - munaðarlauss, ókunnugs manns jafnt sem þeirra sem standa höllum fæti - væri bundin við einstaklinginn. Mannkynið hefur gefið rödd spurninga sem hafa mótað heim trúarbragða og heimspeki síðan Hvað þýðir það að vera manneskja? Hvað er það mikilvægasta í lífinu? Hvað er mikilvægast að hafa í huga við andlát? Hvað getum við gert til að þjóna samferðafólki okkar og heiminum?

Spurningarnar eru að endurfæðast og endurnýjast á tímum sívaxandi gagnkvæmra samskipta við fjarlæga ókunnuga. Þetta snýst um að það sem á að vera manneskja verður órjúfanlega tengt því hvernig við skilgreinum okkur gagnvart hverjum samferðamanni okkar. Við höfum mikið af skilningi og visku á tækjum sem eru bæði líkamleg og andleg til að takast á við þessa áskorun. Við fylgjumst með tækni okkar verða fullkomnari og hugsum með lotningu um getu þeirra til að vera meðvituð. Í öllum þeim tíma sem við höfum möguleika í huga okkar til að vaxa greindur. Viskan auðgar greind okkar, eykur meðvitund og flýtir fyrir sjálfri þróunarferlinu.

Hinar andlegu og trúarlegu hefðir hafa fært visku í gegnum tíðina, jafnvel í spennuþrungnu umhverfi, þær geta verið afbakaðar í skopstælingar. Þegar ég tala um þessa hluti er ég að tala um þá staði sem veita mannkyni okkar fyllstu athygli sem er óviðjafnanleg í öðrum greinum: getu okkar til að vera elskuð og finna fyrir ánægju, getu okkar til að skemmdarverka og blekkja óvini okkar, óumbreytanleika þess að mistakast og bilun, löngun til að þjóna. Ég er undrandi yfir þeirri djúpstæðu klókindi um von sem trúarbrögð vekja, tilbeiðslu hennar á vanmetnu gildi fegurðar og alvarleika hennar varðandi alhliða mannlega reynslu af leyndardómnum.

Andlegt líf okkar er staðirnir þar sem við stöndum frammi fyrir leyndardómi okkar og samferðamanna okkar.

Við börðumst fyrir því að binda enda á leyndardóminn frá Vesturlöndum á undanförnum hundruðum árum, en í staðinn staðfestum við skarpar brúnir raunveruleikans - lausnir, hugmyndir og áætlanir sem og fasisma, kommúnisma og heimsvaldastefnu kapítalismans, sem breyttist á milli þessara þriggja. Á okkar dapra og súra tíma erum við að snúa aftur til veruleikans sem hefur verið til staðar í langan tíma sem er mannlegt ástand í öllum sínum glundroða og prýði, er grunnurinn sem vonir okkar og metnað geta orðið að veruleika á eða brugðist á. Gamla máltækið „sá sem þekkir ekki sögu er dæmt til að endurtaka hana“ er ekki nógu langt. Hringrás sögunnar endurtekur sig þar til við erum raunverulega og innilega meðvituð um okkar eigin sögu. Í dag bendir óskipulegt hagkerfi heimsins til þess að mannleg afskipti eigi við. Þannig er það líka með veðurfarið. Hryðjuverk, eini „isminn“ sem er eftir í heiminum eftir kalda stríðið er afleiðing mannlegrar örvæntingar alls staðar.

Ég er sannfærður um siðferðisjöfnuna sem Einstein bjó til sem er alveg jafn róttæk og stærðfræðilegu jöfnurnar hans þó mun minna þekktar. Einstein hóf líf sitt með djúpri sannfæringu í samfélagslegum ávinningi vísinda - hópur kosmískrar viðleitni sem ætti að fara yfir átök ættbálka og þjóðarlínur. Síðan varð hann vitni að því að þýsk vísindi gáfust upp fyrir fasisma. Hann sá eðlisfræðinga og efnaverkfræðinga búa til tæki með gereyðingarleysi. Hann hélt því fram að vísindamenn á sínum tíma væru að verða beitt blað sem væri í höndum þriggja ára ungbarns. Hann byrjaði að þekkja fólk eins og Gandhi eða Móse, Jesú og Búdda og heilagan. Frans frá Assisi, sem "snillingar í listinni að lifa." Hann hélt því fram að hæfileikar þeirra sem væru afleiðing af "andlegri snilld" væru mikilvægari til að tryggja mannlega reisn, öryggi og hamingju en hlutlæg þekking.

Starf mitt hefur kennt mér að andlegir snillingar úr daglegu lífi eru allt í kringum okkur. Þeir eru á jaðrinum og hafa engan blaðamann. Þeir eru ekki á radarnum og eru bilaðir. Hvernig við tölum um daglegt líf okkar er sífellt niðurdrepandi. Í starfi mínu sem blaðamennska, þar sem við erum að reyna að búa til okkar fyrstu útgáfu af sögunni, notum við okkar mestu greiningarhæfileika til að rannsaka ófullnægjandi, spillingu, hörmulega og mistök. Á sviði blaðamennsku eru „fréttir“ skilgreindar sem óvenjulegustu atburðir dagsins, en í flestum tilvikum eru þær túlkaðar sem ótrúlega hræðilegir hlutir sem gerast í heiminum. Í upplýsingalotu allan sólarhringinn er auðvelt að taka á sig óreiðu slæmra upplýsinga sem eðlilegan veruleika þess sem við erum orðin og áskoranirnar sem við erum að berjast gegn sem tegund.

Hins vegar er heimurinn okkar fullur af fegurð, hugrekki og náð. Ég geri mér grein fyrir því að það er vaxandi löngun til að leggja sitt af mörkum, með því að nota öll tæki sem við höfum yfir að ráða til að umbreyta manneskjunni sem getur valdið félagslegum breytingum. Stafræna öldin er að mörgu leyti algerlega nútíma villta vestrið en er á grundvallarstigi aðeins skjár þar sem við sýnum munað og möguleika þess að lifa í holdi og blóði. Spirituality er að þróast og uppsprettur næringar eru að verða aðgengilegri. Vísindi eru að afhjúpa þekkingu um heila okkar og líkama sem er daglegt form af krafti sem getur brúað bilið milli þess sem við erum og þess sem við viljum verða, sem einstaklingar jafnt sem menn. Með læknisfræði og félagslegum greinum erum við að þróa alveg nýjan skilning á ástandi mannsins. lífsþrótt og heilleika.

Við getum búið til umbreytandi, varanlegan nýjan veruleika með því að verða seigur, umbreytt fólk. Hún snýst um elskhugann og ástvininn og borgarann og stjórnmálamanninn félagslega frumkvöðulinn og manneskjuna sem er í neyð. Það er ég, og það þýðir líka þú.

***

Að vera til staðar snýst um að hlusta Það snýst ekki um að vera kyrr. Ég hef samskipti við aðra sem deila reynslu minni og ekki aðeins með fyrirspurnum mínum. Ég hef lært að vera þakklát fyrir ófyrirsjáanleika leiðarinnar sem líf mitt fór á og sjónarhornið sem mér hefur verið veitt. Það hefur veitt mér djúpa þekkingu á jaðarrýmunum sem eru í raun undirstaða samfélagsins og hefur veitt mér aðgang að svæðum sem fara með völd - möguleika hugmynda og krafti athafnarinnar. Ég hef haft skilning á löngum bogum fortíðarinnar sem eru uppspretta innblásturs fyrir það sem við teljum vera þær kreppur sem við erum að upplifa í dag. Ég hef lært hvaðan við komum og hvernig við komumst þangað sem við erum þaðan.

Fæðingarstaður minn var snemma á nóttunni þegar úrslit kosninganna 1960 bárust sem var árið sem John F. Kennedy var kjörinn forseti. Ég er alinn upp í Shawnee, Oklahoma, litlum bæ í miðju ungs fylkis sem var á milli Ameríku og þar sem fólk hafði tilhneigingu til að gleyma sögu sinni um fortíð sína og skilja fortíðarplága sína eftir. Afi og amma í móðurætt keyrðu vagna sína yfirbyggða inn á gamla indíánasvæðið til að skapa líf sitt með því að klóra í villimannsrykinu frá Oklahoma. Faðir minn var ættleiddur af fjölskyldunni sem ég nefndi afa og ömmu þegar ég var þriggja ára. Þetta var bara þunnt, viðkvæmt lag fyrir hann og okkur.

Ég ólst upp með mikla löngun, en ekki viss um til hvers það var og hafði ekki hugmynd um alheiminn fyrir utan Oklahoma eða Texas. Aðal uppspretta félagslegra samskipta fólst í Southern Baptist kirkjunni, þar sem afi minn var prestur. Eina bókin sem ég þurfti að kynna mér var Biblían og þess vegna fann ég mig oft seint á kvöldin að glíma við þær stóru spurningar sem hún vakti og þær sem hún virtist ekki leysa. Eftir það eyddi ég öllu sumartímabilinu á síðasta ári í menntaskóla í umræðubúðum í Chicago og hitti fólk sem hjálpaði mér að skilja möguleika hins veraldlega. Einn þeirra myndi gera hvað sem er til að fara í Brown háskóla, sem ég hafði aldrei heyrt um, þess vegna gat ég líka sótt um. Að fara til Brown fyrir mig var svipað og að fara til Mars. Ég kom og fann eitt af foreldrum mínum, löngu látna forsetann sem bjó í heimavistinni minni. Heimur samhliða alheima, annarra pláneta og hvers konar sagna sem ég dýrkaði í vísindaskáldskap, og sem vísindamenn telja nú alvarlega - svo mikið um stökkið frá Shawnee og Providence virtist vera fullkomið samsvörun fyrir mig.

Spennandi stökk, hversu spennandi sem þau eru, eru að mestu leyti erfið fyrir verur. Botninn í gryfju Ég sé nú í fyrsta skipti sem ég upplifði þunglyndi á öðru ári í háskóla, mér fannst ég vera gagntekin af öllum bókunum sem ég hafði aldrei lesið, áfangastaði sem ég hafði aldrei farið á. Ég hélt að ég myndi aldrei ná bekkjarfélögum mínum í þessum afskekkta heimi. Hins vegar ákvað ég að kasta mér út í þá möguleika sem nú voru í áttina að mér. Ég tók námskeið í þýsku og ferðaðist aftur um Evrópu og fór svo til Mars í annað sinn: Ég gat eytt önninni í að taka þátt í óraunverulegu skiptaáætlun í Rostock, kommúnistaborginni Rostock í Austur-Þýskalandi sem staðsett er á Eystrasalt.

Í Rostock var ég fangaður - vitsmunalega og tilfinningalega - af skiptingu Þýskalands sérstaklega og heimsins almennt í kommúnisma og kapítalisma, landpólitískt gott og landpólitískt illt. Ég heillaðist af skilaboðunum frá því um miðja 20. öld að pólitískur vettvangur væri þar sem allar mikilvægu spurningarnar væru og að allar lögmætu lausnir væru einnig tiltækar. Ég lagði hugsanir mínar um Guð til hliðar og fór að vernda heiminn með virðingu í gegnum fjölmiðla og stjórnmálakerfi.

Eftir háskólanám stundaði ég nám í hinni rólegu vestur-þýsku höfuðborg Bonn og flutti síðar til hinnar sundruðu Berlínar sem strengjamaður í New York Times. Mér var ekki tryggð tekjur sem voru sjálfbærar eða einhvers konar hliðarlína. En það var annasamur tími um alla Mið-Evrópu og ég skráði sögur með fjarritun í Austur-Þýskalandi og í gegnum nýstárlega nýju mótaldstæknina sem kom frá vestri. Eftir 18 mánuði fékk ég stöðu hjá utanríkisráðuneytinu, sem var í grundvallaratriðum ríkisstjórnararmur í fjórveldisfyrirkomulagi eftirstríðsáranna sem var við lýði.

Vegg var velt. Ég var að þróa tengsl um allan Berlínarmúrinn og mér var falið að halda því við. Það fjölgaði mannlegum böndum um alla þá sem villtust yfir "innri-þýsku landamærin" allan níunda áratuginn, þar sem umhverfisverndarsinnar vöknuðu í kjölfar mannlegra samskipta og umhverfisins sem þeir deildu með kirkju sinni, list og pólitík rákust saman í heillandi undirróður. leiðir; ungir einstaklingar að fullorðnast heimur kommúnistaáróðurs á daginn og vestrænt sjónvarp á kvöldin. að vera geðklofi, menningarlega ruglaður og æstur umfram skilning.

Ég var svo heppinn að fá spennandi störf á Vesturlöndum og varð að lokum starfsmannastjóri nýskipaðs sendiherra Bandaríkjanna, sem var kjarnorkuvopnasérfræðingur. Ferillinn sem ég var að skapa var nafnskírteinið mitt. Ég lærði mikið í Berlín sem skilar sér í allt öðruvísi feril sem ég er á núna. Það voru engar umræður í þá daga um trúarbrögð, anda eða aðra merkingu sem var ekki pólitísk. Geopólitískt drama, í augnablikinu og á þeim stað, var hins vegar tilvistaratriði. Sem barn heillaðist ég af þessum eldmóði. Þýsk saga var völundarhús af lögum og svo mikil fyrir fólk á öllum aldri, með mikla, óhagganlega þunga. Djöflar hennar voru til staðar í hverju herbergi, auðkenndir og barðist við án afláts.

Það sem var meira sannfærandi fyrir mig við niðurstöðuna en pólitíkin sem var allsráðandi í Berlín var hin stórfellda félagslega tilraun sem hún hafði breyst í. Borgin, sem var ein þjóð og deildi tungumáli, og sagan og menningin skiptust í tvær algerlega andstæðar heimsmyndir og sjónarhorn sem áttu traustar rætur þegar ég kom fyrst til Berlínar. Ég var hrifinn af fólkinu frá hvorri hlið múrsins sem lá í gegnum miðju og sál þessarar borgar. Hins vegar laðaðist að mér í örvæntingarfullri tilraun til að halda geðheilsunni í átt að austri og austri þar sem hætta gæti verið á mér og líf mitt og hugur voru lífsnauðsynlegri og orkumeiri. Sá skilningur hristi við skynjun minni á persónulegum þroska mínum og menntun og varð til þess að ég áttaði mig á því að það var hægt að njóta frelsis og mikils innan Vesturlanda og lifa einmanalegu lífi. Það var líka mögulegt fyrir mig að "eiga ekkert" í austri og leiða umhverfi nánd, fegurð og reisn.

Þegar múrinn byrjaði að opna 9. nóvember 1989, tuttugu og níu ára afmælið mitt - gat enginn ímyndað sér möguleikann á því að hann myndi falla eða að járntjaldið félli. Við erum að takmarka frásögn okkar af þessum atvikum við svið eldflauga og diplómatíu og hrífandi karisma sem Reagan og Gorbatsjov voru. Hver og einn átti mikilvægan þátt í dramanu, svo sannarlega, og það gerðu stefnufræðingarnir og diplómatarnir sem voru í kringum þá líka. Þeir komust þó aðeins að ákveðnu marki. Múrinn var loks brotinn í sundur í hvísli, ekki með hvelli, og skelfingu var aflétt um leið úr öllu landinu. Ég hafði gengið eða keyrt í gegnum Checkpoint Charlie

mörgum sinnum á meðan viðurkenndi fáránleika þess sem uppsprettu valds. Um kvöldið var múrnum hrundið, í kjölfar klúðurs embættismannsins á blaðamannafundi, var öll borgin glöð í gegnum múrinn. Landamæraverðir gengu til liðs við þá. Það var í raun svo auðvelt. Það eru svæði í lífi okkar sem við getum ekki hugsað um eða jafnvel tekið á og bjóða upp á meiri möguleika á breytingum en við gætum nokkurn tíma ímyndað okkur.

Reynsla mín í Berlín fór að leiða mig að þeim tegundum spurninga sem ég hef varpað fram síðan. Hvernig tölum við við hina hráu, lífsnauðsynlegu og hjartnæmu staði innra með okkur, svo við getum skilið þá betur með athygli, æft lærdóminn sem þeir gefa okkur og notað visku þeirra fyrir líf okkar saman?

Það var guðfræði sem ég byrjaði að velta fyrir mér þegar ég var þrítug, hún bauð upp á fjölbreyttan guðfræðilegan orðaforða og tæki til að spyrja hvers konar spurninga. Þó að opinber framkoma guðfræðinnar hafi í gegnum tíðina verið tengd óhlutbundnum hugmyndum um Guð og bardaga um Guð, er ég þakklátur fyrir ríka hefð hennar um að glíma við yfirþyrmandi flókið eðli manna, gjörðir þeirra og mannveru. Það hefur lagt áherslu á að þróa eiginleika sem hefðu getað hljómað tortryggileg og guðrækin, en einnig hugsjónaleg fyrir yngra sjálfið mitt, sem var dásamleg guðfræði: heilleiki sem er æðri framförum; von sem fer yfir raunsæi; ást út fyrir mörk raunpólitík.

Á síðunum sem fylgja fólki og röddum sem geta séð þennan möguleika í núverandi umbreytingu sem við erum að upplifa núna. Það er fullt af ljóðum í þessari bók þar sem hún er falleg og nauðsynleg, og einnig vegna dýpri hvata sem ég mun kanna. Það er líka mikið af vísindum. Samtalslíf mitt er fullt af visku tauga- og eðlisfræðinga líffræðinga og taugavísindamanna sem spyrja spurninga og gera uppgötvanir sem varpa ljósi á siðferðismál sem einu sinni voru áskilin heimspekingum og guðfræði.

Uppistaðan á þessum síðum er tungumálið sem notað er til að lýsa dyggð, gamaldags hugtak kannski, en mér hefur fundist það vera segull á ungt fólk sem viðurkennir samstundis nauðsyn áþreifanlegra greina sem umbreyta lönguninni í athafnir. Trúarhefðir okkar hafa falið í sér dyggðir í gegnum aldirnar. Þeir eru ekki verk dýrlinga eða hetja, heldur tæki til að lifa lífi fagmanns. Þau eru speki um mannlega hegðun sem taugavísindi eru að rannsaka með nýjum myndum og orðum sem við getum æft. Það sem við gerum og lærum umbreytum við í. Hvað er málið með að spila á píanó, eða sparka í fótbolta, á við um hæfileika okkar til að kanna heiminn á þann hátt sem er eyðileggjandi og hugalaus eða þokkafullur og rausnarlega. Ég hef getað séð jákvæða eiginleika og

helgisiði sem andleg tækni til að hjálpa okkur að vera okkar besta í blóði og holdi í rúmi og tíma.

Það eru ákveðnar dyggðir sem koma strax upp í hugann og gætu verið afleiðing af einum degi eða ævilangt - ástfyrirgefning, samúð. Það eru fíngerðar breytingar á hugsun og hegðun sem gera ráð fyrir þessu með því að sleppa hráefninu sem samanstendur af lífi okkar.

Ég hef skipulagt hugsanir mínar í fimm flokka grunnþátta, grundvallarþættir daglegs lífs sem ég hef trúað að séu grundvöllur visku. Skilningur minn og reynsla á þessum málum hefur gjörbreyst.

Sú fyrsta eru orð. Við höfum misst trúna á sannleika staðreynda til að veita okkur alla söguna, eða jafnvel til að sýna lesendum okkar allan sannleikann um okkur sjálf og heiminn. Við erum oft jaðarsett og undrandi yfir því sem er talið vera orðræða í daglegu lífi okkar. Orðin sem við höldum fyrir dyggð eru líka skemmd með óhóflegri notkun og klisjum. Ég rannsaka raunverulega þýðingu sem felst í "orðum sem glitra," í orðum ljóða rithöfundarins Elizabeth Alexander. Ég er sannfærður um að það er hægt að tjá dýpstu sannfæringu okkar og ástríður á þann hátt að það víkkar út ímyndunarafl frekar en að loka þeim. Ég er að deila reynslu minni um mikilvægi þess að spyrja fleiri spurninga. Heimurinn í dag þarf líflegasta, umbreytandi tungumál sem þú og ég gætum búið til. Við getum byrjað strax að eiga samræðurnar sem við viljum heyra og segja sögu okkar tíma á nýjan hátt.

Hið þriðja vísar til hins líkamlega. Líkaminn er staðurinn þar sem sérhver dyggð er til eða deyr, en þetta hefur allt aðra þýðingu í lífi mínu en fyrir trúarheiminn í æsku. Nýjustu rannsóknir í vísindum sýna mynd til að lækna og endurnýja sem er eins gerlegt og áður. Líkami okkar þegar við erum að læra er meira en bara líkamlegur. Þau bera með sér sársauka og gleði og minningar, svo og hæfileika okkar til að opna og loka heiminum og hvert öðru. Það eru djúp tengsl á milli fegurðar, gleði og visku. Og við erum að læra þetta aftur á hagnýtan hátt og byrjar á fæðuvali. Ég hef trúað því að geta okkar til að ná út fyrir okkur sjálf - að upplifa leyndardóma eða vera til staðar fyrir aðra - er háð því hversu fullkomlega við erum gróðursett í líkama okkar í öllum þeirra göllum og náð.

Sá þriðji er ást. Það er eina markmiðið sem er nógu stórt til að takast á við víðfeðmt mannleg samskipti og áskoranir á 21. öldinni. "Ást" er annað orð sem er svolítið (eða meira) eytt. Við gleymum oft að það er þarna.

Við vísum til þess sem eitthvað sem við getum verið hluti af og út úr. Sem smá speki um mannlegt ástand og hvers við erum megnug, þá er það eiginleiki og lífsaðferð sem við erum varla byrjuð að uppgötva. Fólk sem hefur fært heiminn um öxul sinn í gegnum tíðina hefur hvatt mannkynið til að faðma ástina. Við verðum nú að taka þessari áskorun ákafar í eigin lífi og læra hvað það þýðir að elska hagnýtt, skapandi og þola sem félagslegan ávinning, ekki bara sem einkahagnað. Þetta snýst ekki lengur bara um pólitík eins og sagt er, heldur hefur nánast allt borgaralegt gildi. Ég er að heyra hugtakið ást vera nefnt sem þörf fyrir sameiginlegt líf okkar hvert sem ég fer. Ég er að deila því sem ég er að heyra um hvernig ást gæti verið þegar við glímum við málefni kynþáttar og efnahagslegrar velferðar. Vaxandi skilningur okkar á heilanum er líka hluti af þessari sögu. Frábær nýr vinur í því að hverfa frá ótta og umhyggju og skilja eðlislæga tilheyringu okkar hvors annars.

Fjórði þátturinn er trú. Líf mitt hófst í umræðu um trúarefnið. Spurningar mínar hafa þróast eftir því sem trú mín hefur breyst í upphafi 21. aldar. Viska andlegrar fortíðar er okkur nú aðgengileg eins og nokkru sinni fyrr og við getum nú valið að hanna okkar eigið persónulega andlega líf. Þetta leiðir á vissan hátt til enduruppgötvunar á dýpstu hliðum hefðarinnar í þágu allrar plánetunnar. Hugsanir mínar og áhyggjur auðgast af samtölum við eðlisfræðinga sem og tilkomu hinna trúlausu. Hið mótsagnakennda eðli tenginganna sem ég hef áhuga á er hvernig tæknin okkar er að opna fyrir vitund um að bókstafsheimurinn er ekki allt sem til er og hinn ríkur orðaforði stærðfræðingar og vísindamenn búa yfir fegurð og dulúð. Ég trúi því að upplifun leyndardóms sé eðlileg mannleg reynsla sem felur í sér að fæðast og upplifa ást og dauða. Aukin meðvitund um tungumál leyndardómsins og eðlislæga dyggð þess að spyrja spurninga þvert á landamæri trúleysis og trúar eða vísinda eða trúar getur hjálpað okkur að lifa eftir eigin persónulegum sannleika og hæfileikum með gleði á sama tíma og við viðurkennum tilvist annarra. Ég veit ekki hvernig trúarbrögð munu líta út eftir öld, hins vegar mun trúarþróun breyta lífi okkar til hins betra.

Sú fimmta er von. Samtöl í lífi mínu leiða mig til að endurskilgreina mikilvægi vonar. Ég skilgreini von með tilliti til þess að vera frábrugðin hugsjónum eða bjartsýni. Það tengist ekki óskhyggju. Það endurspeglar raunveruleikann á hverju horni og dýrkar sannleikann. Hún er víðsýn og dáð af myrkrinu sem fléttast óumflýjanlega inn í ljóma heimsins og virðist stundum sigra hann. Von, eins og á við um allar dyggðir, er val sem að lokum verður að vana og breytist í andlegt vöðvaminni. Þetta er auðlind sem er endurnýjanleg til að hjálpa þér að lifa lífinu eins og það er.

Ekki eins og við viljum sjá það. Ég mun lýsa nokkrum af fallegu andlitunum, sögum sem ég hef séð sem hluta af frásögn okkar tíma, og benda á það sem við getum alveg eins og hverja aðra sögu um hrörnun og hættu.

Jesúíta steingervingafræðingurinn Pierre Teilhard de Chardin er innblásturinn í þessu verki, sérstaklega þegar ég velti fyrir mér von mannkyns. Á lífsleiðinni tók hann við vísindabyltingunni, vitsmunalegum ströngu sem og hrífandi, víðfeðmri sýn á mannsandann. „Túlkun á alheiminum," skrifaði hann, „er enn ófullnægjandi nema hún nái jafnt yfir hið innra sem ytra hlutanna; huga jafnt sem efni. Þegar grafið er upp hinn forna „Peking-mann" steingervinga í Kína og ímyndað okkur framtíð mannkyns að grafa upp nútíma sál okkar og sálarlíf – aðeins til að líta á sem frumstæða. Hann spáði því að við myndum ná yfir lífríkið og lofthvolfið - það svæði sem mannleg greind, þekking og getu til athafna. Hann spáði því að það yrði svipað og internetið. Það var trú hans að internetið yrði hvati fyrir næsta stig þróunar, nefnilega þróun meðvitundar og anda. Þetta er gríðarmikil og spennandi sýn til að ímynda okkur framtíðarhagi framtíðarinnar sem við gætum verið að upplifa rétt í núinu.

Hins vegar trúði Teilhard á hægan, djúpan jarðfræðilegan tíma og það ættum við líka að gera. Langtímasýn á tíma mun hjálpa okkur að endurheimta skilning okkar á eigin tilveru og heimsins í kringum okkur. Við erum enn á unglingsstigi tegundar okkar og erum alls ekki alveg með hæfileika okkar. Heimur 21. aldarinnar er svipaður því sem við höfum núna af heila unglinga á afar misjafnan, nýstárlegan og skapandi stundum, og stundum hættulegur og eyðileggjandi á öðrum tímum.

Í Ameríku eru margir þættir í opinberu lífi okkar sem henta betur fyrir unglingastigið en fyrir fullorðinsárin. Við tökum ekki þátt í þeim athöfnum sem fullorðnir geta lært að gera, eins og að róa okkur sjálf og verða minna sjálfhverf. Meirihluti fjölmiðla og stjórnmála tekur okkur í neikvæða og narcissíska átt. Við drögum stórar siðferðisspurningar niður í „mál" og einföldum þær á tvær hliðar og leyfum fjölmiðlum og stjórnmálamönnum að setja þær fram sem andstæðar öfgar. Hins vegar lítur meirihluti okkar ekki á heiminn á þennan hátt og þannig starfar heimurinn ekki. Ég er ekki viss um að það sé eitthvað sem kallast "miðstöð" menningar eða að það sé jafnvel heillandi ef það er til. En, vinstri utan miðju sem og rétt í miðjunni og miðpunkti lífs okkar, höfum við öll spurningar sem eru ekki svör okkar, smá hrifningu af sannfæringu okkar. Þessi bók er fyrir þá sem vilja svara stóru spurningunum.

lífs okkar sem eru fær um að hugsa og bregðast við af hugrekki, til að skapa nýjan veruleika í heiminum sem við lifum í nútíðinni, og gera þetta af ákafa og gleði.

Ég hef ekki enn hitt manneskju sem er ekki fær um að finna tilfinningu fyrir gleði þegar það er ekki auðvelt, og geta brosað og hlegið frjálslega og jafnvel að sjálfum sér. Húmor er efst á lista yfir dyggðir mínar í bland við auðmýkt og samúð og hæfileikann til að aðlagast þegar hann er besti kosturinn. Það er dyggð sem lætur okkur líða betur með allar aðrar dyggðir. Desmond Tutu, sem ég taldi vera óumdeilanlega, trúir því að Guð hafi meðfæddan hæfileika til að hlæja. Vísindin hjálpa okkur að sjá húmor heilans sem birtingarmynd sköpunargáfu, mynda ólíkleg tengsl og umfaðma þessi tengsl af eldmóði. Því trúi og vona ég að bros á röddinni heyrist af og til af þessum síðum. Einnig kem ég með nokkrar raddir hér, smá brot úr samtali fylla út og mynda hugsanir mínar, alveg eins og þær eru alltaf í starfi mínu og lífi.

Ég er ekki hneykslaður við tilhugsunina um að órökréttir og skelfilegir hlutir gerist í jafn flóknum alheimi og okkar, þar sem vitsmunaverur svipaðar og við stýrum sýningunni. Hins vegar er ég uppörvandi af raunveruleikanum að hið óvænta er það eina sem helst stöðugt.

Við erum aldrei við stjórnvölinn og í raun og veru ekki við stjórn. Ekkert verður eins og við höfðum séð fyrir okkur. Okkar hæstu markmið munu ekki nást og verstu spárnar verða það líka. Ég er hrifinn af hrífandi sannleikanum, frelsandi sem hvert samtal mitt er blæbrigðarík áminning um að við erum sköpuð af hlutunum sem fá okkur til að brotna. Fæðingin sjálf er sigur í gegnum blóðugt, hættulegt ferli. Ganga er aðeins lært á þeim stað þar sem við erum í hættu á að detta og það á við - með tilheyrandi flóknari gangverki, allan okkar líftíma. Ég hef heyrt mörg afbrigði af þessu efni - baráttuna við veikindi sem leiða til manneskjunnar sem er skilinn eftir og sársauka bernskunnar sem leiðir til köllunar líkamlegrar fötlunar sem gerir fullkomnun og meðvitund um heildar heimsins. Það eru þínar eigin persónulegu sögur af dramatískum og hversdagslegum augnablikum þegar það sem mistókst að vera bylting til dýpri skilnings á þér og hluti af gjöfinni sem þú gefur til alheimsins. Þetta er þar sem þú byrjar að þróa visku.

Það sem á við um einstaklinga á líka við um alla. Áskoranir okkar eru ekki sársaukafyllri en hrikaleg stríð og lægðir síðustu aldar. Lýðfræðileg, efnahagsleg og umhverfisleg vandamál okkar eru í raun mikilvæg. Ég trúi því að við finnum fyrir þessu í líkama okkar þó að þetta sé ekki saga sem byggist á samstöðu um útlínur. Alheimskreppan, umfang veðsins sem við erum að spila gæti verið upphafið að endalokum siðmenningar okkar.

Við höfum séð það. Það gæti verið ástæðan fyrir því að manneskjur þurfa ranglega að taka að sér hið raunverulega starf sem fyrir hendi er, sem er að takast á við mannlegt ástand á áhrifaríkan og skynsamlegan hátt og byrja síðan að þróa það.

Kafli 2: ORÐ: Ljóð skepna

Ég tel að það sé mikilvæg staðreynd í lífi okkar að orð séu mikilvæg. Það er svo augljóst að við getum horft framhjá því oft á dag. Orðin sem við tölum skilgreina hvernig við erum

þekkja okkar eigin skynjun, hvernig við skynjum heiminn í kringum okkur og hvað við gerum með öðru fólki. Frá Genesis gegnum frumbyggjalög frá Ástralíu Mannverur hafa alltaf skilið að nafngift er lykillinn að skilningi á öllum hlutum lífsins. Rabbínar fyrri tíma skildu texta, bækur og sjálfa stafina í tilteknum orðum sem lifandi verur. Orð eru undirstaða heima.

Við tókum val sem var of lítil setning á þeim áratug sem ég fæddist - orðið - umburðarlyndi - til að skapa það samfélag sem við viljum búa í í dag. Við opnuðum okkur fyrir þeim kynþáttamun sem var þar lengi, aðgreindur en jafn, og nýjum samruna ólíkra þjóðernis, trúarbragða og trúarbragða. Hins vegar er umburðarlyndi ekki alltaf velkomið. Það þolir, leyfir og lætur undan. Í læknisfræðiorðabókinni snýst það um takmarkanir þess að lifa í neikvæðu umhverfi. Umburðarlyndi var bara fyrsta skrefið sem gerði fjölhyggju mögulega og fjölhyggja, rétt eins og öll önnur hugtök, er uppspretta þeirrar blekkingar að vera við stjórnvölinn. Það krefst þess ekki að við höfum áhyggjur af ókunnugum. Það biður okkur ekki um að hittast eins og að vera forvitin um hvort annað og vera snert eða undrandi hvert af öðru.

Hér eru nokkur orð sem ég er ástfangin af, orð sem tjá nærveru, frekar en að vera leið að markmiði manns: nærandi, uppbyggjandi endurlausn, hugrakkur örlátur, heillandi jafnt sem forvitinn, ævintýralegur mjúkur. Ég byrjaði í faginu mínu

Líf blaðamanna er svipað og að takast á við orð 20. aldar var tími kreppu og innilokunar, raunpólitík. Í gegnum tímum þess tíma og lengur vorum við frátekin ákveðin orð sem við þurftum mest fyrir nokkrum hliðarstikum í fréttum. Þeim var hent og urðu að klisjum. Friður er undarlega skipt mál. réttlæti er svolítið pólitískt. Ég er ekki hissa á þeirri hugmynd að það komi að því að "fagna fjölbreytileikanum" með því að setja hann á háan stall, en hunsa sóðaskap hans og dýpstu. Ég blanda orðum daglegs lífs ásamt félagslífi þar sem við höfum á síðustu kynslóðum afskræmt skynjun okkar á opinberu lífi, sem er of þröngt einblínt á stjórnmálalífið. Ég er alltaf fljótur að bæta við formerkjum þegar ég er að nota orð eins og "siðmennska" - orð eins og óttavekjandi, til dæmis orð eins og eða vöðvastæltur eða spennandi - vegna þess að það er hægt að vera of vingjarnlegur, kurteis og kurteis.

Orð eru bara ílát á stigi, en það er aðalatriðið. Tengsl merkingar og orða líkjast samvirkni milli andlegrar trúar og trúar. Orð eru búin til af mönnum, meðhöndluð af mönnum. Þeir endurspegla alla ófullkomleika okkar og galla. Þeir kæfa eða magna upp sannleikann sem þeir voru skapaðir til að koma á framfæri. Við brotum og sleppum þeim oft. Þau eru endurnýjuð, aftur og aftur.

Horfðu á þessi orðaskipti við rithöfundinn og Elizabeth Alexander

Við viljum hvað. Við erum í leit að sannleiksmönnum. Við erum í leit að sannleikanum. Það er stöðugt mikið af bulli. Frammistaða stjórnmálaræðna, ræðna sem þú sérð í fréttum virðist þér ekki oft eins og það eigi að vera einhver hugsunarbóla yfir því sem segir „hvað ég hefði í raun að segja ef ég hefði tækifæri til að það væri . . . ."

Elizabeth Alexander var skáldið sem samdi ljóðið á þeim tíma sem Obama var fyrst settur í embætti og er meðal helstu rithöfunda minna um skort á „opinberu máli og orðræðu". Ljóðið sem hún samdi sem hún las upp í Washington Mall í janúar 2009 var um óljóst ótrúlegt samspil orða og veruleika. Ég náði til hennar í spjall tveimur árum síðar, á tímum stjórnmálatíma þar sem tungumálið varð villt. Þá var fulltrúi Gabrielle Giffords skotin og særð, ásamt nokkrum öðrum voru drepnir þegar hún lést.

opinberar samkomur fyrir framan matvöruverslunina í Arizona. Ég hafði áhyggjur af því að frammistaða með skáldi á tímum þjóðlegrar eyðileggingar gæti í besta falli verið svolítið barnaleg eða í versta falli barnaleg. Þess í stað var það flóð af sama glaðværa þakklætinu og ég hef í mínu eigin þegar ljóðið kemur inn í líf mitt og krefst þess að ég láti það troðast inn í huga minn.

Við erum svöng og bíðum eftir að læra nýtt tungumál sem við getum notað til að eiga samskipti sín á milli; það er hluturinn sem Elizabeth Alexander nefnir.

Hlustaðu á þetta samtal meðal skaparans og Elizabeth Alexander

Ég vinn svo mikið á hverjum degi sem mamma. Strákarnir mínir eru núna 11 og 12 ára og þú getur fylgst með því hvernig börn skynja þegar þau eru tekin á óvart. Þeir laðast líka að tungumáli sem glitrar eða einstökum orðum sem hafa kraft. Þeir munu biðja þig um að endurtaka glitrandi orð, ef þeir eru að heyra þetta í fyrsta skipti. Það sést í augum þeirra.

Við eigum líka lítinn son. Dettur þér eitthvað af þessum hugtökum í hug?

Reyndar, ef þeir væru hér í dag, myndu þeir elska að láta blekkjast og blekkja. Fólk spyr mig stundum þegar það les ljóð sem hafa „ég“ í sér sem virðist vera sjálfsævisöguleg - fólk hefur áhuga á smáatriðunum. Hvað, nákvæmlega, datt þér í hug? Varstu að valda því? Það sem ég er að reyna að koma á framfæri er að jafnvel þótt ég sæki innblástur í persónulega reynslu er raunveruleiki ljóðs miklu meira en hvort hann hafi átt sér stað eða ekki. Það sem er mikilvægt er sannleikurinn undir, sem ég tel að sé kraftur ljóðsins.

Þegar þú ert að tala er ég að hugsa um ljóðið sem þú skrifaðir "Ars Poetica #100: I Believe," sérstaklega þessar setningar:

Ljóð er það sem þú getur fundið.

í moldinni handan við hornið

Heyrðu í strætóbílstjóranum, Guð

Í smáatriðum er eina leiðin til að fara í gegnum smáatriðin.

að komast héðan hinum megin.

Ljóð (og nú eykst raddsetning mín)

Ást er ekki allt sem sýnist. er þetta allt ást og ást,

Ég samhryggist dauða hundsins. er látinn.

Ljóð (hér heyri ég rödd mína hæst)

Mannlegar raddir eru rödd manns.

Höfum við ekki áhuga á hvort öðru?

Þess vegna tel ég að kjarni þessa ljóðs sé ekki í sönnum atburðum eða atvikum sem áttu sér stað hins vegar, það er frekar spurningin, höfum við raunverulegan áhuga á hvort öðru? Það þýðir fyrir mér ekki skóna sem hún gengur í eða mér líkar við skóna hennar eða áhugavert starf. Það er miklu meira en þetta. Erum við manneskjur sem búum í samfélagi? Höfum við samskipti sín á milli? Veitum við hvert öðru gaum? Viljum við fá að vera vinir? Náðu yfir það sem gæti verið mikið bil á milli manna.

Þegar ég horfi á börnin mín og hugsa þó að ég þekki þig, þá veit ég ekki hvað er í huga þínum. Hins vegar vil ég kynnast börnunum mínum svona innilega. Þetta er ástæðan fyrir því að það er svo tilfinningaríkt með ástvinum, en ég tel að það sé áhrifaríkt leið til að vera um allan heim. Ef við gerum það ekki með tungumáli sem er nákvæmt, ákaflega og mjög nákvæmt -- ekki of klókt, heldur nákvæmt -- erum við í alvöru í samskiptum hvert við annað?

***

Ég byrjaði að læra listina að spjalla um grundvallarstaðreyndir frá Benediktínumunkum frá St. John's Abbey of Collegeville eftir að ég flutti til Minnesota um eina af undarlegu og óskipulögðu slóðum lífsins um miðjan tíunda áratuginn. Trúarbragðið sem var ríkjandi í bandarísku lífi var í hámarki

eiturhrif, knúin áfram af löngun fjölmiðla til radda sem veittu skemmtun. Ég var enn nýkomin frá guðfræðinámi og gjörsamlega meðvituð um þá staðreynd að við höfðum ákaflega takmarkaða þekkingu og orðaforða til að tala um málefni sem eru mikilvæg á opinberum vettvangi. Benediktsmenn stofnuðu afskekkta en umfangsmikla stofnun til að stunda „samkirkjulegar og menningarlegar rannsóknir" á sjöunda áratugnum. Hugmyndin um að kaþólikkar og mótmælendur væru í sambandi var ólýsanlega djörf ráðstöfun. Það var fræbeð trúarlegrar krossfrjóvgunar á síðara tímabili 20. aldar.

Stofnendur samkirkjulegrar stofnunar greindust með Alzheimerssjúkdóm. Sumir voru einfaldlega að eldast. Þeir báðu mig að skrá munnlega frásögn af því sem gerðist og hvað hafði gerst á þessum tiltekna stað. Mörg líf fjarlægra manna höfðu komist í snertingu hér og höfðu þá áhrif á hvernig trú þeirra tókst að koma á sambandi við hið trúarlega andstæða. Þar á meðal voru rómversk-kaþólskur og austurrétttrúnaður, prestur og helgidómur frá Nasaret og hvítasunnu. Einn þeirra var áberandi evangelíski prestaskólaforseti auk vígður prests Páls, Tom Stransky, sem var tengiliður páfa við kaþólska eftirlitsmenn sem ekki voru kaþólskir í Vatíkaninu II og stjórnaði nú sinni eigin Tantur samkirkjulegu stofnun, stað sem var staður sem var staður. um samskipti kristinna, gyðinga og múslima á miðjum veginum sem lá á milli Jerúsalem og Betlehem.

Tengsl þessara ókunnuga við trúarbrögð voru ótrúleg. Það var bein afleiðing af reynslu minni af Berlín að það verða meiri breytingar á ævi okkar en við getum ímyndað okkur. Allir voru þeir á sama hátt og ákafir í trú sinni eins og þeir hafa verið í langan tíma. Samt breytti forvitni, virðing og aðdáun sem þau öðluðust í hugum hvers annars og ferðalögum heiminn djúpt. Það gerði kenninguna mannlegri. Það vakti aftur þakklæti þeirra fyrir eigin hefðum og veitti fólkinu einnig undrun yfir mismunandi hefðum sem þeir færa heiminum. Þeir tileinkuðu sér þessa nýju hugsun og aðlagast heimilum sínum og samfélögum. Hinn mikli trúarbragðasagnfræðingur Martin Marty hefur sagt að breyting Bandaríkjanna úr mótmælendameirihluta yfir í kaþólskan meirihluta hafi verið með sléttustu afhendingum mannkynssögunnar. Margir kaflar í sögunni og sá sem gerðist í Collegeville er bara einn af þeim.

Faðir Kilian McDonnell, munkur frá St. John's Abbey sem stofnaði samkirkjulega stofnunina, var guðfræðilegur sendiherra á heimsvísu eftir æsku sína í skóginum í Suður-Dakóta. „Þetta var ekki heimsendir," sagði munkurinn vanur um bæinn þar sem heimili hans var.

"en þú gætir séð það þaðan." Það var áratug síðar, eftir að ég fékk að kynnast honum og þegar hann var sjötugur, varð skáldið nokkuð farsælt útgefið skáld. Mitt persónulega uppáhald af verkum hans er þetta:

Fullkomnun, fullkomnun

Ég hef haft það til að fullkomna.

Ég hef sett töskurnar mínar í bílinn,

Ég er héðan.

Farinn.

Jafn öruggt og rigningin

mun gera þig blautan.

Fullkomnun verður þín

inn.

Það er ekki eins dögg

Á grasi sumarsins

að veita frelsi og grænt

gleði.

Fullkomnun er svall
dyggð miskunnar
Withers hrifinn af því
fæðingu.
Þegar stríðið er hálfbyrjað,
Köld heiðarleiki er hugsun
það er ekki hægt að vinna þetta er staðreynd, sem gefur það er ekki leikur, viðurkennir
stríð.
Ég hef sent inn tilkynningu
gefið aftur lyklana mína,
Ég hef undirritað starfslokagreiðsluna mína, I
hætta.
Nokkrar tillögur sem ég hefði getað komið með:
Hin fullkomna meitlaða lögun af
Michelangelo er töfrandi David
skellir,
Venus de Milo
hefur enga handleggi,

Frelsisbjallan er
klikkaður.

Faðir Kilian og fjölskylda hans kenndu mér þá list að grafa merkingartengd orð í litunum og margbreytileikanum, þokukenndum efniviði lífs okkar. Sannleikurinn um hið djúpstæða, eins og með tungumál dyggðarinnar, sleppur við formúlur. Það er fljótlegt ferli að verða stíft og hægt að breyta því í abstrakt eða klisju. Hins vegar, ef þú beitir andlegu sjónarhorni á atburði eða reynslu, mynd; skrifaðu niður staðinn sem það er fest í grunni veru þinnar og það mun umbreyta því hvernig þú segir frá því og öðru fólki sem er að hlusta.

Í Collegeville hófst umræðan um gríðarstórt, stíft, guðfræðilegt mál með því að setja það fram sem spurningu og síðan bjóða öllum við borðið að svara þeirri spurningu með því að nota frásögn lífs síns. Hvað er Guð? Bæn? Hver er besta leiðin til að takast á við vandamál hins illa? Hver er kjarninn í kristinni von? Ég gæti verið ósammála þér þar sem það kemur í ljós að það er ekki mín skoðun, en ég er sammála því sem þú hefur upplifað. Þegar ég fæ skilning á því sem þú hefur upplifað að þú og ég séum í sambandi, viðurkenna hversu flókin staða hvers annars er og hlusta opnari. Munurinn á skoðunum okkar mun líklega vera áfram en hann skilgreinir ekki mörkin á milli okkar.

Í St. John's fengum við tækifæri til að deila sögum okkar og heyra aðrar sögur, og daga til að kanna hvað við lærðum um „af hverju" og „hvað næst" og „svo hvað" spurningarnar sem voru settar fram og ræða þær síðan saman . Mér hefur tekist að viðhalda grundvallarspeki þessa líkans og eima hana á mismunandi staði og tíma. Ég fylgi fólki sem gengur fram og til baka að mótum þess sem það veit, hverjir þeir eru, trú þeirra og hvernig þeir lifa og hvað það kann að geta kennt okkur. Algengasta upphafsspurningin mín - hvort sem það er trúleysingi eða vísindamaður, foreldri, skáld, trúleysingi eða trúarlega sinnaður - er: var einhver andlegur eða trúarlegur bakgrunnur í æsku þinni, sama hvernig þú myndir skilgreina hann núna ? Það er mikilvægt að hafa í huga að þetta er mjög aðgreint frá minna augljósu, skelfilegu spurningunni sem ég myndi aldrei segja: segðu mér frá andlegu lífi þínu í dag. Þessi þáttur sem við erum persónuleg eins og allt sem við reynum að útskýra en það er algjör andstæða við þessar spurningar. Hinn fróði Quaker rithöfundur sem og kennarinn Parker Palmer, ástkær vinur minn og leiðbeinandi, líkir sálum okkar við villt dýr sem búa í skóglendi sálarinnar sem er líklegt til að flýja þegar við blasir.

"Hugtakið "sál" er meðal margra orða sem notuð eru á þann hátt sem mörg okkar hafa áhyggjur af. Meirihluti fólks sem ég hef fundið hefur sögu að deila um andlegar rætur bernsku sinnar. Þessi einföldu spurning býður upp á opinn og heiðarleg endurminning, sem heiðrar öll þau blæbrigði, sköpunargáfu og skýrleika sem við höfum safnað um hugtakið sál er eða andi táknar. Það vekur upp hluta okkur sem verður fyrir áhrifum af blæbrigðum vissu, í gegnum reynslu, af draumum og ótta Þetta er staður þar sem við munum eftir fyrirspurnum jafn skýrt og svörin sem við gætum hafa fylgst með alla ævi, og að gefnu viðeigandi hvatningu gætum við deilt með öðru fólki. Jafn mikilvægt gerir það grunninn fyrir framtíðarsamtöl við stelling sem er íhugunarlausari og óformlegri en sú dæmigerða fullorðinsafstaða sem við sýnum í augum annarra. Hún leiðir líka eðlilega beina eða rennandi brautir að uppsprettu forvitninnar sem þróast yfir í ástríðu fullorðinsáranna og köllunarinnar.

Ég hef heyrt svör dregin saman í einu orði og síðan haldið áfram að segja - "ást" og "einmanaleiki." Margt af því sem fólk segir um trú æskunnar byggist jafnt á fjarveru sem nærveru. Móðirin var til dæmis sú sem fór með fjölskylduna í kirkju, en pabbi var heima til að lesa blaðið. Nafn föðurins sem les dagblaðið er innbyggt í trúarlegar hugleiðingar framtíðarinnar eins og hver annar helgisiði innan veggja trúarbragðanna. Ég hef talað við vísindamenn sem tala um niðurstöður sínar um að stærðfræði geti útskýrt litamynstur á yfirborði olíuflekksins sem og hreyfingar stjarna og hvernig þessi uppgötvun var óhugnanleg og fyllti þær skilningi á undirliggjandi tilgangi sem var yfirgengilegt að það væri möguleiki að uppgötva hvernig alheimurinn starfar og hvernig við pössum inn í hann. Ég hef átt samtal við taugasálfræðing sem, sem sjálfboðaliði á Special Olympics, byrjaði að velta vöngum yfir hugmyndinni um hvað gerir hugann einstakan og fallegan. Ég hef notið þeirrar ánægju að hitta franskfædda tíbetska búddamunkann og ástríðufulla ljósmyndarann sem hóf feril sinn sem trúleysingi, sameindalíffræðingur líf hans breyttist af myndum sem hann sá af andlitum munka, myndum sem sýndu óvænta fyrirmynd að fallegri mynd. , samfellt og geislandi líf.

Það eru margar ánægjulegar, grundvallar lífgefandi hvatir til að uppgötva kraft persónulegra frásagna á öllum sviðum fjölmiðla og í menningu okkar. Samræðalistin sem ég er að tala um hér tengist listinni að samtala, en hún er fíngerð og í aðra átt - að deila sögum okkar í þeim tilgangi að skilja hvað við erum og hver við viljum verða. Ég trúi því að sérhver stór saga byrji á örvandi orðaskiptum sem við getum tekið þátt í hvert við annað: Hver er spurningin? Hvernig

Hvaða áhrif hefur þetta á hvernig þú lítur á og lifir? Hvaða áhrif hefur þetta á hvernig ég hugsa og lifi? Ég trúi því að við getum ýtt okkur lengra og notað orð af meiri krafti og sagt sögu okkar tíma ferska.

Eitt af uppáhaldstilvikum mínum af þessu er fyrri samtal sem ég deildi með vitri konu og lækni, Rachel Naomi Remen. Orð hennar breyttu leið minni til að fara um heiminn og ég hef aldrei litið til baka síðan. Hún byrjaði að efast um ferlið við að meðhöndla krabbamein, og síðan viðfangsefni læknanámsins, eftir að hún viðurkenndi að hver sjúkdómur er saga. Einn er greindur með krabbamein, sykursýki eða hjartasjúkdóm, hins vegar gera sérkenni lífs einstaklings hvert tilfelli krabbameins hjartasjúkdóma eða sykursýki einstakt og hverja meðferð aðgreinda. Þegar ég var að hugsa um andlegar afleiðingar tilveru hennar, deildi hún sögu sinni af afa sínum, rabbíni, sem var hassídískur, auk afmælis heimsins - bakgrunninum að kröftugum og krefjandi fyrirmælum gyðinga um að „gera við heiminn. "

Horfðu á þessi orðaskipti milli höfundarins og Rachel Naomi Remen.

Þetta var afmælisgjöfin mín til sjálfrar mín, þessi saga. Í upphafi var allt sem var Ein Sof, uppspretta alls lífs. Í gegnum söguna og á ákveðnum tímapunkti kom heimurinn, sem er alheimur þúsunda hluta, upp úr djúpum heilags myrkurs eins og gríðarlegur ljósgeisli. Síðan, hugsanlega vegna þess að þetta er saga gyðingasögu, varð slys og skipin sem geymdu öll ljós þessa heims allan alheiminn féllu í sundur. Allur heimurinn sem og það er hið skínandi ljós í alheiminum var tvístrað í milljón ljósbrot. Þeir lentu í tegundum af fólki og atburðum og þess vegna eru þeir huldir þar til í dag.

Samkvæmt föður mínum hefur allt mannkynið viðbrögð við þessum hörmungum. Við erum hér vegna þess að við höfum getu til að sjá hið falna ljós innra með öllu og öllum og vekja það og opinbera það tíma og, með því að gera það, endurheimta upprunalega heilleika alheimsins. Það er

mikilvæg saga á okkar tímum. Þetta verkefni er þekkt sem "tikkun olam" sem er hebreska. Það er ferlið við að endurheimta heiminn.

Þetta er auðvitað vinna hóps. Þetta er sameiginlegt átak sem tekur til allra sem fæddust og allt lifandi fólk og alla þá sem enn eru að fæðast. Við erum öll læknar í heiminum. Þessi saga gefur okkur tilfinningu fyrir möguleikum. Þetta snýst ekki um að endurreisa heiminn með því að hafa veruleg áhrif. Það snýst um að gera við heiminn í kringum líf þitt og er allt í kringum þig.

Heimurinn sem þú ert nálægt.

Þar liggur vald okkar. Já. Margir finna til hjálparleysis á þessum tímum.

Rétt. Hins vegar, þegar þú notar setninguna „lækna heiminn“ út í bláinn, „lækna heiminn,“ er það eins og draumur eða draumur sem er algjörlega óviðunandi.

Þetta er gömul saga og nær aftur til 14. aldar og er nýtt sjónarhorn á vald okkar. Ég held að það gæti verið möguleiki á að vera afgerandi þáttur fyrir núverandi aðstæður okkar og það er afgerandi þáttur. Ég er ekki einhver sem er pólitískt sinnaður í hefðbundnum skilningi þess orðs, ég trúi því að okkur líði öllum eins og við séum ófullnægjandi til að geta skipt sköpum í heiminum og þess er krafist að við séum ríkari. , öflugri, eða meira menntaður eða öðruvísi en fólkið sem við erum. Samkvæmt þessari sögu er það einmitt það sem þarf. Það er áhugavert að velta þessu aðeins fyrir sér: hvað er málið ef við værum einmitt það sem krafist er? Hvað myndi gerast? Hvað myndi ég gera ef ég væri nákvæmlega það sem þarf til að lækna heiminn?

Ég sagði syni mínum, sem er sjö ára, þessa sögu um sköpun alheimsins auk neista og heilagts lofts sem flaug út. Hann hlustaði svo fullkomlega og sagði svo: "Mér líkar það."

Mér var sögð þessi saga. Mér var sögð þessi saga, við skulum skoða hana, fyrir um 63 árum. Og viðbrögð mín við því voru þau sömu. Það er málið við sögur sem er svo mikilvægt. Þeir snerta eitthvað mannlegt í líkama okkar og geta haldist óbreytt. Kannski er þetta ástæðan fyrir því að mikilvægustu upplýsingum er miðlað í gegnum sögur. Þetta er það sem tengir menningu saman. Sérhver menning hefur sína sögu að segja og allir sem eru hluti af henni deila sögunni. Heimurinn er samsettur úr sögum og hann er ekki gerður úr staðreyndum.

Þó að við getum búið til okkar eigin staðreyndir þurfum við samt að hjálpa okkur að púsla saman sannleikanum.

Reyndar segja staðreyndirnar meginhlutann til sögunnar, ef þú vilt sjá það með þessum hætti. Staðreyndirnar eru meðal annars að ég hef verið með Crohns sjúkdóm undanfarin 52 ár. Ég hef farið í átta stórar aðgerðir. Hins vegar er það ekki að segja þér neitt um sögu mína og það sem hefur komið fyrir mig í kjölfarið. Hvernig það er að búa við svona ástand og uppgötva styrkinn í því að vera manneskja. Þegar það er kreppa eins og 11. september, sérðu að öll Bandaríkin sneru sér að sögunum? Á svæðinu sem ég var, hvað gerðist, hvað gerðist í þessum byggingum, hver voru örlög þeirra sem voru hluti af íbúum húsanna. Þetta er eina leiðin sem við getum skilið heiminn með því að endursegja sögurnar. Allar líkur eru á að einhverjir hafi látið lífið á svæðinu. Sögurnar tala um undrun þess að vera manneskja og viðkvæmni þess að vera manneskja.

Ég tel að þú búir til forvitnilegar andstæður með því að benda á að við höfum alls kyns sögur sem við lendum í samfélagi okkar og afþreyingarformum sem og upplýsingar, en þessar sögur munu alltaf eiga sér upphaf og endi. Þú segir líka að sögurnar í lífi okkar, sögurnar sem segja okkur hvernig þær eru notaðar í lífi okkar krefjist tíma. Raunverulegar sögur þurfa tíma.

Það er hljómandi orðatiltæki sem segir að við þurfum stundum meira en mat til að lifa. Þeir upplýsa okkur um manneskjuna sem við erum.

eru, hvað er í spilunum fyrir okkur og hvað gæti spurt. Einnig minna þeir okkur á að við erum ekki þau einu sem stöndum frammi fyrir okkur. Ef ég segi að saga sé ekki lokið Til dæmis er hluti af sögunni að segja barninu þínu söguna um fæðingu alls heimsins. Það er líka hluti af sögu afa míns er það ekki? Sonur þinn hefur ekki notið þeirrar ánægju að hitta manninn sem var faðir minn, en kannski mun afi minn blandast inn í líf hans á vissan hátt. Það gæti verið í litlu magni eða ekki gerst, ég er ekki viss og samt, á þann hátt er engin leið að segja að sögu geti nokkurn tíma verið lokið.

Málið með hráefni andans er að þau eru stöðugt að breytast. Hvernig þú lítur á fortíðina veltur á hlutunum sem þú ert fær um að sjá í dag. Ég hef skrifað mikið fyrir þetta þar sem ég hefði getað byrjað svar mitt við spurningunni um andlegar rætur lífs míns með því að segja sögu af lífi afa míns sem predikaði í Suður-Baptist og áhrifum hans á mig. Á þessum síðum verður mikið af upplýsingum um manninn. Á þessum tímapunkti lífs míns er ég mjög meðvituð um hvernig tap föður míns á skilningi á fjölskyldusögu sinni var andlegur grundvöllur fyrstu ára hans og var risastórt svarthol sem sat mitt í miðjunni. Það er frábær samlíking að segja að tími og rúm hafi hrunið hvert á annað. Það var ekkert ljós til að geta farið inn eða út. Hann var fluttur í burtu til ættleiðingar án fyrirvara, sem og eldri systir sem og bróðir. Ég er ekki viss um að fyrstu árin í lífi hans hafi verið eins og áður, en ég myndi giska á að þau hafi verið erfiðust. Faðir minn sagði að hann hefði engan áhuga á systkinum sínum eða bræðrum eða móður sinni, þó ég held að hann hafi munað nöfn þeirra. Þegar hann var þroskaðri reyndi mamma hans að taka hann aftur. Hann sagði söguna á óhlutdrægan hátt. Hann fékk af og til skelfilegar martraðir sem æptu sem bættu hættulegri tilfinningu fyrir nóttina mína og fengu mig til að trúa því að móðir hans væri á leiðinni að flytja hann burt.

Þegar ég var barn í minni fjölskyldu var engin umræða um þessi mál. Á heimili okkar var mikið um spurningar en þær voru aldrei spurðir. Auðvitað hafði hinn ónefndi veruleiki og ósvaraðar spurningum áhrif á okkur öll innan frá á þann hátt sem myndi taka mig langan tíma að skilja. Í gegnum ritunarferlið þessarar bókar fór ég að rekja ákafa löngunar minnar til að tala um hlutina sem skipta máli - nú um allan heim - til upphafs persónulegrar sögu minnar. Þetta er bæði kaldhæðnislegt og fallegt á sinn hátt. Samtal eftir samtal á hverju ári hef ég hvatt aðra til að uppgötva gatnamót þeirra stærstu

markmið og bestu visku frá hinum raunverulega heimi og stöðum og tímum, frá milli fortíðar og nútíðar, frá sári til nútíðar. Í nútímanum, þar sem ég er í því ferli að gefa það sem ég hef lært fyrir aðra til að geta tekið á móti þessari þekkingu í fyrsta skipti algjörlega, og fyrir mig.

***

Ef ég teygi myndlíkingu mína of langt laðast ég að svartholum lífs okkar - sársaukafull flókin, vandræðaleg mál sem við getum alls ekki rætt til viðbótar við rökin sem við æfum ítrekað á sama hátt, með nákvæmlega tvær hliðar sem skilgreina hugtökin „að vinna" eða tapa, eftir því hvoru megin þú ert. Það eru fyrirsjáanlegar blindgötur. Listin að koma nýjum samtölum af stað og búa til nýja upphafspunkta og niðurstöður í daglegum rökræðum okkar er ekki eldflaugavísindi. Hins vegar er nauðsynlegt að breyta eða útrýma ákveðinni hegðun sem er orðin svo staðfest að hún er eina leiðin til að ná fram. Við höfum fengið þjálfun í að verða talsmenn þess sem við höfum brennandi áhuga á. Það er gott og gildi í heimi borgaralegs samfélags, það gæti hins vegar hindrað ákvarðanatökuferlið að hafa áhyggjur hver af öðrum.

Hlustun er algeng samfélagslist, en það er færni sem við höfum gleymt og þurfum að læra um. Hlustun felur í sér meira en bara að hlusta á hinn aðilann tala þar til þú getur sagt það sem þú þarft að segja. Ég er aðdáandi þess sem Rachel Naomi Remen notar með ungum læknum til að útskýra hvað þeir þurfa að gera: "örláta hlustun." Örlát hlustun er knúin áfram af forvitni, sem er dyggð sem við getum hvatt og ræktað innra með okkur til að gera hana meðfædda. Það krefst ákveðins varnarleysis, hæfileika til að vera undrandi og losa sig við fyrirfram gefnar hugmyndir og taka þátt í óvissunni. Sá sem hlustar leitast við að skilja merkingu á bak við orð annars og leitast við að kalla fram bestu útgáfuna af sjálfum sér og eigin persónulegum bestu hugsunum og spurningum.

Örlát hlustun gefur í raun betri spurningum. Það er enginn sannleikur í því sem okkur var kennt í kennslustofunni; það er list að spyrja slæmrar spurningar. Þegar kemur að bandarísku samfélagi leggjum við mikið upp úr svörum og keppnum, sem og spurningum sem vekja reiði, pirring eða tæla. Blaðamennska er þráhyggja fyrir "erfiðum" spurningum "erfiðar" spurningar, sem er venjulega forsenda dulbúin sem rannsókn og leitast við að berjast. Ég klippti spurningar eins og „andlegan bakgrunn lífs þíns" spurningu úr framleiddum þættinum okkar í langan tíma af ótta við að hún gæti hljómað mjúk, en ég vissi hvaða áhrif hún hafði á aðra hverja spurningu sem fylgdi. Eina leiðin sem ég get metið gæði spurningar er hreinskilni og mælska sem hún skapar.

Ef ég hef lært eitthvað annað en þetta, hef ég lært kraft spurningar: hún getur verið öflugt tæki og öflug málnotkun. Þeir hvetja til svör sem eru lík. Svörin endurspegla spurningarnar sem þeir vekja upp eða falla til að takast á við. Þess vegna, þó að einföld spurning gæti verið nákvæmlega það sem þarf til að komast að kjarna málsins, en það er erfitt að svara grunnfyrirspurn með einhverju meira en einföldu svari. Það er erfitt að sigrast á spennuþrungnu eðli spurningar. Það er líka erfitt að hafna spurningu sem er rausnarleg. Hvert og eitt okkar hefur getu í huga okkar til að spyrja spurninga sem kalla á heiðarleika, heiðarleika og hreinskilni. Það er eitthvað heilagt og upplífgandi við að spyrja réttu spurninganna.

Annar ávinningur af opnum spurningum, sem eru verkfæri borgaralegrar og félagslegrar listar sem þeir gætu ekki þurft svör strax, eða jafnvel. Það væri hægt að hækka þau til umhugsunar og velta þeim fyrir sér, en ekki. Ekki er líklegt að þau djúpu og samfélagslegu vandamál sem við stöndum frammi fyrir í dag verði leyst með svörum sem við getum verið sátt við hvenær sem er mjög fljótlega.

Ljóðið Rainer Maria Rilke sem var vinur minn í tíma og rúmi fyrir mörgum árum þegar ég var í Berlín var talsmaður þess að spyrja spurninga, spurninga sem lifa:

Taktu spurningarnar í heild sinni eins og þú myndir gera ef þær væru læstar inni í herbergjum eða skrifaðar á öðru tungumáli. Ekki leita að lausnum, sem gætu ekki verið í boði fyrir þig í dag þar sem þú munt ekki geta lifað spurningunum. Aðalatriðið er að lifa lífinu. Gefðu þér tíma til að svara spurningunum í dag. Kannski, aðeins seinna í náinni framtíð, muntu hægt og rólega og án þess að gera þér grein fyrir því, vinna þig að svarinu.

Ég myndi elska að setja spurningu Elizabeth Alexander í formi ljóða "Höfum við ekki áhuga á hvort öðru?" á bæjarstjórnarfundum eða eða þingsölum og látið það fljóta um í smá stund.

Menning okkar að deila um málin með misvísandi skoðunum fylgir löngun til að finna lausn. Við viljum að annað fólk viðurkenni að við höfum rétt fyrir okkur. Við getum kallað eftir umræðu, eða gengið úr skugga um að við séum á sama stað eða greitt atkvæði og haldið áfram. Annar valkostur er að taka aðra nálgun í átt að tilgangi samtals yfirleitt sem er að hvetja til leit, ekki réttu megin og hver hefur rangt fyrir sér, heldur á rökum sem eru á báða bóga og ekki um hvort við séum sammála eða ekki. , um hvað á að vera í húfi hvað varðar manneskjur fyrir okkur öll. Það er eitthvað til að græða á

að geta talað sannleikann og talað saman á virðingarfullan hátt og virðingu, án þess að reyna að finna samkomulag sem lætur allar erfiðu spurningarnar hanga.

Ég hef reynslu af því að taka þátt þegar það kemur að erfiðustu eldingarstöngumræðunum sem hafa slitið fjölskyldur okkar og stofnanir okkar, að endurskilgreina spurningarnar sem knýja okkur áfram getur leitt til ferskra samræðna. Við getum forðast venjulega orðræðu og forðast óumflýjanlega stöðnun. Frances Kissling er best þekktur sem baráttumaður fyrir vali sem lengi yfirmaður kaþólskra fyrir val. Ekki er svo vel þekkt að eftir að hún yfirgaf kaþólikka til Choice fyrir um áratug tók hún þá ákvörðun að gefa tíma sínum til að rannsaka hvað það þýðir að vera í rauntímasambandi við pólitíska andstæðinga sína. Ég settist einu sinni niður með henni með evangelíska siðfræðiheimspekingnum David Gushee í samtali um fóstureyðingar. Markmið okkar var að ákvarða hvað beri að huga að með tilliti til mannréttinda með tilliti til allra þeirra mála sem við ræðum þegar kemur að fóstureyðingum og hvers vegna það er efni sem er svo djúpt deilt og stangast á. Við vorum nálægt því að halda okkur alveg frá hugtökunum „pro-choice" og „pro-life". Umræðan var mikil og sóðaleg á nýjan hátt. Það var óþægilegt en líka spennandi vegna þess að það opnaði óþekkt landsvæði sem við höfðum aldrei kannað áður en umræðan hófst: hvort kynlífsbyltingin væri gagnleg fyrir samfélag okkar eða ekki, sem og hvað við gætum gert til að mannbæta og dýpka tengsl okkar til kynhneigðar bæði í opinberu rými og í einkarými. Sá skilningur kom upp í herbergi fólks að við hefðum viljað velta þessum málum fyrir okkur en hefðu verið hulin með venjulegum og vel slitnum rökum.

Stundum getur ein viskurödd sem hefur verið til um tíma og breyst og lifað í gegnum svipaðar mannlegar sögur frá nokkrum mismunandi sjónarhornum veitt meiri dýpt en nokkur umræða sem er tvíhliða. Frances Kissling er ein af þessum röddum fyrir mig. Hún er yfirfull á sérstöku sviði æxlunarréttinda, en það sem hún hefur lært er hægt að heimfæra á alla þætti lífsins. Hún hefur líka losað sig við ákveðin orð sem við hoppum ósjálfrátt að sem grundvöll samræðna eins og að finna sameiginlegan grundvöll í miðri djúpstæðu ágreiningi. Hún segir:

Hlustaðu á þetta samtal við rithöfundinn og Frances Kissling

Ég tel að það sé sameiginlegur grundvöllur meðal fólks sem hefur ekki djúpan, djúpan ágreining. Í stjórnmálum geturðu rekast á málamiðlanir. Listin í stjórnmálum er möguleg. Hins vegar að trúa því að þú teljir sjálfsagða landsráðstefnu kaþólskra biskupa og Landssamtök kvenna og þær komist að sameiginlegum skilningi varðandi fóstureyðingar er ekki framkvæmanlegt. Það mun ekki gerast. Það er hægt að lengja þetta. En ég held að þeir sem ekki eru sammála hver öðrum komi saman til að öðlast meiri skilning á því hvers vegna þeir trúa þannig, frábærar niðurstöður. Hins vegar er þrýstingurinn til að ná samstöðu ekki til þess fallinn að kynnast raunverulega hvert öðru. Og við erum ekki fær um að skilja hvert annað.

Sú öfgafulla pólun varðandi fóstureyðingar þar sem fólk hefur skammað hvert annað og skellt á annað í áratugi endurspeglar sannarlega ekki traust sem gerir fólki kleift að finna gagnkvæman skilning. Þess vegna verður þú að byrja á þessari hugmynd, að það séu fáir, en ekki allir - sem geta notið góðs af því að skilja hvers vegna aðrir hugsa eins og þeir gera. Nokkrar þeirra eru grunnhugmyndin um mannvæðingu: að einstaklingurinn sé raunveruleg manneskja, ekki harðstjóri, ekki illgjarn hvatinn, og að ef til vill fyrir suma geturðu komist yfir rógburðinn sem við höfum verið sakaðir um. Þetta er eitthvað sem ég er mikill aðdáandi af.

Ég hef lært mikið og breytt skoðunum mínum á ákveðnum þáttum fóstureyðinga á undanförnum 10 árum, vegna þess að ég þekki betur skoðanir og skoðanir þeirra sem eru ekki sammála skoðunum mínum. Að lokum hef ég áhuga á að finna leiðir til að halda sumum gildum þeirra en ekki fórna mínum eigin. Þetta er fyrir mig ástandið sem hefur komið upp.

Það er auðvitað allt öðruvísi en þessi æðislegi þrýstingur sem ég tel að við séum með í samfélagi okkar og tilvísun í að finna sameiginlegan grunn, eða vera á sömu blaðsíðunni finnst þér? Þetta snýst ekki um að vera á sömu blaðsíðu.

Nei nei. En eins og þú hefur kannski giskað á, þá hefur Sidney Callahan, sem er lífsnauðsynlegur almennt almenn regla, fyrir löngu lýst því yfir að merki borgaralegrar umræðu sé hæfileikinn til að viðurkenna hvað sé rétt fyrir þann sem þú ert ósammála.

Mig langar að lesa grein sem þú skrifaðir. Þú varst að lýsa ýmsum eiginleikum sem þú taldir nauðsynlega til að koma með uppbyggilega framsýna nálgun á umdeilt vandamál. Einn af þeim eiginleikum sem sló mig var "viljinn til að vera berskjaldaður þegar þú stendur frammi fyrir þeim sem þú ert ástríðufullur á móti."

Ég tel að það sé erfiðasta verkefnið að klára. Það er mjög erfitt fyrir okkur öll sem erum við þessar aðstæður að viðurkenna að við höfum til dæmis ekki allar lausnir á þessu máli. Ég er ekki viss um að við höfum fengið öll svör við málinu varðandi fóstureyðingar í því samfélagi sem við búum við, hvort sem það snýst um fóstureyðingarmálið í sjálfu sér eða spurningunni um hvernig við munum leysa ágreining okkar um fóstureyðingar. og vilji til að viðurkenna að það er mjög, mjög erfitt.

Hvað er það við þína eigin aðstæður sem veldur þér vandamálum? Hvað er það við stöðu einhvers annars sem þér finnst aðlaðandi? Hver eru þau svæði þar sem þú efast? Ég hef talað við einhvern nýlega: Ég er ekki viss um hvernig þú gætir unnið við eitthvað í meira en 35 ár sem er eins erfitt og þetta, og ekki skipt um skoðun á neinu máli. Það sem við höfum gert hefur ekki skilað árangri. Ég trúi því að þú sért líklegri til að vera viðkvæmur þegar þú áttar þig á því að það sem þú hefur gert hefur ekki komið þér á þann stað sem þú vilt vera á. Þess vegna er hluti af því að vera viðkvæmur smá hjálparleysi. Ef þú trúir því ekki að þú þurfir hjálp og heldur að allt sé fullkomið ertu ekki viðkvæmur. það er engin ástæða fyrir þig að vera í hættu.

Hvað hefur þú lært um hvernig félagslegar breytingar eiga sér stað? Hvernig heldurðu að framfarir muni líta út á næstu árum?

Þessu er erfitt að svara. Hvaða lærdóm hef ég lært? Mikilvægi þess að nálgast aðra með jákvæðu viðhorfi og eldmóði fyrir breytingum er nauðsynlegt fyrir allar umbreytingar. Það er ómögulegt að breyta neinum öðrum. Ég er einn af hörðustu bardagamönnum. Við skulum vera nákvæm. Orðspor mitt fyrir að vera snildur í rökræðum er vel þekkt og ég dýrka spennuna í bardaga og finnst gaman að vinna. Hins vegar, það sem ég hef lært er að þú hefur heyrt það áður, einfalda leiðin til að orða það er að það er hægt að veiða fleiri flugu með því að nota edik en hunang. Það er frábær setning.

Það hefur verið mín reynsla að fólk sem er í miðjunni mun ekki verða aðal breytingavaldið. Þú verður að vera tilbúinn að setja sjálfan þig í miðjuna og vera tilbúinn að taka áhættu til að koma á breytingum. Að auki verður þú að skoða muninn með þeirri hugmynd að það sé gott í báðum. Það er það. Ef við getum ekki fundið leið til að gera þetta og ef það er engin leið til að finna bilið sem hefur sumir frá báðum hliðum sem eru á móti því að líta á aðra hlið sem ógn, munu átökin halda áfram um stund. Það er mikið álag og miklu einfaldara að tala við kórinn í stað þess að hlusta á þá sem eru ekki sammála skoðunum þínum. Kórinn er þegar til og krefst þess ekki að við séum þar.

***

Bilið að fólk frá báðum hliðum lítur ekki á hvora hliðina sem vonda er staðurinn sem ég myndi vilja vera á og það sem ég vil stækka.

Það er hvergi þar sem orð eru grófari sundrung og mýkri tæki til lækninga þegar við stöndum frammi fyrir náttúrulegu umhverfi okkar. Það eru sífellt færri einstaklingar í hverri heimsálfu sem þjást ekki beint af óstöðugleika í umhverfinu. Það eina sem við þurfum að tala um í opinberri umræðu er spennuþrungin umræða um "loftslagsbreytingar" - sem hefur raunverulegar afleiðingar, en er að lokum truflandi. Það veldur óhug og reiði yfir þegar yfirgnæfandi snjóflóði neikvæðra umhverfisfrétta. Það sleppir andlegum þáttum þess að takast á við vistfræðilega framtíð okkar á jörðinni. Þetta eins og hvert annað mál, er grundvallaratriðið um það hvort menn geti lært að sjá persónulega líðan sína í tengslum við velferð annarra í stærra og yfirgripsmeira formi?

stærri hringi, sem fara út fyrir fjölskyldur og ættbálka? Náttúran er grundvöllur og bakgrunnur í daglegu lífi okkar og er verið að vísa í myrkur. Ferlið við að endurheimta og hlúa að því er að benda á alhliða lífgefandi reynslu eins og að borða, eignast börn, faðma staðinn sem maður er frá og þekkja fegurðina í miðri fegurðinni. Þetta er tegund talaðs tungumáls sem ég heyri frá fólki sem er að vinna verkin sem þarf að gera í heiminum sem það getur snert og fundið. Tungumálið er mál sem breytir merkingu hegðunar, tekur þörfina fyrir að bregðast við frá sektarkenndinni og yfir í jákvæðari.

Margir þeirra eru trúarlegir. Í íhaldssamum kristnum hópum er forvitnileg saga sem er að þróast í algjörri mótsögn við háværar raddir í fréttum. Þetta er saga um breytingar á tungumálinu sem flýta fyrir og leiða til breytinga í hugsunum og hjörtum. Það hefur verið iðrun orðanna sem ollu skaða, yfirgefa sígildu biblíuorðin sem voru niðursokkin á línulegan hátt, bókstaflega og hafa mótað samband vestrænnar siðmenningar við náttúruna bæði nær og fjær. Túlkun þess í King James útgáfu á blessun Guðs til mannkyns í 1. Mósebók var túlkuð sem guðrækinn hóphróp af kristnum iðnrekendum og nýlenduherrum sem og könnunarsinnum: „Verið frjósöm og margfaldast og fyllið jörðina og gerið ykkur hana undirgefna, og drottnið yfir fiskunum. hafið og yfir fugla himinsins og yfir öllum lífverum sem hrærast á jörðinni."

Í dag eru þessar sömu línur túlkaðar og endurgerðar. Þegar ég var í Yale Divinity School á tíunda áratugnum var ég að læra í hebresku biblíuna hjá prófessor að nafni Ellen Davis, sem benti á tungumál sem talaði um virðingu fyrir landinu í hverri bók. Eftir áratug hefur hún sagt mér að hún hafi verið illa undirbúin fyrir reynsluna og hvernig hún breytti lífi hennar og námsstyrk hennar árum saman.

Horfðu á þessi orðaskipti við rithöfundinn og Ellen Davis

Ég var að halda fyrirlestur í gegnum hebresku Biblíuna, Gamla testamentið í fyrsta skipti. Í lok fyrstu önnar minnar sagði aðstoðarmaður doktorsnema aðstoðarmanna minna í kennslustofunni, þegar við vorum að skrifa lokaprófið: "Þú þarft að spyrja um land." Svo spurði ég,

"Af hverju?" Og hann svaraði: "Af því að þú talar um það allan tímann." Ég vissi ekki af þessu, ég var bara meðvitaður um að tala mig í gegnum allar bækur Biblíunnar. Ég myndi nú segja að það væri augljóst að ég væri að tala um land á hverjum degi vegna þess að það er ómögulegt að fara meira en nokkra kafla án þess að hafa tilvísun í vatn, land og heilsu þess, slæma heilsu eða skort á frjósömum jarðvegi. og vatn. Hins vegar kom þetta mér á óvart á þeim tíma.

Á sama augnabliki fór ég í skoðunarferð til Kaliforníu í hluta af Kaliforníu nálægt staðnum þar sem ég ólst upp, en það var nógu langt í burtu til að ég hafði ekki heimsótt í langan tíma. Ég var undrandi yfir þeim breytingum sem orðið höfðu í minningum mínum. Þá áttaði ég mig á þeim mikla greinarmun sem er á milli þeirrar óvenjulegu athygli sem biblíuritarar veita hinu viðkvæma landslagi sem þeir búa á og þeirri gleymsku sem við höfum í menningu okkar eða á þeim tíma varðandi landnotkun okkar. Kalifornía og Ísrael eru mjög lík í landslagi sínu. Báðir eru viðkvæmir, hálfþurrir. Þess vegna fannst mér tíminn vera að hrynja á vissan hátt. Það var pirrandi líking á milli þeirrar umhyggju sem landið er gefið sem er hugsað sem fyrirmynd í Biblíunni og skorts á henni sem ég sá á mínu eigin stigi.

Í millitíðinni kemst ég að því að lesa kafla, málsgreinar, sem ég hef skrifað um áður, eða haldið fyrirlestra um margoft, þegar ég lít á þá í samhengi við það sem þeir segja okkur um landið sem við búum á og heilsufar. ég sé hluti koma fram hjá mér sem ég hafði misst af áður. Það er margt sem er mér ljóst sem ég hef aldrei reynt að skilja.

Hvernig kemst þú í burtu frá því að 1. Mósebók lúti tungumálinu og sérstaklega „valdinu" - hvað finnst þér sem er ekki skýrt á þann hátt sem við höfum þýtt og notað textann?

Hebreska orðið „bardaga" er mjög sterkt orð sem ég túlka sem „reyndu hæfileikaríkt leikni meðal skepnanna". Hugmyndin um hæft leikni felur í sér eitthvað eins og handverk eða iðkun manna. án þess að neita því að menn séu til, frá sjónarhóli næstum allra biblíuritara. Ekki hver einasti, heldur næstum allir - skipa einstakan stað valds, skyldu innan alheimsins. Hins vegar er forsenda þess að hægt sé að iðka hæfileika okkar lýst í fyrri blessun í fyrri versunum, fyrir skepnur hafsins og himins. Þeir eiga líka að vera afkastamiklir og fjölga sér. Þess vegna, hvað sem það þýðir fyrir okkur að iðka hæfileika, getur ekki snúið við fyrri blessun. Mér finnst það frekar sannfærandi fyrir okkur þegar við göngum inn á sjötta stóra aldursskeiðið þegar tegundin er útdauð.

Það er mikilvægt að hafa í huga að í þínum orðum er 1. Mósebók helgisiðaljóð. Hvað þýðir það fyrir hvernig við lesum það sem það er að reyna að koma á framfæri og hvað það er að segja okkur?

Ljóð er tungumálið sem talar í hjarta okkar. Í þessu tilviki er ég að nota biblíulega hugtakið hjarta. Það sem næst orðinu í nútímamáli væri hugmyndaríkur deildir. Hjartað, eins og lýst er í biblíulíffræði, er miðpunktur tilfinninga og einnig huga okkar. Ekki er hægt að aðskilja þessa tvo þætti. Ljóðamálið er nákvæmt. Það er ítarlegt, og það er raunhæft, en samt er það ekki orðræða um staðreyndir. Það er því mikilvægt að hafa í huga að bæði upphaf og annar kafli Biblíunnar upplýsa okkur á ýmsan hátt um stöðu okkar í heiminum og segja okkur frá hinum flókna tengslavef sem við fæðumst til sem tegund. Við erum verur sem hafa verið settar á ákveðinn stað. Við erum í ákveðinni röð. Þetta er önnur nálgun við að hugsa um okkur sjálf samanborið við það sem við lítum venjulega á sem bókstaflegan lestur á Biblíunni. Það er að mínu mati óhugnanleg leið til að rannsaka Biblíuna.

Í gegnum árin, þegar þú hefur kafað ofan í þetta efni, hefur þú skrifað og unnið með Wendell Berry. Þú hefur skrifað um ljóð um umhyggju og missi með því að lýsa því sem "ljóði veranna."

Fyrsta viðmið fyrir mig þegar ég lít á okkur sjálf sem verur er athugun Rowan Williams, fyrrverandi erkibiskups af Kantaraborg og Kantaraborg, sem sagði að „nú er listin að vera skepnur næstum týnd list“. Hugmyndin um að við verðum að læra að við verðum að vera hæf og við þurfum að vera menntaðir til að verða verurnar. Í raun og veru erum við í raun og veru skepnur. Við sjáum skepnur sem hverja manneskju sem er ekki mannleg.

Þetta er krafturinn sem við njótum yfir samferðafólki okkar.

Þetta er ástæðan fyrir því að ég kýs merkinguna, "iðkun hæfrar leikni," í stað "yfirráða" vegna þess að það gefur til kynna listina að vera manneskja. Algengt er að fletta upp leiðbeiningahandbók eða kennslubók, eða einhverju öðru sem þú vilt lesa án þess að borga mikla áherslu. Þú rennir einfaldlega í gegnum það þar til þú uppgötvar kjarna málsins. En þú ert ekki fær um að skrifa ljóð á þennan hátt. Ljóð hægir á hjartslætti. Í nútíma heimi okkar ætti að þykja vænt um allt sem gerir okkur hægfara og kannski sem gjöf, eða jafnvel kall Guðs.

Ellen var fyrsta manneskjan til að kynna mér heim umhverfistrúarbragða sem ég vissi ekki einu sinni að væri til. Einn af frægustu persónum þess, Cal DeWitt er líffræðingur og vísindamaður sem hefur byggt upp og búið í heilbrigðu samfélagi í votlendinu sem umlykur dreifbýli Dunn, Wisconsin, í meira en þrjú ár. Hann er líka evangelískur kristinn.

Hlustaðu á þetta samtal meðal skaparans og Calvin DeWitt

Þegar þú byrjaðir að gera þetta í hverfinu þínu, var bærinn sem þú býrð í Wisconsin fyrir meira en 30 árum, líklega talinn vera eitthvað róttækur.

Algjörlega. Það var litið á okkur sem undarlega vegna þess að það var í rauninni ekki vandamál, þó ég tel að þú gætir uppgötvað það ef þú reyndir að finna það. Hins vegar, það sem við gerðum var að við kíktum inn í bæinn okkar. Við gerðum úttekt á öllum hlutum sem þar voru, bæir og mýrar, lindir og mýrar gamlir staðir, indjánaslóðir, byggingar og tóbaksbú okkar voru meðal þeirra. Hvað gerðist eftir að við tókum þessa einstaklega varkáru og umfangsmiklu úttekt að við vorum ástfangin af svæðinu. Við vissum ekki einu sinni hvar við vorum. Við fluttum bara inn og út ókunnugt um fegurð heimsins í kringum okkur.

Mér líkar við skilgreiningu Cal DeWitt á trúarbrögðum sem "Ástríðan til að lifa rétt á jörðinni og breiða út réttu lífinu." Það eru sjötíu tegundir plantna á eigin grasflöt. Hann segir frá því hvernig eitt sinn á fartímabilinu komu þrjú þúsund rjúpur niður á grasflöt hans til að snæða ánamaðka „vegna þess að ég er að framleiða svo marga, ekki með því að reyna, heldur vegna þess að það er það sem gerist. Cal DeWitt átti stóran þátt í að skapa gagnrýna evangelíska stuðningsmenn löggjafar eins og laga um tegundir í útrýmingarhættu frá 1996. Au Sable Institute of Environmental Studies hans var stofnað af honum og stóð í 25 ár, þróaði námskrár og námskrá fyrir kristna háskóla og framhaldsskóla. Hann opnar huga minn fyrir mannlegum vistkerfum sem eru falin fyrir glampa kynþáttaspennu, sáð inn í lífið, líkt og heimsóknir rjúpna í garðinum hans. Hann útskýrir það grundvallarvægi sem kemur frá því að snúa aftur sem dyggð guðfræði sem evangelísk kristni býr yfir í átt að liprum raunverulegum félagslegum breytingum.

Hlustaðu á þetta samtal við rithöfundinn og Calvin DeWitt

Innan hins evangelíska heims er mikill efi um vald manna og speki Biblíunnar er uppspretta lífs okkar, vinnu og daglegrar iðkunar. Þess vegna, ef lestur Biblíunnar leiðir í ljós að umhyggja fyrir sköpuninni er mikilvægur þáttur mannlegrar ábyrgðar og við höfum verið að fresta þessu, þá er kominn tími á endurskipti. The Evangelicals eru vanir hugmyndinni um

að skipta um skoðun í nafni breytingaferlisins snýst allt um. Ég tók eftir þessu snemma til miðjan áttunda áratugarins með tilliti til hungursvandamála í heiminum. Bread for the World var stofnað af kristnum mönnum ásamt öðrum samtökum sem hjálpuðu til við að draga úr hungri. Það var merkilegt og svipað og núverandi ástand á stöðum eins og Vineyard Boise núna og Vineyard kirkjan er staðsett í Idaho. Það er hvítasunnudagur. Vineyard Boise, prestur Tri Robinson, á dóttur sem var á umhverfisnámskeiðum og var að hvetja föður sinn til að tjá sig um umhverfismálin. Tri Robinson er íhaldssamur búgarðseigendur repúblikana. Það sem hann gerði, með hjálp dóttur sinnar til að átta sig á því að hann þyrfti að grípa til aðgerða. Það tók hann eitt ár af biblíunámi að uppgötva hvernig hann gæti tjáð þetta á biblíulegan hátt. Með smá skelfingu og mörgum bænum flutti hann ávarp um mikilvægi þess að vera góður ráðsmaður sköpunarinnar. Það ótrúlega er að á fyrstu stundu í lífi hans kom mannfjöldinn upp og veitti prédikaranum standandi lófaklapp.

Þeir hafa reglulega forrit til að uppræta ágengar tegundir, endurvinna efni og jafnvel fara með fjallgöngumenn til að gera gönguleiðir. Þeir hafa einnig matarbúr sem virkar ekki aðeins sem persónulegt eldhús þeirra, heldur býður upp á 23 matarbúr til viðbótar. Svæðið er lifandi og líflegt. Það er líka augljóst að meðlimum kirkjunnar fjölgar gífurlega vegna þess að það eru alls kyns umhverfisverndarsinnar sem eru látnir lausir og bíða eftir að kirkjan bregðist við og hér er það. Það er að gerast. Fylgstu með.

Cal DeWitt afhjúpar „ráðsmennsku“ og „þjónustu“ í rótum orðsins King James Bible þýtt sem „yfirráð“. Eins og Ellen Davis og allur umbreytingarheimurinn sem hann er óaðskiljanlegur hluti af og er hluti af, breyta orðin sem hann velur að nota lífi hans. Hann hefur líka eytt tíma í rannsakandi að skoða merkinguna á bak við „umhverfi“. Orðið varð til, segir hann mér, vegna sköpunar Chaucers á hugtakinu umhverfis. Orðið var skapandi áhrif þess að setja mörk á milli okkar og náttúruheimsins. á milli okkar sem og náttúruheimsins og einnig hvert annars, sem í heimi „sköpunarinnar“ gat ekki gert. Málfræðilega séð höfðum við smíðað í gegnum Chaucer tungumál Chaucer, aðferð til að skapa hindrun á milli okkar frá hvort öðru. „Svo hvað er mikilvægast við endurvakninguna af orðum eins og orðum eins og orðum eins og sköpun hugtaka eins og sköpun og að sjá um sköpun," segir hann, „er að það tengir þessi tvö orð saman.

Árið 2002, ásamt breskum eðlisfræðingi að nafni Sir John Houghton, skipulagði DeWitt viðburð sem var vatnaskil í umfangi þess til að afhjúpa íhaldssama evangelíska forystuna fyrir erfiðum vísindum á bak við loftslagsbreytingar. Fyrrverandi aðalfulltrúi Washington, D.C., Landssambands evangelískra, Richard Cizik, hefur sagt að hópnum hafi verið „breytt" í vísindi loftslagsbreytinga eftir fundinn. Cizik ásamt öðrum héldu áfram að efla vitund um slíkar áhyggjur í kirkjum um alla þjóðina. Þetta var í tengslum við þróun nýrrar kynslóðar trúaðra sem taldi að umhyggja fyrir umhverfinu væri sjálfsögð skylda. Áframhaldandi samtal um eðli Guðs heldur áfram að eiga sér stað í þessum samfélögum, það sem kom fram í The Vineyard Boise kirkjunni hefur gerst annars staðar. Börnin hafa skorað á presta sína auk foreldra og Biblíur hafa verið teknar fram og skoðaðar. Það er hugleiðing og aðgerð um skapandi skyldur trúarinnar í sköpuninni. Orðalagið „sköpunartengd umönnun" er nú orkugefandi orðatiltæki og uppspretta hagnýtrar nauðsynjar, jafnvel fyrir þá sem ekki sætta sig við vísindalegar útskýringar á þeim málum sem fyrir liggja. „Kenning Jesú, „Sjáið liljur vallarins, sjáið fugla himinsins," er mjög vel tekin hér," segir Cal DeWitt um mýrina sína, „og að sjá er svo miklu öðruvísi en bara að haka við tegundir á lífsskrá. ."

Það er auðvelt að rugla hugtakinu „sköpunargæsla" saman sem form sem er form sköpunarhyggju sem er andstæða þess sem hún er. Í raun og veru er þessu tungumáli skellt í annan endann á menningarstríðinu og loftslagsbreytingar gagnrýndar frá hinum. Í tóminu í miðjunni, þegar fólk frá báðum hliðum lítur ekki á hvort annað sem ógn, enduruppgötvum við hæfileika orðanna til að færa okkur nær hvert öðru og í burtu. Á sama tíma snúum við okkur aftur að þörfinni fyrir siðferði til að tryggja að við tökum hlýðinn rödd, tilganginn sem við leggjum í það sem við segjum; sjálfstraustið og góðvildina sem við færum til þeirra staða sem við lifum í lífi okkar. Tilgangurinn með því að læra að tala öðruvísi er að lifa lífinu öðruvísi. Það er dans og lifandi listir.

LOKATÝSINGAR

Marie Howe

Ljóð er verk hinnar glæsilegu og ófyrirvaralausu leiðar Maria Howe til að horfa á talað orð og þögnina sem við höldum eftir. Hún er ljóðskáld og flytjandi sem býr yfir ströngu kaþólskri æsku og fjölskyldudrama sem er algilt og daglegu rútínuna sem nærir okkur. Þekktasta verk hennar er kannski ljóðasafnið „What you Do for the Living Do, um andlát bróður hennar John, 28 ára að aldri úr alnæmi.

Hlustaðu á þetta samtal meðal höfundar sem og Marie Howe

Ég hafði ekki hugmynd um að eitt væri skáld og lifi enn. Sem unglingur er ég að lesa klassíska Harvard Classics. Þau voru í stofunni. Ég myndi skoða þessar bækur sem smyglað var um og reyna að finna tungumál sem nægir til að upplifa eða finna tungumálið sem gæti haldið því óskiljanlega. Sumir úr messunni gerðu einmitt það. Líkingar geta haft þessi áhrif eins og þú munt sjá. Ég er mikill aðdáandi líkinga og sagna um Nóa ásamt Abraham og Ísak og mörgum öðrum ótrúlegum gömlum sögum. Mér hefur fundist þetta vera ljóð. Þau eru full af dulúð og margbreytileika. Saga er alls staðar en við vitum líka að sannleikurinn er ekki eina sagan. Raunveruleg saga er ekki hægt að lýsa. Það er það sem ég elska við það. Mér líkar bilið á milli atburðanna.

og þar sem þú kynntist sviði ljóðlistarinnar sem feril aðeins seinna á ævinni er ég að velta fyrir mér hver reynsla þín hafi verið og hvernig þú veltir fyrir þér hvað það er sem þér líkar við ljóð sem við getum ekki gert með öðrum tungumálum og hvað það þjónar lífi okkar?

Jæja, ljóð er sannleikurinn sem ekki er hægt að tjá. Það er ekki orðatiltæki. Það er ekki þýðing. Dásamlega ljóðið sem ég hef gaman af er ráðgáta að vera á lífi. Þetta er orðabundið safn sem finnst eins og það sé sjálfgefið. Það er frábær, frábær og frábær prósa, þú veist fallegur prósa. Þú og ég getum líklega notað eitthvað af þeim í dag. Ljóð er tegund af trance-líkri persónu. Það er eins og upplifun. Dóttir mín var heima þegar þetta gerðist.

daginn og hún var að gera þetta snöggt. "Ekki láta mig smella fingrunum í Z-myndun/skýringum/tala við höndina, tala við úlnliðinn/Ó, stelpa, þú ert bara drulluð." Þetta var eins og gagnálög fyrir vonda stelpu. Ég var að hugsa, þetta er það sem við getum öll gengið í gegnum með, nokkrar gagngaldra. Ljóð, þegar þú hugsar um uppruna þess eru þeir.

Orð sem skapa töfra.

Algjörlega. Hugsanlegt er að upphafsljóðið hafi innihélt lag sem móðir söng fyrir barnið sitt, eða hið belgíska Allt er í lagi Allt er í lagi og allt er í lagi. Voru hér. búðu þig undir að fara að sofa. Eða við báðum um rigningu eða við þökkuðum guði kornsins eða sungum fyrir dádýr sem við ætluðum að veiða. Það er svívirðilegt. Það er eins og rætur þess verði aldrei teknar af helgri jörð.

Ég elska alveg síðustu línuna í ljóðinu sem þú skrifaðir, "The Meadow":

". . . Þunginn, mannlegur, barátta þín þegar þú ert vakandi er að velja á milli setninganna sem liggja á tungu þinni um þessar mundir og átta þig á því að mitt á milli þeirra og algjörlega skáldsaga er setningin sem gæti breytt þér að eilífu." Það er frábær nálgun til að hugleiða hvernig tungumál virkar og hversu flókið það varð til í lífi okkar.

Tungumál nútímans er næstum allt sem eftir er af athöfnum í þessum nútíma heimi. Fyrir mörg okkar að minnsta kosti hefur það sem við gerum breyst í það sem við segjum og siðferði lífs okkar birtist í því sem við segjum meira en við gerum í raun.

John Paul Lederach

Í meira en þrjá áratugi eyddi John Paul Lederach fjóra til fimm mánuði á vettvangi og auðveldaði dauða- og lífskreppu í meira en tuttugu og fimm þjóðum og í fimm heimsálfum. Hann er meðal dáðustu sáttasemjara í dag sem og kennari í Notre Dame, og ævilangur búsettur í Bandaríkjunum.

Mennonít er tákn um ævilanga vígslu við friðaruppbyggingu.

Skoðaðu þessi orðaskipti John Paul Lederach.

Ég hef verið mjög forvitinn af tengingunni við ljóð, frið og að byggja upp sambönd á undanförnum árum. Ein af innsýninni og aðalsviðið í persónulegri iðkun minni var að kanna mikilvægi þess að nota eins konar haiku-mat á margbreytileikann. Þetta er, eins og ég lít á það, hæfileiki til að geta skilið hið erfiða. Á vissan hátt er haikúistinn alltaf að reyna að fanga heildardýpt mannlegra samskipta, þó með minnstu orðum sem þeir geta. Þetta er heillandi. Ég er mikill aðdáandi haikú og ég er að fara aftur að rótum haikúsins í þeim tímum sem japönsk skáld stóðu fyrir. Leiðin sem þeir skildu verkið sem þeir voru að skrifa snérist um að vera í ákveðnu umhverfi, sérstaklega náttúrulegu samhenginu. Þeir tengdu upplifun okkar mannsins og fegurð náttúrunnar við stíl sem gæti sannarlega miðlað tímanum og árstíðinni og mannlegri upplifun í örstuttum fimm atkvæðum, sjö atkvæðum, fimm atkvæðum. Oliver Wendell Holmes skrifaði einu sinni: "Ég myndi ekki gefa neina mynd fyrir einfaldleikann á þessari hlið margbreytileikans, en ég myndi gefa líf mitt fyrir einfaldleikann hinum megin við flókið."

Ég dýrka þetta.

Það er það sem haikúistarnir sækjast eftir. Svo ég reyni ýmislegt. Eitt af því er að ég hef orðið meðvitaðri um tengslin milli náttúruheimsins og þess að vera í honum, auk þess að vera meðvitaður um hlutina sem gerast þegar við erum í ofbeldisaðstæðum. Fyrir mér er það endurstilling í vissum skilningi. Hinn er

Þess vegna, þegar ég ferðast í vinnuna mína, lít ég á samræður fólks fyrir haikú. Það sem ég tek eftir er að oft, þegar einhver segir eitthvað, og allir hafa aha augnablik um það sem sagt var, þá er það oft leið til að fanga þann einfaldleika mitt í margbreytileikanum. Það virðist oft vera nokkuð nálægt, en það er ekki í formi haikú. Ég get gefið þér nokkra af þessum ef þú vilt.

Já.

Ég tel þau vera ljóð í samtölum.

Sjö árum eftir undirritun föstudagssamkomulagsins var ég á fræðslunámskeiði á Norður-Írlandi. Þótt fólkið hafi verið sátt við að samningurinn hafi verið lögfestur taldi hann það vera merki um að Norður-Írland hefði steingert í trúarlegri og pólitískri spennu. Það var ljóst að hlutirnir voru ekki breytilegir og að það gæti ekki verið mikið betra. Í samtali um kvöldmatarleytið deildi einn samstarfsmaður minn á Norður-Írlandi sem ég sat með þessari hugsun og ég setti hana í formi haikú. Ég er ekki alltaf að nefna haikusinn minn og þessi heitir "Rainbow's End?"

Hann gæti sagt að þetta

getur verið eins hátt og maður ætlar að vera

Friðsælt ofstæki.

Annað. Ég hef nokkrum sinnum unnið með þjóðernishópi frá Búrma. Þeir eru kallaðir etnískir minnihlutahópar, jafnvel þó þeir séu í meirihluta. Þetta þýðir að þeir eru ekki Búrma. Þeir hafa líka vopnaða herafla, og berjast við marga þeirra í mörg ár og áratugi, gegn núverandi stjórn. Ég vann með útvöldum hópi fólks sem af eigin ástæðum var fenginn sem milligöngumenn um skutl. Þeir voru að reyna að ræða, opna eða koma af stað einhvers konar samkomulagi milli einstaklinga sem tilheyrðu ríkisstjórn Búrma auk ýmissa þjóðernishópa. Það voru litlir hópar einstaklinga úr hverjum þjóðernishópnum sjö eða átta.

hópa. Árið 2003 var í fyrsta skipti sem ég sat í meira en viku og tók bara inn frásagnir þeirra. Frá sjónarhóli hlutlauss sáttasemjara ein erfiðasta saga sem ég hef heyrt.

Ég man eftir hópi sem var staðsettur í nálægð við landamæri Bangladess að Búrma og þurfti að koma upplýsingum um landamærin til yfirmanns brynvarins hóps sem var staðsett hinum megin. Hins vegar gátu þeir ekki farið beint yfir landamærin inn á svæðið. Þeir þurftu að fara allt upp til Yangon, sem er höfuðborgin. Yangon og fáðu síðan vegabréf. Skila þarf hverju vegabréfi eftir hverja heimsókn. Eftir það myndu þeir fljúga til annars lands til að senda ein skilaboð. Síðan, alla leið til baka, til að flytja skilaboðin áfram. Margoft fundað með staðbundnum leiðtogum eða hópum sem myndu halda þeim sem voru í haldi í margar vikur í senn þar til þeir gátu ákvarðað hvort þeir væru lögmætir.

Sjónarhornið sem þú færð þegar þú ert í þessum aðstæðum er ótrúlegt varðandi áskoranirnar sem þeir standa frammi fyrir. Hópurinn sem ég var í samskiptum við vísar hópnum sínum undir nafnið „The Mediators Fellowship“. Þetta er ástæðan fyrir því að ég skrifaði stuttan haikú þegar ég fór frá Yangon og bar titilinn „Ráð frá Mediators Fellowship“.

Nenni ekki að spyrja fjallið

til að hreyfa þig þarftu bara að hreyfa þig, bara taka

í hvert skipti sem þú heimsækir.

Ertu að leita að annarri?

Já!

Tadsjikistan. Þetta var þýtt aftur á tadsjikísku yfir á ensku auk þess sem hvernig það var sungið í þýðingunni virtist vera haikú sem var næstum fullkomið. Það eru mjög undarleg landamæri innan Mið-Asíu, sem Stalín stofnaði og hafa skapað örsmáa hluta helstu hópa. Hvert land er óverulegur hluti íbúa hins landsins.

Sumar af stærstu borgunum af einni tegund eru í löndum sem ekki búa við íbúa. Þetta er ljóðið sem birtist:

Guðir og fólk elska kort

Þeir teikna landamæri með penna sem þeir nota til að draga landamæri

Kljúfa líf, eins og öxi.

Ann Hamilton

Heimspekingur að nafni Simone Weil skilgreindi bæn sem „algjörlega óblönduða athygli". Listakonan Ann Hamilton sýnir þessa hugmynd með víðáttumiklum listaverkum sínum sem sameina öll skilningarvit til að uppfylla löngun margra okkar, að hennar sögn sem „ein saman".

Hlustaðu á þetta samtal meðal höfundanna og Ann Hamilton

Einn af vinum mínum sem er ótrúlegur rithöfundur, Susan Stewart, sagði að heyrn væri eins og okkur liði þegar við erum aðskilin. Hvað er það ekki fallegt? Þannig byrja ég verkefnin mín á margvíslegan hátt: Ég reyni einfaldlega að greina hvað ég vil að eitthvað verði. eða til að finna bestu spurninguna. Hlustun er greinilega sérstakur hlutur til að gera í samtölum. Það er æfing fyrir mig í viðbrögðum mínum við rýmum. Tilfinningin í uppbyggingu herbergis hefur nú þegar allar þessar upplýsingar. Rýmið hlustar á þig.

Ég tel að hlustun sé kunnátta sem við verðum að æfa, þar sem dagleg rými okkar eru ekki hönnuð til að vera hlustunarrými.

Við erum tengd. Það er mjög erfitt fyrir mig að vera með hvers kyns heyrnartól eða sólgleraugu því ég er hrædd um að ég sé ekki þarna á neinum stað. Ég er ekki þar. Það eru nokkrir

sía í gangi. Hins vegar er málið hvernig veitir þú athygli þinni eigin rödd?

Þér líkar tungumálið sem er nefnt "framleiðandi "framleiðandi" ... eins mikið, eða kannski kallað undir titlinum "listamaður." Og það er mín eigin athugun að svona tungumál eigi einnig við um alla aðra Listamenn eru sérhæfðir og sérhæfðir, en gerð er hins vegar eitthvað sem við gerum öll eftir okkar eigin einstöku hætti og jafnvel í fjölskyldulífi okkar.

Það eru ótal leiðir til að búa til. Mér finnst gaman að lesa orðabókina. Til dæmis inniheldur Oxford English Dictionary ég veit ekki hversu margar síður tileinkaðar „gerð" og „gerð" og alla möguleika þess. Þetta er eins og að gera úttekt á öllum þeim efnum sem til eru í heiminum sem þú gætir breytt á nokkurn hátt. Það er frábær leið til að skemmta þér það sem eftir er ævinnar. Við erum blind af þeim möguleikum sem við getum. Þess vegna er ég með þessi litlu brellur sem ég nota sjálfur til að afhjúpa þessa möguleika. Það ættu allir að prófa.

Ég hef mikinn áhuga á hugmyndinni um að lesa orðabók. Ég hef aldrei velt því fyrir mér.

Vá, þetta er svo glæsilegt. Eins og efni eiga sér sögu dýrsins eða tækninnar sem skapaði þau, eða staðinn sem þau komu frá á jörðinni, þá eiga orð allar þessar sögur. Það er ástæða fyrir því að ákveðin orð eru áhrifarík, og það er vegna sögunnar sem þau segja okkur um. Þess vegna er nauðsynlegt að lyfta því upp á viðurkenningarstig.

Vincent Harding

Ég naut þeirra forréttinda að fá að taka viðtöl og kynnast Vincent Harding, sem lést árið 2014 áttatíu og tveggja ára. Hann og eiginkona hans Rosemarie áttu stóran þátt í að hjálpa Martin Luther King Jr. að skapa hugmyndina og iðkunina um ofbeldi í Mennonite Center í Atlanta, og hann aðstoðaði einnig við að hjálpa King að skrifa sína

Umdeild ræða í Víetnamstríðinu. Vincent Harding eyddi áratugunum frá því hann dó til lífsins, til að koma ungmennum í samband við borgaralega réttindagæslumenn sína og öldunga. Hann deildi líka reynslu þeirra, hann lýsti þeim, ekki sem persónum í sögubókunum, frekar "lifandi og lifandi og stórfenglegum."

Hlustaðu á þetta samtal höfundarins við Vincent Harding

Ég er forvitinn af toppi andlegs ímyndunarafls og siðferðislegrar ímyndunarafls sem hefur þróast út frá margvíslegri reynslu þinni, og augljóslega borgaralegrar réttindabaráttu. Hugtökin borgaraleg og kurteisi eru oft notuð í Ameríku um þessar mundir. Þú hefur tekið það skýrt fram að það að draga úr þeirri umbreytingu sem þú tókst þátt í á sjöunda áratugnum í „borgararéttindi" var ekki nákvæm og að orðið „borgaraleg réttindi" er ekki nógu stórt orð. Það sem ég er að heyra er að margir halda að kurteisi sé ekki viðeigandi orð til að nota í nútímanum líka.

Ótrúlegt, ég var ekki enn búinn að ná sambandi sem þú ert að búa til út frá mínum eigin hugsunum og það er frábært. Þess vegna verðum við öll að vera saman. Ég hef sannfærst í auknum mæli um að það sem við erum að ræða er ekki hvernig við getum tekið þátt í meiri borgaralegum umræðum. Það sem við erum að ræða sérstaklega í félagslegu samhengi er hvernig á að geta tekið þátt í samtali án aðgreiningar. Þetta er það sem við krefjumst. Við erum ekki sérfræðingar í því að gera frelsislausa þjóð sem samanstendur af mörgum, mörgum ólíkum þjóðum með ólíkan bakgrunn sem hefur margvísleg tengsl og sannfæringu og með margvíslega reynslu. Það er mikilvægt að skilja að við getum, þrátt fyrir allan þann skaða sem við höfum valdið hvert öðru, hvernig á að halda áfram opnum og heiðarlegum samræðum sem á vissan hátt hvetur okkur til að íhuga bestu rök hvers annars og verðmætustu framlög til að komast að því. hvernig tengja þessa þætti saman til að mynda betri einingu.

Frá upphafi hefur þú sagt að spurningin um hvernig eigi að vera lýðræðislegur felur í raun í sér að íhuga málið að lifa í hugmyndinni um "fullkomnara stéttarfélag". Ég held að það sé gagnlegt sem leið til að gera orðið aðgengilegra.

Ég, Krista, er líka að vekja máls á því hvað það er sem gerir okkur að raunverulegum manneskjum. Lýðræði er bara önnur aðferð til að ræða það mál. Trúarbrögð eru önnur aðferð til að ræða málið. Hvert er hlutverk okkar í heiminum? Og er tilgangurinn bundinn við skuldbindingar okkar við mann sjálfan og heiminn í heild? Þetta virðist allt við fyrstu sýn tákna blöndu af mismunandi tungumálum sem eru að reyna að skilja það sama.

Við skulum ekki gleyma því að samfélagið sem átti stóran þátt í sköpun King og sem hann hjálpaði að hlúa að var eitt og átti sér rætur í lífi andlegs og trúarbragða. Það voru lífshættir þeirra. Til dæmis skildu allir í kringum hann að hann tók þessu gamla fallega tungumáli mjög alvarlega þegar hann sagði að það sem hann vildi væri ekki bara jafnrétti eða réttindi. Það sem hann var að leitast við var þróun „hins ástkæra samfélags“. Hann sá alla hluti sem voru ásteytingarsteinn gegn æðsta mannlegri þróun okkar og stærstu sameiginlegu þróun okkar, eins og aðskilnað fólks og yfirburði hvítra.

Í ákvörðun sinni um að grípa til aðgerða til að binda enda á þessi lög, þessar aðferðir, var hann að gera þetta ekki sem spurning um borgaraleg réttindi, heldur frekar djúp andleg skylda. Fólk eins og Jimmy Baldwin og fleiri, Malcolm gat um tíma ekki ímyndað sér hvað Martin hefði getað séð þessa möguleika. Hins vegar tel ég að Martin hafi séð það vegna þess að hann horfði í gegnum auga fullt af samúð og ást. Það auga gerir okkur kleift að fylgjast með hlutum sem annars gætu gleymst.

Þú hefur lýst því yfir að það áhugaverðasta og lærdómsríkasta fyrir ungt fólk sem þú lendir í eru sögur borgaralegra réttindasinna sem hafa hjálpað samfélaginu og eru enn að reyna að bæta sig.

Mín persónulega reynsla, Krista, er sú að það er eitthvað djúpt innra með okkur sem er háð sögunni sjálfri. Sögur eru uppspretta þess að það er ómögulegt að verða raunverulegar manneskjur fyrir okkur sjálf og fyrir aðra án sögu. Og án þess að finna leiðir geturðu deilt því með öðrum, miðlað því og þróað það, til að hjálpa ungu fólki að segja sína eigin sögu. Einnig hvetjum við yngra fólkið til að leita til öldunganna til að leita að þeim sem hafa verið þar, en ekki fræga fólkinu og ekki sjónvarpsstjörnunum, heldur einstaklingunum sem aðrir þekkja ekki og hafa átt svo yndislegt líf. Finndu þá, eyddu síðan tíma með þeim og lærðu að spyrja viðeigandi spurninga svo að opnun komi upp. Ég trúi því að þjóðin verði ekki hennar besta sjálf fyrr en við getum fundið aðferðir til að stofnanafesta þetta ferli að deila sögum af öldungunum á skilvirkari hátt.

Þegar þú segir að menn hafi eðlilega þörf fyrir sögur þá sannar verk þín að menn vita líka hvernig á að takast á við sögur, finnst þér það ekki? Til að tryggja á sama hátt, segir þú að börnin sem þú vinnur með skilji hvernig á að nýta þessar sögur sem verkfæri og bita af valdeflingu í heiminum í dag og nútíð.

Já, þeir eru verkfæri fyrir það besta í starfi sínu. Það er kjörinn tími fyrir unglingana okkar og aðra að spyrja til hvers erum við hér til að vera hér? Erum við hér af öðrum hvötum en að keppa við Kína eða sækjast eftir skilvirkustu tækniframförum? Eru hlutir sem við erum hönnuð fyrir eða erum ætluð til að ná, til að ná? Jimmy Baldwin var vanur að tala um að við „náum okkur sjálf", finnum manneskjuna sem við erum, hvað við erum að gera og færum það hvert til annars.

Þegar móðir og barnið í kjöltu hennar byrjar að deila sögum er það ekki bara til að miðla upplýsingum. Oftast, hvert sem ég fer þegar ég er að tala, byrja ég á því að biðja fólk um að segja sögur sínar. Það er heillandi að sjá hvað fólk lærir um eigið líf, um sambönd sín og líf sitt.

samfélag. Þetta er augljóst jafnvel í sumum skrýtnustu aðstæðum. Það er dásamlegt.

Walter Brueggemann

Titill Walter Brueggemann hefur verið samheiti við hugtakið "spámannlegt ímyndunarafl" í þrjú ár kristinna predikara og kennara. Þegar þú situr með honum, ertu hluti af grimmri sannleikssögu og grimmri bjartsýni hefðarinnar sem hann þekkir. Hann er lifandi dæmi um að það sé til „spámannlegt ímyndunarafl" í nútíma, óskipulegum heimi okkar. Spámenn, hann segir að þeir hafi alltaf verið skáld.

Hlustaðu á þetta samtal höfundarins við Walter Brueggemann

Í þeirri opnari guðfræðihefð þar sem ég var alinn upp, vorum við aðeins að tala um hlutverk spámannanna sem siðferðisleiðsögumenn. Áherslan var ekki á listræna eða fagurfræðilega þætti kennslu þeirra. Það er hins vegar eina leiðin til að hugsa út fyrir kassann. Með öðrum orðum, frjálslynd sókn fyrir réttlæti er bara hugmyndafræði sem hefur ekki vald til að umbreyta. Það er ástæðan fyrir því að það er svo merkilegt við ljóðið - það er svo óljóst að það er ekki hægt að draga það niður í formúluform. Það er mikið aðdráttarafl fyrir frjálshyggjumenn sem hafa áhyggjur af réttlæti væri að draga það niður í formúlu þá. . .

. . . að gera annan isma.

Það er rétt. Svo birtist ljóðið og svo brotnar það upp.

Það er kraftur tungumálsins og form tungumálsins. Skrif þín innihalda orð sem eiga uppruna sinn í spámannlegum skrifum, en eru ekki spámannleg.

er hluti af nútímamáli. Harmakvein er ein þeirra. Láttu mig vita eitthvað um harma.

Harmakvein er mikilvægur hluti af námi mínu og þráhyggju. Það er Harmljóðin er safn ljóða sem syrgja eyðileggingu Jerúsalem sem var eyðilögð. Hins vegar eru sálmabókin, sem er um það bil þriðjungur frá henni, eða að minnsta kosti þriðjungur af sálmabókinni, söngvar eða bænir um sorg, missi, sorg og reiði, sem þýðir að stór hluti af því sem við vitum um verið er að taka frá okkur reynslu Gamla testamentisins af trú. Það sem er heillandi er að í kirkjustofnuninni hefur með kennslubókinni og helgisiðunum verið útrýmt harmakveinunum.

Við vitum ekki hvað við eigum að gera við þessum erfiðu kössum.

Við viljum það ekki. Að lokum má líta á Jerúsalem sem Gamla testamentið sem jafngildir 11. september. Þetta er 9/11 þeirra.

Dagana eftir 11. september talaði ég við nokkra menn eins og rabbína auk evangelísks guðfræðings sem las upphafslínuna úr Harmljóðunum fyrir mér „Hversu einmana situr borgin".

Það er bara rétt passa. Við höfum vanrækt sorgarhlutana, við erum ekki í stakk búnir til að takast á við tapið sem við stöndum frammi fyrir í heiminum okkar. Við höldum áfram að þykjast og láta eins og ekkert sé að gerast hjá okkur.

Okkur hættir til að hugsa um mynstur og samfellu, fyrirsjáanleika kerfa og áætlana. Í Biblíunni er við erum. Ef þetta eru jákvæðar truflanir, þá vísar Biblían til þeirra sem kraftaverka. Við notum þessa setningu venjulega ekki um neikvæða atburði. Hins vegar gefur það í raun í skyn að veruleiki lífs okkar og raunveruleiki Guðs endurspeglast ekki í hagræðingaráætlunum okkar. Það skiptir ekki máli hvort maður vill ræða það í gegnum linsu Guðs eða ekki, það er spurning um persónulegt val.

Samt er það raunveruleiki lífsins, að líf okkar er vettvangur fyrir hvers kyns truflun þegar hlutirnir snúast ekki eins og við ímynduðum okkur.

Stærri rökin sem þú hefur verið að ræða eru bókmenntaleg, fagurfræðileg ljóðræn næmni spámannlegrar hefðar. Það er að orðin eru einstök og umbreytandi. Það fjarlægir þá rödd úr hinum pólitíska kassa. Ég er mjög meðvituð um að það eru mörg orð sem trúað fólk elskar og eru þeim nauðsynleg - orðið réttlæti, friður og friður.

Orðin sjálf eru lituð. Þeir eru fullir af persónulegum og pólitískum farangri er það ekki? Þeir eru annað hvort frjálslyndir eða íhaldssamir eða eru hluti af hugmyndafræði.

Ég hef í auknum mæli verið að hugsa um hvað mér finnst alveg ótrúlegt að spámenn Gamla testamentisins tala varla um efnið „málefni“. Það sem þeir eru að gera er að fara undir efnin sem eru áhyggjuefni fyrir fólk í nútíðinni, og til grundvallarviðhorfa sem hægt er að afhjúpa á fimmtungu tungumáli. Mikið af kirkjustofnuninni er upptekið af málunum. Þegar við einblínum á málefni missum við kraft umbreytinga. Það er þá hugmyndafræði á móti hugmyndafræði, sem er ekki besti árangur fyrir nokkurn mann.

Ert þú fær um að hugsa um dæmi þar sem þú hefur orðið vitni að trúarleiðtoganum eða samfélaginu að brjóta reglurnar? Þú meinar, fara út fyrir stöðina?

Já, Martin Luther King gerði það stundum. Ég tel að á hátindi hans hafi verið biblíuskáld. Ef þú hugsar aðeins um línuna "Ég á mér draum" - flaug hún í burtu. Hann var ekki að ræða möguleikann á að setja lög um borgararéttindi en það var draumur hans. Það gerist af og til svipað og það.

Markmiðið er að endurskilgreina vandamálið til að gera okkur kleift að endurupplifa veruleika samfélags okkar, sem er beint fyrir framan okkur, en frá nýju sjónarhorni.

KAFLI 3: NÁÐ LÍKAMANS

Efni tengist hafi, tré og himni; hold og blóð gera okkur hluti af þeim veruleika; að samþykkja þennan sannleika er bæði frelsandi og hughreystandi.

Hugur og andi eru órjúfanlega samtvinnuð; skilningur okkar takmarkaði bara sambúð þeirra. Tilfinningar og minningar frá örvæntingu til gleði fara djúpt í gegnum okkur öll; frá beindjúpri ást, ástarsorg eða "hertu hjarta" Faraós - orð sem við höfðum lengi notað, nú með einhverja merkingarbæra túlkun. Heilinn okkar skapar líkamlegar leiðir; líkamar þjóna sem þrá og gleði sem og ótti í eðli sínu.
Læknisfræði varð í auknum mæli list að meðhöndla hluta okkar frekar en heildina. Trúarbrögð skiptu okkur enn frekar með háum dulrænum hugmyndum um að sálir okkar væru föst inni í líkama, sem og guðfræði sem gerði hold og synd ógreinanlegt. Merkilegt nokk spilaði meira að segja upplýsingin inn í þessa þróun; Descartes horfði á ný vísindi reyna að útlista raunveruleikann með stærðfræðilegum aðferðum á meðan hann skildi eftir pláss fyrir ímyndunarafl og anda með frægu yfirlýsingunni sinni "Ég hugsa, þess vegna er ég." Því miður varð þessi setning síðar að hljóðbiti uppljómunar og minnkaði það sem gerði okkur að mönnum en minnkaði andlega þætti sem hluti af þeirri jöfnu.
Bragð, snerting, lykt, sjá og heyra eru skynfærin mín sem koma saman í huga mér til að mynda reynslu mína og lífssögu; líf mitt hreyfist í takt við þessar tilfinningar eins og lýst er í bókinni um almenna bæn á ljóðrænara tungumáli - þar sem myndast hver ég er!

Heimspekingar og læknar ætluðu aldrei að skauta okkur frekar, en það er einmitt það sem gerðist sem menn, við tökum ósjálfrátt stóran sannleika út í öfgar til að reyna að stjórna þessu óskipulega lífi sem við lifum, með langanir, þarfir og göt fyllt af óhófi. Nú erum við hins vegar að koma aftur niður á jörðina; að endurtengja þrá okkar eftir heilleika við lífeðlisfræðina sem við þekkjum svo vel og taugafrumur hennar sem veita þessa þekkingu er kraft. Líkamleg, tilfinningaleg og andleg líðan skerast hvert við annað þéttari en við ímynduðum okkur og þessi þekking veitir vald yfir hvoru tveggja. Trúarbrögð voru, lengst af í sögunni, yfirgripsmikil upplifun fyrir allan líkamann: við dönsuðum og sungum og hlógum og grétum á meðan við athöfnum lífsgönguna í gegnum helgisiði sem innihéldu dans og söng, hlátur og grát, brjótum brauð saman í sameiginlegum helgisiðum eða einfaldlega krjúpa og brjóta saman hendur til að biðja eða brjóta brauð; helgisiði til að syrgja, safnast saman eða fagna - þessar aðgerðir skapa innyflum tíma og líkamsstöðu; þeir eru eins og líkamlegir afleiðingar ljóða sem hafa mikið táknrænt gildi; helgisiðir hjálpa til við að losa um tilfinningar á sama tíma og þeir innihalda minnið í gegnum sameiginlegan tíma - þeir búa til innyflum tíma og líkamsstöðu sem fela í sér minni með sameiginlegri tímatengdri aðgerð sem skapar

innyflum tíma og líkamsstöðu sem þjóna mikilvægi þeirra en veita samfellu yfir tíma og líkamsstöðu. ;
Og allar hefðir sem veita okkur merkingu og siðferði hafa holdgert hjarta: Búddismi býður kennurum sínum, hindúismi sína guði; Gyðingdómur og íslamsspámenn sem líkjast sjálfum sér í gegnum tíðina; á meðan kristnin boðar að Guð gangi inn í líkamlega tilveru með okkur - deilir gleði, sorgum, ljóma af dýrð og stöðugri endurkomu til hjálparleysis.
Mótmælendaheimur bernsku minnar breytti tilbeiðslu í upplifun þar sem hryggurinn er beint á óþægilegum bekk með augun beint fram. Í fyrstu birtust heilagar persónur sem heilluðu mig þegar ég sneri aftur til að íhuga trúarbrögð alvarlega á tvítugsaldri, allar á yfirborðinu til að móta ákveðin mörk á milli líkamlegrar og andlegs eðlis; nú sé ég hlutina hins vegar með öðrum augum: dulspekingar hafna svo innilokuðum, öruggum líkamlegum eiginleikum þar sem þeir sökkva sér niður í hold og blóð í hráu ástandi þess - eins og þegar Búdda yfirgaf höll sína til að búa utandyra þar sem hann vaknaði við margvíslegar mannlegar þjáningar eða Julian frá Norwich sem bjó ein inni í klefa sínum - þar sem hún vaknaði fyrir alls kyns mannlegum þjáningum;
Þessir fornu rithöfundar brugðust við svartadauðanum með dauða og ástríðuleikritum og reyndu að skilja Guð með þessum athöfnum. Það voru líka skrif bróður Lawrence, sem iðkun hans á nærveru Guðs fólst í því að framkvæma jafnvel hversdagsleg dagleg líkamleg verkefni sem heilög athöfn eins og að þvo sérhvern rétt sem hluti af daglegri iðkun hans á nærveru Guðs.

Rumi skrifaði um dervisha sem snúast til að halda jafnvægi á meðan þeir hreyfa sig, og ég get vottað að gangandi hugleiðsla með Thich Nhat Hanh skilur eftir tilfinningu sem er sannarlega lifandi í líkama, anda og huga.
Búddismi í ýmsum afbrigðum sínum hefur þróað háþróaða sálfræði hjarta-hugs, aldrei aðskilið þetta tvennt á upprunamáli sínu. Í gegnum árþúsundir hefur það einbeitt sér að íhugunargreinum til að rannsaka og róa hugann sem daglegar venjur. Þar sem nútíminn og nýlendustefnan ógnaði hefðinni sjálfri, opnuðu klaustur sem vörðu hana þessar venjur fyrir öllum. Og til að bregðast við félagslegri ólgu á sjöunda áratugnum fóru ungir Vesturlandabúar að ferðast til Indlands og Búrma til að læra hugleiðslutækni. Ég tók viðtal við nokkra þessara brautryðjenda: Sharon Salzberg, Joseph Goldstein, Sylvia Boorstein og Mirabai Bush - meðal margra annarra - þegar þeir sneru heim ekki sem prédikarar heldur sem innflytjendur andlegrar tækni sem getur boðið upp á tafarlausar lausnir í nútíma heimi nútímans.
Jon Kabat-Zinn kynntist fyrst hugleiðslu þegar hann lærði sameindalíffræði við MIT. Samkvæmt Kabat-Zinn eru vísindamenn frábærir hugleiðslumenn vegna þess að þeir eru ánægðir með að vita það sem þeir vita ekki - eitthvað sem honum fannst sérstaklega gagnlegt sem tilraun til að samræma orku sem hafði verið órólega samtímis á barnæsku hans og bæði vísinda- og málaraforeldrar bjuggu órólega saman. . Með tímanum fannst honum það sem hann lærði ætti að vera aðgengilegt og viðeigandi til

að lækna sjúkdóma, draga úr streitu; á níunda áratugnum stofnaði hann það sem varð þekkt sem Mindfulness Based Stress Reduction; leggja verulega sitt af mörkum til að hjálpa vestrænni læknisfræði sem heldur áfram enn í dag.

Hlustaðu á þessi orðaskipti Jon Kabat-Zinn og Dr. Amy LeFever
Þessi tækni eða innangeðræn tækni - hvað sem þú kallar hana - býður okkur upp á tækifæri til að tengjast stöðugt aftur við það sem er dýpst og best innra með okkur. Þetta er ekki lengur eitthvað sem aðeins er hægt að ná með Harvard tímum eða að vinna í áratugi í vínekrum - þú hefur nú þegar allt, þar á meðal með núvitundariðkun sem felur í sér sitjandi líkamshugleiðslu, liggjandi líkamsskönnun, meðvitandi hatha jóga eða hvaða öðru formlegu eða óformlegu formi sem er - það er lífið sjálft, sem nær yfir að heyra, sjá, lykta, smakka, snerta og „hugsa".

Samlíking þín sýnir fullkomlega hvað er í húfi: hvert augnablik sem við viðurkennum ekki sem mikilvægt er glatað að eilífu, samkvæmt Thoreau í Walden: „Aðeins sá dagur rís sem við vöknum til.

Aðeins sá dagur rís sem við vöknum til. Þessi tilvitnun í þriðju til síðustu línu Waldens lýsir raun hans í Concord árið 1844 - oft álitinn friðsæll - meðan á friðsælu lífi búskapar og friðargerðar á sínum tíma stóð. Walden var í raun og veru að lýsa lífi íbúa og bænda þar sem rólegri örvæntingu, ekki svo ólíkt því hvernig við lítum á tölvupóst eða internet sem trufla okkur frá okkur sjálfum í dag.

Menn búa við ástand sem kallast homo sapiens sapiens; þetta nafn kemur frá latínu sapere sem þýðir að smakka eða vita; með öðrum orðum, við vitum að við vitum og það er hluti af því sem skilgreinir okkur. Kannski til að eiga þennan titil í alvöru þurfum við að rækta meðvitund fyrir sjálfa vitundina sem leiðarvísir okkar sem menn. Á hverjum tímapunkti í lífi okkar þurfum við að taka ákvarðanir um hvað við eigum að fjárfesta í og hvar við búum, hvert við eigum að senda börnin okkar í skólann og hverjir eiga að sitja við matarborðið okkar. Í raun skiptir hvert augnablik máli þegar lifa lífinu eins og það ætti að gera.

Eftir því sem við fáum þessa lexíu, því meiri líkur eru á því að við hlaupum ekki í átt að dauðanum heldur opnum okkur fyrir lífinu. Það er gríðarlegur munur á þessum tveimur leiðum og allar tiltækar vísindalegar vísbendingar benda til þess að þegar fólk velur líf í stað dauða á þennan hátt breytist heili þess bæði hvað varðar form og virkni sem og viðbrögð ónæmiskerfisins, líkamshitastjórnun breytist verulega - á endanum sjá um það sem skiptir mestu máli við okkur sjálf bæði líkamlega og andlega, þar á meðal að bæta samskipti við vini, ástvini og okkur sjálf.

Afi minn, sem predikaði í Suður-Baptist, hafði gnægð af orku, smitandi hlátri og yfirþyrmandi ástríðu fyrir ömmu minni. Nærvera hans var mótefni við guðfræði hans, sem var undirbyggt af þrúgandi reglum: engin drykkja, reykingar eða kynferðisleg samskipti voru leyfð - enn önnur voru dans, spil, sund og stuttbuxur sem bönnuð hegðun. Prédikanir hans sýndu heiminn sem í eðli sínu svikulinn stað og líkama okkar sem hugsanlega inngönguleið hættu. Seinna áttaði ég mig á því að það var greind á bak við reglurnar hans; hver og einn boðaði yfirvofandi brekkuferð á meðan hann lifði.
Afi minn var alinn upp í hörðum landamærum Oklahoma löngu áður en Tólf spor urðu almennt - áður en fíkn eins og spilafíkn eða áfengissýki var ekki lengur litið á sem dauðadóma, áður en kynlíf gat átt sér stað án ótta við þungun, áður en fæðing utan hjónabands var hversdagslegur viðburður og áður en fóstureyðing gæti valdið eyðileggingu mannslífa.

Eins og foreldrar mínir gerðu, fyrirleit ég reglur hans. Þeir voru ekki lengur skynsamlegir í heimi okkar getnaðarvarna og pör brúa nætur með alkóhólisma þegar áhrif þess fjaraði út, samt misstum við nauðsynlega auðmýkt gagnvart náttúrunni sem kynslóð afa míns þekkti nógu vel til að þekkja og virða. Þess í stað lifðum við miðaldarsýn um að stjórna náttúrunni með stefnu og lyfseðlum til að stjórna villtum hliðum hennar í stórum og smáum hætti.
Heimili og umhverfi voru innbyrðis háð svið: íbúaeftirlit og mengunarfækkun voru aðalatriði í baráttunni gegn fátækt; heima höfum við bælt eld, loft, vatn og jörð í gegnum örbylgjuofn og loftkælingu til að búa til skyndibita. Mamma lærði heimilisfræði, eins og öll hennar kynslóð; þeir urðu vitni að fyrstu hendi að kvöldverður birtist upp úr kössum og dósum. Þægindi urðu hin nýja dyggð í Ameríku eftirstríðsáranna sem gnæfði yfir hvers kyns visku sem líkaminn gæti veitt.

Í dag trúi ég að skynfæri okkar séu fullkominn prófsteinn fyrir sálir okkar. Þó að þetta kunni að hljóma kunnuglega fyrir þig af orðum afa míns, þá felur það í sér í dag einnig víðtæka og nána ást til líkama okkar sem væri honum framandi; ásamt meðvitund um að gleði er algjör dyggð og þægindi er aðeins blekking; treystu að viskan sem líkaminn býður upp á sé í fyrirrúmi og auðvelt að koma auga á hana jafnvel við venjulegar aðstæður. Þægindi eru aðeins tímabundin léttir á meðan vinnuafl er raunverulegt - og samt er ánægjan enn raunveruleg ef hún er sett í forgang í ákvarðanatökuferlum og afleiðingum á meðan þessar byrðar eru færðar frá ferli og afleiðingum; Vinnan er raunveruleg á meðan ánægjan er raunveruleg þrátt fyrir þessar staðreyndir - sem gamlar/nýjar leiðir getum við tekið ánægju með meiri athygli og krafist þess að ánægju sé ákjósanleg dyggð!
Aristóteles leit á ánægju sem mælikvarða á heilindi; það gerði Biblían líka í lýsingu sinni á mannkyninu. Þegar röð hefur skapast úr glundroða, setur 1. Mósebók kafli tvö okkur í Eden - umhverfi fyllt ánægju - þar sem réttlát þrá réð ríkjum. Fallegur garður fullur af trjám sem "gleður augað" gefur ávöxt sem er ljúffengt að neyta; Ellen Davis

hjálpaði mér að viðurkenna að daglegt mannlegt líf snerist minna um kynferðislega ánægju og syndsamlega hegðun heldur meira um næringu sem hluta af tilverunni sem hluta af lífinu sjálfu.

Áhersla er lögð á frjósemi jarðarinnar. „Leyfið landinu að framleiða gras,“ segir hebreska. "Láttu fræberandi plöntur og ávaxtatré af öllum tegundum á jörðinni bera ávexti með fræjum í þeim" og þetta þema heldur áfram í annað vers. Stöðug áhersla er lögð á hvernig plánetan okkar Jörð er sjálfstætt sjálfvirkt kerfi frjósemi og frjósemi sem styður allar lifandi verur - þar með talið mannkynið. Guð minnir mannkynið á í lok 2. kafla, skömmu eftir að það hafði verið ákært fyrir að iðka hæfileikaríkt vald, að sérhver fræberandi planta á jörðinni og hvert ávaxtatré mun verða fæðugjafi þeirra; dýr og fuglar líka."
Allt líf á jörðinni hefur nú aðgang að mat í formi grænna plantna til neyslu og tryggir þannig að allir hafi mat tiltæka.

Að minnsta kosti er það minn skilningur: þetta gæti verið besta og fyrsta vísbending okkar um hvað það þýðir fyrir menn að hafa yfirráð sérfræðinga meðal annarra skepna: að menn séu eina tegundin sem er meðvituð um að allir þurfa næringu til að lifa af.

Þannig að mér sýnist rétt og við hæfi á þessari öld að þetta sé einn af upphafspunktunum þar sem við erum farin að verða meðvituð um hver við erum og hvers konar lífi við lifum. Þar sem við stöndum frammi fyrir kreppu matar og áts verða viðbrögð okkar að fela í sér athugun á ávinningi lands fyrir vistkerfi og hagkerfi. Kjarninn í allri þeirri greiningu er að læra aftur að bragð getur þjónað sem vísbending um siðferðilega gæsku - hvort sem það er ferskleiki afurða, líf eða dauða dýra eða lífskraftur jarðvegs. Þegar tímum okkar kærulausra matar lýkur, erum við að enduruppgötva hina háleitu ánægju af því að rækta og undirbúa hann af alúð - að uppgötva hvernig þekking, viska og bragð skerast. Dan Barber er ötull manneskja og ástríðufullur talsmaður „frá bæ til borðs“, sem tengir aftur grunnupplifun mannsins með mat.

Hlustaðu á þessa umræðu milli rithöfundarins Dan Barber og Dan Baker.

Móðir mín lést þegar ég var enn mjög ung og skildi föður minn eftir sem eina uppsprettu matargerðar. Viðleitni hans var langt undir hæfileikum hans - oft að búa til hrærð egg sem voru hörð, brennd og vanelduð; í þessum veikindatilfellum með hálsbólgu þegar ég var 15 ára, þegar frænka mín, sérfræðingur kokkur útbjó mat af ástúð með því að nota franskt smjör af markaðnum þeytt yfir tvöföldum katli með nýlöguðu eggjahræru! Þessi réttur er enn ljósasta æskuminningin mín.

"Guð, þessi matur er persónulegur. Þetta er alvöru eggjahræra búið til af alvöru fólki! Þetta er ást." Þú gætir haldið því fram að ég virti föður minn að vettugi, en í raun hjálpuðu eggin hans mér að meta egg frænku minnar enn meira!

Dan Barber fullyrðir að þegar kemur að mat, falli siðferðilegt val oft saman við ánægjulega valkosti. Ég tók viðtal við hann sem hluta af matar-, anda- og listahátíð í samkunduhúsi í Indianapolis; einn af veitingastöðum hans er að finna í starfandi sveitabæ í New York-fylki - hér býður hann Eve upp á endurlausnar gulrót í staðinn.

Hlustaðu á orðaskipti milli Dan Barber og höfundarins.

Skemmtilegir hlutir og ljúffengir bragðir skarast oft - það er gleðin yfir því sem ég geri! Að elda dýrindis mat á meðan ég er að leita að frábærum bragðtegundum hefur alltaf verið ástríðu mín, svo auðvitað fara þeir í hendur við góð vistfræðileg sjónarmið. Það virðist augljóst, samt gleymum við oft að það er þarna. Bandarískir neytendur gengu í gegnum langan tíma þar sem við gleymdum jafnvel augljósustu staðreyndinni - að dýrindis gulrætur og lambakjöt krefjast ákvarðana sem teknar eru á haga og akri sem eru bæði siðferðilega meðvitaðar og vistvænar. Þú getur einfaldlega ekki fengið siðlausan lambakjötsrétt ásamt vanhugsaða upphækkuðum gulrótum; jafnvel okkar bestu kokkar myndu eiga í erfiðleikum með að gera það.

Eitt dæmi sem við höfum nýlega sýnt fram á: Við ræktuðum Mokum gulrætur í febrúar, uppskerum þær og komum beint inn í eldhús þar sem við gerðum Brix próf, eða sykurpróf, með ljósbrotsmæli, sem mældum hlut á milljarði sykurs. Ljósbrotsmælingar skráðu þessa Mokum gulrót klukkan 13.8. Fyrir forvitnis sakir gerðum við Brix-mælingu á annarri gulrót sem notuð var á lager á veitingastaðnum okkar; einn sem þú gætir fundið hjá Whole Foods eða álíka, hágæða lífræn gulrót. Hvað mældi það á Brix? 0.0: ógreinanlegt af sykri! Þessi opinberun skildi mig algjörlega ráðalausum þar sem ég vissi að það yrði augljós greinarmunur; enda get ég smakkað muninn sjálfur. En var þetta svo óvænt dramatískt?

"Þegar kom að því að ég valdi plöntulífeðlisfræðing, kom fljótt í ljós einn sem ég varð ástfanginn af: Hann er líka áhugaskáld! Það sem hann sagði mér var frekar ljóðrænt en átti þó beint við: gulrótin breytir sterkju sinni í sykur því í harðri frýs það vill ekki ískristöllun sem myndi leiða til dauða þess; það sem þú smakkar sem sætleika getur í raun verið vísbending frá því rótargrænmeti sem segir þér óskir þess að farast ekki við þessar erfiðu aðstæður.
Við the vegur, það er áhugaverð fylgni á milli Brix magns og næringarefnaþéttleika - áhugavert fyrirbæri þegar maður hættir að íhuga það - og löngunar líkama okkar í bragðgóðan mat með háu Brix gildi, eins og þeim sem framleidd eru á bæjum - og næringarþéttleika þeirra. Ef við förum í eitthvað með sykrað sætu sem aðalmarkmið

okkar gætum við líka verið að velja það sem reynist vera vistfræðilega góðar ákvarðanir fyrir þau!

Þú heldur því fram að þú sért ekki siðfræðingur en samt sem áður tengist umræða þín eitthvað lífgefandi með siðferðilegt gildi.

Um leið og ég verð rabbíni verður siðferði mitt í forgangi.

En þessar aðgerðir hafa siðferðislegt gildi innan gyðingahefðar.

Sannarlega satt. Mér finnst það einstaklega heppilegt að öll mín heimspeki snýst um ánægju. Að vera talsmaður slíkra málefna skapar afar gefandi upplifun, veistu?
Um leið og þú ert gráðugur í besta matinn, þá táknar það samkvæmt skilgreiningu löngun þína til að umhverfi okkar sé notað á ábyrgan hátt - það er það sem skilgreinir sjálfbærni!

Afi minn keypti býli eftir að hann hætti að prédika, ala nautgripi, safna pekanhnetum af trjám og planta matjurtagarði. Jafnvel núna man ég eftir að hafa smakkað ótrúlega laukinn hans sem er enn ógleymanleg bragðskyn; ein af mörgum minningum sem hafa svo mikla þýðingu fyrir mig núna og eru mjög andlegar í merkingu sinni.

* Ég laðast að gyðingahugtakinu sál (nephesh), sem er ekki fyrir hendi heldur kemur fram - myndast í gegnum líkamlega og mannlega reynslu. Þetta bendir til þess að líkami okkar þurfi að gera tilkall til sálar okkar til að gera tilkall til þeirra; Líkaminn okkar er uppspretta dyggðar eða löstar, aðgangsstaðir að leyndardómi - það virðist vera gagnsætt en á einhvern hátt fullkomlega skynsamlegt: að ná út fyrir og yfir okkur.

Líkamar okkar sýna okkur sannleika lífsins sem hugur okkar getur ekki, það er að á hverri stundu þurfum við jafn mikla mýkt og æðruleysi; þarf alltaf umhyggju og eymsli frá öðrum. Lífið er í sífelldri þróun; engin stund stendur kyrr eða andardráttur er sjálfsagður. Aldrei fullkominn, að vera á lífi þýðir að takast alltaf á við óreglu og óvæntar uppákomur sem koma fram á meðan á ferlinum stendur; hvernig við opnum eða lokum okkur fyrir þessum veruleika að ná aldrei öryggi viðvarandi stöðugleika er lykilefni visku.
Svo margir vitur kennarar meðal okkar átta sig á sannleika lífsins frá stöðu veikinda eða kreppu, þar sem sannleikur þeirra verður gagnsærri en nokkru sinni fyrr. Þeir koma ekki læknaðir fram heldur heilari en áður, og innihalda dulrænar hugmyndir sem virtust framandi en reyndust vera almenn skynsemi. Í grunninn snýst lífið um tjón bæði lúmskt og skelfilegt - krabbamein, bílslys - en líka um að elska og rísa upp aftur eftir missi eða dauða - öldrun, missi ástar, draumar að deyja út, börn að fara að

heiman... Sorg og gleði lifa saman sem aðskildir gangar hver frá öðrum; hvorugt er til sem aðskildar reynslugöngur hver frá öðrum...
Hvert skref sem við tökum hjálpar okkur að jarða okkur dýpra í okkur sjálfum, í gegnum alla galla þeirra og náð.

Matthew Sanford er með einn líflegasta líkama sem ég hef séð og er framúrskarandi jógakennari. Hann hefur verið í hjólastól í þrjátíu ár síðan hann lamaðist frá mitti og niður fjórtán ára eftir bílslys á vegi í Missouri sem varð báðir foreldrar hans að bana. Í fyrstu, eftir ráðleggingum frá læknum og meðferðaraðilum, reyndi hann að þróa líkamsbyggjandi handleggi í stað fóta - eitthvað sem að lokum reyndist árangurslaust. Jóga hjálpaði honum að endurheimta alla þætti líkamans, krafðist þess að hann gæti læknað þó fæturnir gætu það ekki. Síðan þá hefur hann verið brautryðjandi aðlögunarjóga fyrir fólk með fötlun, vopnahlésdaga og ungar konur með lystarstol. Samkvæmt honum hefur hann aldrei hitt einhvern meira heima í líkama þeirra án þess að verða samúðarfyllri í garð hvers kyns lífs - mögnuð staðhæfing en er samt einhvern veginn fullkomin!

Hlustaðu á þessi orðaskipti milli Matthew Sanford og rithöfundarins Eric Rehberg.

Sex ára barnið mitt er að gráta og þarfnast faðmlags míns ekki bara af ást heldur til að búa til mörk í kringum reynslu sína - til að vita að hvers kyns óþægindi munu ekki takmarka alla veru hans og þannig hjálpar faðmlag honum að koma sér aftur inn í sjálfan sig og létta hvers kyns kvíða eða spennu sem hann finnur fyrir. Með einu faðmi snýr hann fljótt aftur inn í sjálfan sig.

Þegar Matthew byrjaði að æfa jóga tók hann eftir því að þótt meðvituð minning hans um slysið hefði dofnað með tímanum, mundi líkami hans enn áhrif þess; þannig saman við vaxandi landamæri í streitu- og áfallalíffræði - að reynsla getur fest sig í líkama okkar og hægt er að bregðast við þar. Að hans sögn er ferð Matteusar ferð sem við förum öll; hans er rétt á undan öðrum hvað varðar að ná líkamlegum takmörkunum fyrr en flestir og upplifa hnignun þess hraðar.

Hlustaðu á þetta samtal á milli Matthew Sanford og höfundarins, Paul Duguid.

Þannig að þú lýsir því hvernig með tímanum og eftir að hafa lent í alls kyns aðgerðum og meiðslum, þar á meðal fyrstu áföllum og síðari áföllum, gæti lækning komið á mörgum öðrum myndum en einfaldlega að ganga aftur. Á einhverjum tímapunkti meðan á þessu öllu stóð fórstu að átta þig á því að lækning gæti tekið á sig margar mismunandi myndir umfram líkamlega. Þegar fólk segir "Líkami minn er að bregðast mér", sem allir samstarfsmenn þínir á fertugsaldri segja of oft núna - allir sem ég þekki hafa gert svipaðar athuganir - hvort sjónin bregðist þeim, hnén gefa út, bakvandamál o.s.frv.

Og ég segi þetta með eftirsjá vegna þess að sem 13 ára gamall nýtti ég líkama minn með því að láta hann verða fyrir alls kyns áföllum. Einn lærdómur sem hefur ómað fyrir mig síðan þá hefur verið sú staðreynd að það var líkami minn sem hélt mér lifandi; lífið er eitthvað sem það gerir sitt besta í.
Líkaminn minn baðst ekki um að verða fyrir höggi og broti, hryggurinn rifnaði í sundur og mörg bein brotnuðu, en samt tók hann sig upp aftur, tók sig saman fljótt til að halda áfram að lifa fullu og virku lífi. Aðeins einhver hluti af mér tókst ekki að gróa - einn eða tveir tommur af mænu var ekki fær um að endurnýjast eftir atvikið - en samt tókst að halda áfram að virka eðlilega, framleiða nýjar frumur þar sem þörf krefur og vinna að því að lifa eins lengi og mögulegt er.

Pranayama, eða jógísk öndun, getur hjálpað til við að auka jafnvægi, styrk og liðleika í jógastellingum. Þegar þú æfir þetta form öndunaræfingar í stellingum sem þú finnur ekki beint, gerir pranayama önduninni kleift að fylla rými sem þú finnur ekki fyrir; ekki bara bicep sem þú getur virkilega beygt. Jafnvægi þitt eykst, styrkur styrkist og liðleiki stækkar; Svo ekki sé minnst á að heiðra líkama þinn án þess að gera það að siðferðislegum lexíu heldur - persónulega vil ég frekar "náð".

Viðurkenndu náð líkama þíns
Eða gerðu þér grein fyrir því að jafnvel þessir hlutar þínir sem þú viðurkennir ekki sem þokkafullir eru þokkafullir í sjálfu sér - ekki líta framhjá þeim sem týndum eða fjarverandi; þau eru hluti af styrkleika þínum, trefjum og seiglu; svipað og viðarkorn þar sem það er ekki bara ein tegund heldur báðar tegundir sem auka styrk; Inclusion gerir heiminn léttari og auðveldari þegar meira af sjálfum þér er með hér.

Þessi vinna getur verið erfið. Þolinmæði og þrautseigju er þörf. Ég vildi að það væri ein töfrandi innsýn sem gerði allt auðvelt; því miður er þetta vinna eins og allt annað. Hugsanir mínar snúast oft um framfarir líkama míns í átt að því að lifa kyrrt: þar sem húðin berst við gömul þrýstingssár eða gömul meiðsli og ég reyni að hugsa ekki, "Æ, það heldur ekki!", í staðinn virðist líkami minn harður í tilraunum sínum. . Í staðinn segi ég við sjálfan mig "Maður! það er að vinna hörðum höndum. Líkaminn minn sleppir ekki takinu."
Líkaminn minn læknar kannski ekki eins vel, en samúðin sem ég get sýnt mér og öðrum læknar líkama minn á annan hátt.

Teilhard de Chardin þekkti ekki nauðsynlegan hluta myndarinnar: andleg þróun myndi ekki draga úr líffræðilegri þýðingu heldur auka hana og krefjast þess að við búum líkama okkar með meðvitaðri virðingu. Sum okkar eru að ná framförum í átt að þessu með því að hlaupa, ganga, þjálfa bardagaíþróttir, garðyrkja eða elda - eða með hvaða hætti sem er. Ég var ákafur sundmaður áður en ég hitti Matthew Sanford; eftir það tók ég upp jóga, sem hefur bókstaflega bjargað lífi mínu! Fínn í uppruna sínum en djúpstæð í áhrifum. Að einbeita sér af nauðsyn að því hvar lófar mínar voru og fótbogar var tafarlaus léttir og hefur síðan reynst ómetanlegt til að stuðla að vellíðan minni. Þegar ég nálgaðist miðjan aldur byrjaði ég að taka jóga í fyrsta skipti og fannst mér hve gefandi það var að vera ekki sérfræðingur í því - þó að jógastellingar séu mikilvægar eru umskipti á milli stellinga jafn tignarleg; Ég finn sjálfan mig að beita þessari líkamlegu reynslu á ýmsan hátt í mínu daglega starfi.

Það er nóg af slæmu jóga þarna úti, alveg eins og það er nóg af slæmum trúarbrögðum. Svo þegar tvítugskennarar gefa mér fyrirmæli um að „setja ásetning" með iðkun minni og senda hana sem blessun út í heiminn, þá veit ég ekki hvort ég trúi þeim; það eina sem ég veit með vissu er að að gæta þess að sameina líkama, andardrátt og ásetning breytir getu minni til að veita athygli á augnablikum og breytir því hvernig ég fer í gegnum heiminn minn.

Að ættleiða líkama minn með allri sinni náð og göllum hefur verið óvænt gjöf á miðjum aldri. Öldrun er óumflýjanleg fyrir okkur öll, en áhrif hennar koma okkur samt stundum á óvart. Öldrun gerist ekki stigvaxandi lengur og sama hversu mikið jóga ég stundaði þá kom sá punktur að upphaflega dansinn milli reglu og óreiðu var ekki lengur hægt að hylja með því að hylja eða fela ákveðin einkenni. Þegar ég horfði á börnin mín fara í gegnum frumbreytingu þeirra á unglingsárunum ákvað ég að faðma frekar en hrædd viðbrögð sem viðbrögð við eigin umbreytingu; sömuleiðis vona ég að þessi ákvörðun eigi við hér um mína eigin myndbreytingu öldrunar.
Sorg, ótti og vantrú geta allt verið hluti af lífinu; en með því að taka þessari áskorun með eins mikilli viðurkenningu og ég get, kemur fram óvænt blessun: friður.
Ánægja hefur ekki alltaf verið eitthvað sem ég hef upplifað eða jafnvel vitað hversu mikið mig langaði í hana. Samt sem áður minnir þessi gjöf frá lífeðlisfræðinni - samhliða hárlosi mínu og öldrun húðar - mig á hvernig heilinn okkar var hannaður fyrir nýja reynslu þegar ég var yngri. Á þessu stigi lífsins finnur fólk meiri ánægju með rútínu. Að hægja á sér gefur rými fyrir athugun; Ég bý nú yfir vitund sem hafði áður farið framhjá mér þegar húðin mín var meira geislandi; Það hefur veitt mér mikla ánægju að vera vakandi fyrir fegurð í hversdagslegum þáttum lífs míns. Í upphafi hvers morguns getur ekkert jafnast á við ánægju mína við að njóta fyrsta tebollans; faðmlag sonar míns getur aldrei sigrað mitt; eða fegurð þess að sjá hvíta furu í bakgarðinum mínum standa sterka ár eftir ár.

***

Að meta fegurð sem lífgefandi brú milli skynjunarlegrar og andlegrar ánægju er óvænt en lífsbreytandi dyggð, sem ég lenti í seinna en búist var við. Í fyrstu kom það mér á óvart sem inngangur að dyggðum ofurstjörnu; upphaflega sá ég ekki fegurð í hálfgerðu eyðimerkurlandslagi Oklahoma í fyrstu; þó ég sé nú aðdráttarafl þess. Enginn kenndi mér nöfn þeirra umfram þau sem stinga eða eitra; þannig kenndi mér enginn hvaða plöntur eða skepnur stinga eða eitra okkur heldur! Fyrir vísindaverkefni myndi ég festa engisprettur á vindlakassa á meðan ég klóróformaði meira en froska; átakanlegt að hugsa til baka það var áður en Lady Bird Johnson kom og sagði okkur öllum að hætta!

Sem ungur fullorðinn maður sem bjó í Berlín var athygli mín bundin bæði á innra líf mitt og landfræðilega ráðabrugg allt í kringum mig. Ef ég var spurður þá um stöðu fegurðar í innihaldsríku lífi hefði ég kannski svarað því að hún væri góð en gæti ekki endilega átt við eða byggð á veruleika. Kassar fullir af skrifum mínum frá þessum árum geta borið vitni um það - ritgerðir, sögur og hálfar skáldsögur á A4-stærð pappír með punktaflokkskantum auk minnisbóka fullar af ákafu skrípi eru sönnun þess. Það er mjög lítið af skynrænum sönnunum í skrifum mínum fyrir utan hágráan himin Þýskalands; bara orð hlaðið á orð.
Fyrsta minning mín um að horfa upp og út var þegar ég kom til Skotlands frá Berlín, tuttugu og fimm ára, eftir að hafa farið í milliborgarlest þangað frá Berlín. Þegar ég steig út úr flugrútu, opnuðust augun á því sem fyrir þeim var: fjöll, vötn og skóga allt í kringum mig.
Skotland vakti strax athygli mína með skörpum sjónarhornum, grófum litbrigðum af grænu og lyngi og einstakri birtu. Það töfraði mig inn í þögn með áberandi landslagi sínu af hyrndum hornum, fossandi litbrigðum af grænu og lyngi og óvenjulegri birtu; Ég fann þar huggun fyrir ruglinu mínu og eirðarleysi með því að dverga nærveru þeirra í ómerkileika; þessi reynsla hjálpaði mér að viðurkenna ekki bara mikilfengleika heldur traustan veruleika sem sefaði mikla geopólitíska óróa; þessi reynsla markaði upphaf andlegs lífs fyrir mig persónulega.

Sem hluti af daglegum samtölum mínum kemur fegurð oft upp: fjölbreyttar birtingarmyndir hennar og raunveruleikatengt eðli eins og pólitísk umræða gæti nokkurn tíma verið. Þetta efni kemur oft upp í umræðum við vísindamenn: eðlisfræðingar og stærðfræðingar sem vinna með stærðfræði hafa ríkulegan orðaforða til að lýsa fegurð; ef jafna samræmist ekki þeim fagurfræðilegu staðli munu þeir oft fullyrða að það sé líklega rangt á meðan stjörnufræðingar og stjarneðlisfræðingar sem nota sjónauka og útvarpsbylgjur frá fyrri tíð geta líka plantað fegurðarfræjum sínum í sameiginlegt ímyndunarafl okkar.
Samræðufélagar mínir múslima hafa í gegnum tíðina tengt fegurð við andlega dyggð af ástríðu: fegurð sem lykilgildi siðferðis. Ég fékk þessa gjöf fyrst um leið og 11. september átti sér stað frá UCLA lagaprófessor Khaled Abou el Fadl sem ég hitti í opinberum samræðum í Los Angeles ásamt Harold Schulweis rabbíni. Khaled hefur lagt líf sitt á strik til að verja íslam gegn öfgamönnum. Hann er fæddur og uppalinn

bæði í Egyptalandi og Kúveit og vék sér naumlega hjá róttækni sem ungur maður. Hann fullyrðir að lykillinn að framtíð Íslams sé fólginn í því að enduruppgötva siðferðislegt gildi þess fegurðar. Guð hefur yndi af fegurð; Íslam kennir og er fegurð. Fegurð felst í sköpun frekar en eyðileggingu og jafnvægi; útfærsla þess liggur í mönnum og getu þeirra til að beita helgum textum í átt til sköpunar og þekkingar sem uppbyggir og auðgar.
Á atburðinum í Los Angeles sama kvöld endurómaði rabbíninn Schulweis ögrandi biblíulega setningu Gyðinga: „fegurð heilagleikans". Samkvæmt honum táknar þessi fegurð heilleika - ekki bara form og form heldur sambönd líka. Brotunarafl trúarbragða hafði fyrir löngu verið afsannað síðan það var fundið upp af mönnum - ólíkt Guði sjálfum! Við skoðuðum nokkur af erfiðustu viðfangsefnum lífsins saman eins og hvers vegna trúarbrögð eru þversagnakennd í kjarna slíks ofbeldis og stríðs - sem leiðir okkur inn á óvæntar slóðir; í átt að annars konar gagnrýni sem leyfði okkur innsýn og yfirsýn sem færði innsýn.
Þessir trúuðu menn, bæði gyðingar og múslimar, ræddu um hvað aðgerðir í nafni trúarbragða gætu leitt í ljós um höfunda hennar: Er hún falleg eða ljót? Þessi spurning þjónaði sem lakmuspróf til að meta hvort einhver aðgerð sem gerð var undir merkjum þess gæti sýnt lotningu fyrir alelskandi og miskunnsamum Guði sem hefði getað skapað alla þessa fegurð?

Menningarlega séð getur fegurð verið erfitt hugtak að skilgreina; við erum vön að sjá fullkomnun á forsíðum tímarita sem hugmynd okkar um fegurð; Hins vegar, eins og John O'Donohue greindi frá í ljómandi skrifum sínum og heimspeki um fegurð: glamúr er annað orð. Ég nota skilgreiningu hans í mínum eigin tilgangi til að átta mig á öllum blæbrigðum þess í hversdagslegri upplifun okkar: fegurð er það sem eykur líf fyrir okkur á einhvern hátt og John O'Donohue sjálfur kom út úr Connemara á Vestur-Írlandi til innblásturs þegar hann skapaði heimspekiverk sín , ljóð og ljóð um fegurð sem var skapandi framleiðsla hans á ljóðum, heimspeki og ljóðum til að framleiða verk hans og fá mig til að taka skilgreininguna mína: Fegurð lætur okkur líða lifandi!

Hlustaðu á orðaskipti milli John O'Donohue og höfundarins.

Burren-svæðið, úr kalksteini, er áþreifanlegt og fallegt landslag. Mér finnst oft eins og form þess hafi verið skapað af einhvers konar brjáluðum, súrrealískum guðdómi; þegar ég var barn að koma út í þetta umhverfi fannst mér eins og hugmyndaflugið væri boðið að hlaupa lausan tauminn! Ennfremur þýðir nálægð þess við hafið að það er forn samræða í gangi milli hafs og steins; eitthvað viðurkennt af keltnesku ímyndunarafli: landslagið var lifandi! Landslag minnir þig inn í kyrrð, einveru og þögn svo þú getir sannarlega metið gjafir þess tíma og núverandi augnablik af þakklæti fyrir augnablik kyrrðar, einveru og þögn svo þú getir sannarlega fengið tíma!

John O'Donohue var skáldlegur um að skapa okkar eigið innra fegurðarlandslag til að halda okkur lífsnauðsynlegum, jafnvel innan um harðneskjulegt og hættulegt umhverfi og upplifanir. Hann gaf rödd þessa tengingu milli innri friðar og líkamlegrar vellíðan. Uppáhaldsorðið hans var þröskuldar; þessar brúnir lífsins þar sem veruleikinn verður áþreifanlegri og augljósari.

Hlustaðu á þessa samræðu milli John O'Donohue og höfundarins.

Eins og rætur þess gefa til kynna, stafar „þröskuldur" af „þreskun", ferlinu við að aðskilja korn frá hýði. Þess vegna má líta á þröskuld sem stað þar sem maður færist inn í meiri gagnrýni og áskorun og verðuga fyllingu í lífi sínu. Það eru fullt af slíkum þröskuldum til staðar hvert sem við lítum - hvert líf hefur verulegar hindranir á ferð sinni. Ímyndaðu þér að vera í miðju annasömu kvöldlífi þínu, með 50 hluti á dagskrá, þegar skyndilega einhver sem þú elskar deyr óvænt; allt sem þarf til að koma þessum upplýsingum á framfæri til allra í kring eru aðeins 10 sekúndur í símtali. Þegar síminn hefur verið lagður frá sér hins vegar annar veruleiki. Allt sem virtist mikilvægt áður er horfið og nú hefur fókusinn þinn breyst; allar þessar áhyggjur sem þú hafðir virðast skyndilega óviðkomandi núna þegar allt hefur breyst. Svo þó að það sem virðist traust og traust jörð sem við stöndum á gæti birst þar við fyrstu sýn er í raun mjög bráðabirgða; þröskuldar tákna línur sem aðskilja tvö andasvæði sem oft skilgreina hver fer yfir þau með góðum árangri eða ekki.

Hvar liggur fegurðin í því?

Þar sem fegurðin liggur - er fegurðin meira en húðin. Fegurð felst í ávalari efnislegri verða; þegar við förum yfir nýja þröskulda með þokka og glæsileika, losnar það frá mynstrum sem höfðu okkur föst einhvers staðar áður. Þess vegna tel ég fegurð snúast um fyllingu sem kemur fram með aukinni þokka og glæsileika sem skapar dýpt ásamt því að veita minningum okkar um líf sem þróast heim.
Fullyrðing þín er rétt þegar þú tekur eftir því hvernig við tengjum fegurð oft við glamúr. Ég held að þegar við heyrum eða hugsum um orðið fegurð á venjulegu tali gæti fólk ímyndað sér mynd af stórkostlegu andliti (eða kannski bara "fegurð") sem kemur strax upp í hugann? Svo þegar einhver nefnir fegurð hvaða myndir koma upp í huga þinn?

Þegar ég hugsa um fegurð koma strax upp í hugann sum andlit þeirra sem mér þykir vænt um. Á öðrum stundum koma líka upp í hugann fallegt landslag sem ég þekki. Þegar ég hugsa til baka yfir eigin reynslu mína af góðvild frá fólki sem þótti vænt um mig á tímum þegar ég fann til hjálparleysis eða þegar ást mín og athygli þurfti uppörvun. Ég hugsa oft um þessar ósungnu hetjur, oft óséðar af öðrum, sem eru mér ósungnar hetjur, en eru samt hinar raunverulegu ósungnu hetjur: fólk sem nöfnin verða líklega aldrei nefnd en sem þrauka gegn hræðilegum kringumstæðum en finnur samt leiðir til að losna við og gefa gjafir um möguleika og ímyndunarafl og sjá. Þegar kemur að fegurð kemur tónlist alltaf upp í hugann: tónlistin sjálf er uppspretta mín. Þó að ljóð standi líka fullkomlega fyrir; Ég finn líka fegurð þar - samt virðist tónlist nær því að vera það sem tungumál myndi elska að verða ef það fengi tækifæri.

Samtal mitt við John O'Donohue tók meira en tvær klukkustundir og var spennandi. Því miður, tveimur mánuðum eftir að viðtalið okkar átti sér stað, 52 ára að aldri, lést hann skyndilega í svefni og skildi eftir sig ljóð og blessanir að telja; Viðtalið okkar var sýnt bæði til minningar og hátíðar; lífið er hringrás tapsins eins mikið og fegurðin er að finna í því.

Þar sem ég lít á fegurð sem óaðskiljanlegan þátt lífsins, finnst mér ég efast um eðli hennar eins mikið og kolefni og blaðgræna eru - ef fegurð getur sannarlega talist einn af nauðsynlegum þáttum lífsins? Fegurð getur veitt líf, von og jafnvel yfirburði til náttúrunnar okkar og samböndum trúar/trúarbragða. Gæti fegurð þjónað sem brú sem við gætum stundum farið yfir til að tengjast hvert öðru? Að krefjast fegurðar í líkamlegu rými þar sem við lærum, leikum, vinnum og læknum er nú að verða augljóst: að krefjast þess að fegurð sé ánægjulegri og lífseigandi; að sinna fegurð í öðrum hjálpar til við að beina þeim sem eru fastir í "kærleika/þroska"/þroska til að sinna fegurð þeirra í staðinn - að beina braut þeirra frá kærleika/þroska í átt að því að sinna fegurð sinni og þannig beina frá kærleika/þroska í átt að fegurð í öðrum og vísa frá kærleika/þróun með því að sinna í staðinn fegurð annarra í staðinn; vísað frá góðgerðarstarfsemi/þróun - í átt að mæta hverjum einstaklingi í stað þess að veita fegurð hans/hennar meiri athygli frá því að mæta á hana getur hjálpað til við að byggja brýr virðingar/sáttar þvert á stjórnmálaflokka/o.s.frv... Að þessu leyti krefst þessi krafa um fegurð í líkamlegu rými þar sem fólk lærir/leikur/vinnur/græðir getur hjálpað til við að auðmýkja það eða bjarga því með því að gera það að gera allar þessar iðjur frjósamari/bjargandi afbrot með því að mæta/hjálpa afbrotum - aftur í átt að endurnýjunartengdum "kærleika/þróun." Að sinna fegurð í öðrum er einfaldlega tilvísun - að snúa aftur til baka - og þess vegna hjálpa fegurð hvers annars í staðinn - þar með vísað í staðinn í átt að "kærleika/devon og bjarga okkur í staðinn - setja allt --- þessa öld núna ---- umhyggju meira þar af leiðandi notað til að lækna frekar en kærleika/lækna meira gefandi eða heilun fallegra er lífgefandi á þessari öld - til "kærleika á móti frekar að gefa meira líf í staðinn að sækja meira líf - meira lífgefandi leið héðan í frá '. "þróun". Að mæta hvert öðru gæti hjálpað til við að spara of miklu meira sem þarf í staðinn." Að sinna fegurð annars frekar en góðgerðarstarfsemi/þróun".

Manneskjur hafa misst getu til að bera kennsl á aðra sem vandamál til að leysa og aðstoða. Jacqueline Novogratz, sem vinnur á nokkrum af fátækustu stöðum heims, setur þessa spurningu oft fram til að kalla fram innri gnægð: hvað ertu að gera þegar þér líður sem fallegast?

Þessa dagana finn ég mig í auknum mæli dregist að góðverkum og gæsku – athöfnum sem koma fegurð til sögunnar og grípa skugga hennar í hold og blóð, tíma og rúm. Fegurð verður sýnileg, áþreifanleg augnablik þegar menn teygja sig til að snerta hvert annað með húmanisma. Áður en hann lést árið 2013 sagði Robert Bellah, einn fremsti félagsfræðingur heims, okkur að sjónarhorn hans hefði verið breytt með einni skilningi sérstaklega: þegar spendýr fóru að fæða innan frá sjálfum sér varð andlegt líf mögulegt. Menn og apar þurfa báðir umönnun foreldra til þess að afkvæmi geti lifað af; eftir því sem þetta tímabil lengist skapar vanmáttarleysi barna rými fyrir mýkingu, tilraunir og sköpunargáfu í sjálfsskilningi og sameiginlegu lífi - ásleg hreyfing frá ótta í átt að umhyggju umfram sjálfan sig - þessi staðreynd var lengi viðurkennd af trúarbrögðum sem þýddu hana yfir á tungumál þeirra - samúð er tekin úr hebresku og arabísku orðunum fyrir "móður".

* Þegar ég fór frá Berlín fyrir þessum árum fór ég að efast um kraftalíf og velgengni sem ég hafði orðið fyrir í uppvextinum. Þó að nám í guðfræði hafi ekki leitt mig til að verða vígður prestur; frekar hvati til umhugsunar um lífið almennt. Ég lærði andlega til að kanna merkingu, og nauðsynleg blæbrigði, hugtaka eins og vald og vald í mannlífi sem og til að þróa siðferðilega ímyndunarafl mitt og möguleika. Mér til undrunar varð andlegt líf fljótlega eitt af aðaláhugamálum mínum. Og ég vildi tryggja að það gæti tekið á flóknum raunveruleikanum sem ég hafði upplifað. Svo samhliða því að uppgötva dulspekinga sem rannsaka innlifað yfirskilvit, veitti ég sérstaka athygli stöðum þar sem andlegt innsæi var tengt við harðar innbyggðar mótsagnir sem finnast í daglegri tilveru mannsins. L'Arche hefur alltaf fangað áhuga minn, ögrað hugmyndum um völd og eðlilegt ástand í gegnum samfélagslíf milli þeirra sem eru með líkamlega og andlega fötlun. Innan samfélags síns iðka ókunnugir umhyggju jafn grimma og blíðu og böndin sem mynduðust við fæðingu - veita bráðnauðsynlegri hjálp fyrir þá sem eru "hjálparlausari".
Fatlaðir einstaklingar innan stofnunar eru viðurkenndir og álitnir kjarnameðlimir, með vinnufærum þátttakendum sem stuðningur.

Henri Nouwen kynnti mig fyrir L'Arche þegar hann las eina af bókum hans; á þeim tíma var hann virtur andlegur kennari og rithöfundur sem þekktur var fyrir að kenna við Notre Dame, Yale og Harvard háskóla - áður en hann sagði opinberlega að hann væri „útbrunninn". Hann eyddi síðustu æviárum sínum í að þjóna sem heimilisaðstoðarmaður í L'Arche Daybreak samfélaginu í Toronto. „Ég flutti, það er," útskýrði hann, „frá stofnun fyrir þá björtustu og bestu í samfélag þar sem geðfatlað fólk og aðstoðarmenn þeirra reyna að lifa saman samkvæmt meginreglum sæluboðanna. Húsið mitt hýsir nú 10 manns sem allir mynda hluti af fjölskyldu minni -

smám saman gleymi ég hver er fatlaður eða ekki; við erum bara John, Bill, Trevor, Raymond Rose Steve Jane Naomi Henri Adam."

Í upphafi útvarpsævintýris míns fór ég í pílagrímsferð til L'Arche fyrir sjálfan mig. Þegar ég ferðaðist yfir Iowa á friðsælum slóðum í Mississippi, uppgötvaði ég byltingarkennd samfélag meðal pastelmála húsa í íbúðargötu - L'Arche! Í fyrstu tók það augu mín og innhverfan anda smá tíma að aðlagast þessum ókunna þverskurði mannkyns sem reyndi á eina af þversagnakennustu andlegu kenningunum: það getur verið ljós í myrkri, styrkur í veikleika og fegurð jafnvel í brotnaði mannlegrar tilveru. . En þorir þeirra er ekki að guðfræðinga; fremur felur það í sér að búa lifandi í gefnum, ófullkomnu hráefni hversdagslífsins. "The Simple Pleasures of Life" hafa aldrei fært eins hlátur og ánægju: elda, borða saman og vaska upp; fara úr vinnu snemma morguns og koma aftur seint á kvöldin; göngur um hverfi eða ferðir á bókasöfn; að búa til tónlist eða bara gantast og spila leiki saman - þetta er allt hluti af daglegu lífi hér. Ég upplifi sjaldan jafn rausnarlegar faðmlög frá ókunnugum og met það svo mikils, á sama tíma, og ekki í mótsögn við þetta, var tekist á við raunveruleika sorgar, ófullkomleika og baráttu þess að vera manneskja á hverju augnabliki. L'Arche er eins og að eiga sína eigin fjölskyldu. Útvalinn sem snertir svo mörg líf á leiðinni. Þegar ég flakkaði í daglegum kynnum mínum af kjarnameðlimum L'Arche, varð ég vitni að því hvernig nærvera þeirra óróaði þá sem þeir hittu dálítið; sem gerir þá glaðari og tignarlegri: strætóbílstjórar, bókaverðir, umsjónarmenn í vinnunni - þar á meðal ég! Það var sannarlega ótrúlegt.

Gleði og náð sem líkamar dreifast hafa sett mark á mig; það lifir enn í dag mörgum árum síðar.

Jean Vanier, heimspekingurinn og kaþólski mannúðarmaðurinn sem stofnaði L'Arche, vitnar oft í móður Teresu: "Einn af þeim veruleika sem við erum kölluð til að þola er að færast frá fráhrindingu til samúðar og frá samúð til undrunar." Alltaf þegar ég sest niður til lengri umræðu við hann eftir margra ára fylgst með verkum hans, þakka ég þrautseigju hans við að nota raunveruleikann í raunverulegum skilningi: elska raunveruleikann án blekkingarþrána um það sem gæti eða hefði átt að vera. Að elska raunveruleikann og alla ófullkomleika hans gerir Jean Vanier kleift að uppgötva Guð sem er til staðar og lifandi í sjálfum sér og heiminum sem hann býr í.

Undrun í andliti annars er svo glæsileg leið til að komast út fyrir einfalt umburðarlyndi. Snemma líf Jean Vanier var ekki fyrirboði endanlega leið hans inn í stjórnmál eða forystu; í staðinn kom hann frá áhrifamikilli frönsk-kanadískri fjölskyldu, gekk til liðs við Royal Naval College 16 ára og tók að lokum stjórn á flugmóðurskipi meðan hann var enn ungur. Hins vegar var hugur hans fullur af spurningum um merkingu og kraft. Hann eyddi því einu ári á kafi í íhugunarsamfélagi tileinkað því að vinna með fátækum, biðja - og læra frumspeki. Jean Vanier kannaði hugmynd Aristótelesar um „siðfræði löngunar“ og varð prófessor í heimspeki við St Michael's College í Toronto. Um jólin 1963 ferðaðist Jean Vanier hins vegar til Frakklands til að heimsækja vin sem starfaði

sem prestur fyrir geðfatlaða karlmenn. Hann var sérstaklega snortinn af víðáttumiklu hæli suður af París þar sem áttatíu fullorðnir karlmenn gerðu ekkert allan daginn en ráfuðu í hringi og sofðu í tvo tíma, oft tvisvar á dag. Innblásinn af þessu atriði keypti hann að lokum lítið hús í nágrenninu og bauð tveimur frá þessu hæli að deila lífinu með sér. L'Arche varð alþjóðlegur árangur og í dag eru 147 L'Arche samfélög staðsett víðsvegar um 35 þjóðir, sem þjóna sem pílagrímagöngustaður fyrir allar tegundir fólks og veita gestrisni sem óaðskiljanlegur hluti samhliða samúð. Jean Vanier var að halda útivist fyrir háskólanema víðsvegar um Bandaríkin í Maryland. Ég tók viðtal við hann sem hluta af þessari reynslu. Ég hitti nokkra þeirra og þeir ljómuðu. Rétt eins og Clinton hafði gert fyrir mig árum áður. Enn fallegri var þessi heiðursmaður með gífurlega hlýju og glæsilegri vexti sjóforingja sem hann var einu sinni. Líkt og Dan Barber dregur hann upp tengsl á milli ánægjudrifinnar hegðunar og siðferðilegra sjónarmiða.
Hlustaðu á þetta samtal Jean Vanier og rithöfundarins.

Athugasemdir þínar benda til þess að löngunarsiðfræði Aristótelesar eigi við í dag: Fólk þráir merkingu í lífi sínu, eitthvað sem Aristóteles viðurkenndi og þeim myndi finnast spennandi ef Aristóteles væri ekki á lífi í dag! Samkvæmt verkinu þínu "Siðferði um löngun er góðar fréttir á tímum þegar við erum orðin með ofnæmi fyrir siðfræði laga". Sumir gætu borið líf þitt og starf saman við skemmtanalífið okkar, sem byggir á afþreyingu; samt þegar ég er að ræða Aristóteles, það sem ég heyri þegar ég er að tala við þig um hann er að Aristóteles fordæmir ekki grundvallar eðlishvöt okkar til ánægju heldur leggur til að taka þessa hvatningu dýpra og taka hana lengra en nokkru sinni fyrr - sem Aristóteles bendir á.

Að finna hvaða starfsemi veitir mesta ánægju er lykilatriði. Þó fyrir sumt fólk gæti þetta þýtt að drekka viskí, fyrir mig hefur það alltaf verið heimspeki, Jesús, réttlæti og barátta sem hefur veitt þessari tilfinningu um ánægju og ánægju í lífi mínu. Og þó að það hafi verið erfiðleikar og átök á ferð minni til hamingju - í grundvallaratriðum hefur það alltaf verið ánægjulegt og ánægjulegt!

Talaðu þó við mig um hvernig ánægja tengist því hvar ég skynja að þú fannst köllun þína eða skildir hvað var þýðingarmikið fyrir þig. Eftir að hafa snúið aftur til Frakklands og hitt karlmenn á hæli, sló eitthvað í gegn og hefur síðan sett stefnuna í líf þitt í þeim efnum.

Já, ég kem aftur til ánægju og eigin langana sem og þinna - mínar dýpstu sem þínar. Endanleg löngun okkar ætti að vera vel þegin; það ætti að vera það sem drífur okkur öll áfram.
Aristóteles gerir mikilvægan greinarmun á því að vera elskaður og dáður; þegar fólk dáist að einhverjum setur það það á stalla; en þegar fólk elskar einhvern vill það þá

saman. Svo í fyrsta skipti sem ég hitti fólk með fötlun sló það mig virkilega að gráta þeirra um samband; sumir höfðu verið á geðsjúkrahúsum á meðan allir höfðu upplifað sársauka og höfnun í einhverri mynd. Jesús spurði Pétur: Elskar þú mig? og þeir særðu eða yfirgefnu fundu sömu spurninguna: Þetta kemur allt saman í eitt hróp: Ekki elska mig.

Ekki bara í tengslum við fötlun, þú hefur bent á yfirgripsmikla spurninguna er hvernig getum við horfst í augu við sársauka sem menn? Allar tegundir þjáningar og veikleika valda okkur sem einstaklingum óróleika og útskýrir hvers vegna hún verður svo óbærileg byrði á samfélagið - en samt svo illa brugðist við?

Hér er um að ræða fjölmarga þætti. Í fyrsta lagi vitum við ekki hvernig við eigum að takast á við okkar eigin sársauka; svo hvernig er ætlast til að við bregðumst við þegar aðrir upplifa þjáningu? Þar að auki, þegar kemur að veikleikum, vitum við ekki hvernig best er að fela þá eða leyna þeim - og þess vegna finnum við okkur ekki um annað að velja en að láta eins og þeir séu ekki til. Hvernig getum við fullkomlega sætt okkur við veikleika annarra þegar við höfum ekki viðurkennt okkar eigin? Martin Luther King talaði eindregið gegn slíkum vinnubrögðum; Spurningar hans beindust oft að því hvers vegna einn hópur - eins og hvítt fólk - gæti fyrirlitið annan - eins og svart fólk. Og verður þetta alltaf svona? Verðum við alltaf með elítu til að fordæma eða vísa frá þeim sem þeir telja óverðuga? Og hann setur fram ótrúlega og sterka tilfinningu: að þar til við viðurkennum, elskum og samþykkjum það sem er fyrirlitlegt innra með okkur, munum við fyrirlíta aðra; það geta verið þættir í okkur sjálfum sem eru óþægilegir en eru hluti af því hver við erum sem dauðleg verur.
Eins og þú hefur oft tekið fram, höfum við öll okkar veikleika, takmarkanir og afmyndanir sem koma ekki alltaf fram á yfirborði okkar líkama. Samt þegar þeir sýna sig, hrökkvi við í losti. Þú hefur skrifað frá andlegu sjónarhorni að jaðarsett og yfirveguð mistök geti hjálpað til við að koma jafnvægi á heiminn okkar aftur - gætirðu útskýrt það fyrir mér?

Vald getur oft ákvarðað jafnvægið í heiminum okkar; að hafa meiri þekkingu, getu eða kraft gerir manni kleift að gera meira, en að halda í slíka stjórn getur fljótt sett fólk niður. Ég veit, og þú ekki. Og þannig þróast mannkynssagan. Þetta er líka verkefni menntunar - að búa einstaklinga til að verða færir og taka sinn rétta sess í samfélaginu - sem hefur óumdeilanlega gríðarlegt gildi. En þetta jafnast ekki á við að fræða fólk til að tengjast, hlusta og verða það sjálft - í staðinn veitir það jafnvægi í hjartanu. Hugleiddu hvað gerist innan fjölskyldna eða innan barna þegar annað foreldri getur verið mjög sterkt miðað við annan föður sem er það ekki. En þegar hann snýr aftur heim fellur hann á hendur og hné til að leika við börnin - eitthvað sem þau eru að kenna honum um eymsli, ást, að passa upp á þarfir þeirra sem foreldri og tengjast aftur. Börn eru merkilegar verur vegna þess að líkamar þeirra geta verið sameinaðir á meðan við getum tjáð eina tilfinningu á meðan við upplifum aðra algjörlega.

Börn kenna okkur um einingu, tryggð og kærleika - það getur fatlað fólk líka. Sumir sýna svo stórkostlega fegurð og hreinleika að það er óvenjulegt - og minna okkur á að lífið felur ekki bara í sér samkeppni milli veikustu og sterkustu einstaklinga heldur að allir eiga sinn stað.
Jean Vanier lýsir L'Arche ekki sem lausn heldur sem tákni, sem miðlar sýn og menningu; þó að það sé erfitt að mæla raunveruleg áhrif þess augnablik fyrir augnablik eða líf eftir líf; engu að síður er ekki hægt að neita tilvist þess; að halda þessu orði fram eins og Jean Vanier gerir væri ósanngjarnt.

Fólk spyr mig oft um hvað einkennir það vitrasta fólk sem ég hef kynnst. Samhliða öllum dyggðum þeirra sem styðja og festa visku, stendur Jean Vanier upp úr meðal reynslu minnar sem einhver sem sýnir þennan eiginleika; aðrir sem ég hef hitt eins og Desmond Tutu, Wangari Maathai og Thich Nhat Hanh hafa svipaða líkamlega nærveru. Hvernig það líður og hvað ég get sagt frá: innlifun hæfileika til að halda saman krafti og blíðu í óvæntu, skapandi samspili sem er áþreifanlegt, hressandi og erfitt að festa sig í sessi. Reynsla mín af núvitundarkennslu hefur breytt skilningi mínum á valdi og tilgangi þess, en um leið aukið tilfinningu mína fyrir visku í holdi - bæði líkamlega til staðar og meðvitaða andlega.

ATHUGIÐ/LOKAATHUGIÐ/Lokaorð.

Bessel van der Kolk er frumkvöðull í að meðhöndla áhrif yfirþyrmandi reynslu á einstaklinga og samfélag. Þegar við rekumst á þá í lífinu eða fréttum eru þessir atburðir almennt kallaðir áföll, en samt of oft notar fólk talmeðferð eina sem lausn. Hann veit hvernig ákveðin reynsla skilur eftir varanleg áhrif innra með okkur sem ekki er hægt að tjá með orðum - á meðan heilinn okkar sér um að gera við okkur líkamlega á eftir.

Hlustaðu á þessa samræðu Charles Darwin og Bessel van der Kolk sem nær aftur til 1872! Charles Darwin skrifaði bók sem heitir Tilfinningar sem fjallar um hvernig tilfinningar eins og hjartaverkur eða magaverkir lýsa sér líkamlega.
Reynslan finnst líkamlega. Hins vegar, þegar fólk finnur sig stöðugt í uppnámi og vanlíðan, grípur það oft til tilrauna til að fela tilfinningar fyrir sjálfu sér og slökkva á tengingu við líkama þeirra.

Ein leið til að gera það er með eiturlyfjum og áfengisneyslu; önnur aðferð er að slökkva á tilfinningalegri vitund um líkama þinn. Á áfallamiðstöðinni okkar og á æfingunni minni hefur stór hluti áfallssjúklinga sem við sjáum, ég myndi segja um

70%, rofið tengsl við líkama sinn; þeir finna ekki fyrir því sem er að gerast innra með sér eða skrá það þegar eitthvað breytist; Þess vegna varð það mjög augljóst að við þyrftum að hjálpa fólki að finna örugga skynjun í líkama sínum, byggja upp samband við lífið í lífverunni eins og það er oft kallað.

Matthew Sanford er alþjóðlega viðurkenndur jógakennari. Eftir að hafa hlotið mænuskaða sem unglingur, mundi hann ekki eftir slysinu sem olli því að hann var lamaður; enn líkami hans mundi. Þetta fyrirbæri hefur verið nefnt „líkamsminni", svipað og hugmynd þín um að áföll skilji eftir sig spor ekki bara í huga okkar. Nýlega hefur hann einnig byrjað að vinna með vopnahlésdagum sem og konum sem þjást af lystarstoli - að skilja þráhyggju þeirra fyrir líkamsvandamálum gæti í raun stafað af áföllum á einhvern hátt af sjálfum sér.

Að átta sig á því hvernig líkami þinn hreyfist og lífið innra með sjálfum þér er lykilatriði. Vestræn menning er djúpt innlimuð; Mér finnst gaman að vísa til okkar sem að við komum frá eftir-alkóhólískri menningu; fólk með uppruna í Norður-Evrópu hafði aðeins eina leið til að takast á við hvers kyns neyð: áfengi.

Norður-amerísk menning heldur áfram þeirri forsendu að að taka eitthvað til að létta á hvers kyns eymd muni endurheimta jafnvægi innra með þér. Því miður er þessi trú bara ekki sönn! Það er einfaldlega ekkert sem þú getur gert til að breyta því hversu samrýmd innri veru þinni líður.
Fræðslu um trúarbrögð er að finna bæði í skólum og menningu okkar, kirkjum og trúarsiðum - en ef við lítum í kringum heiminn munum við sjá að flestar trúarvenjur byrja með dansi, hreyfingu, söng eða líkamlegri upplifun - enn sem meira "virt" einstaklingar verða, hreyfingar þeirra verða stífari einhvern veginn.

Tilvitnun þín um hvernig áfallastreituröskun hefur veitt dyrnar að vísindalegri rannsókn á mannlegri þjáningu var sláandi og mikilvæg, fyrir mig persónulega táknar hún djúpa andlega innsýn á þetta sviði.

Þetta svið hefur þróast í tvær áttir. Eitt er áfall og lifun og þjáning; í öðru lagi er fólk að rannsaka mannleg tengsl bæði frá fræðilegu og vísindalegu sjónarhorni. Áföll geta verið það sem vakti áhuga fólks í upphafi, en ég tel að við höfum náð langt síðan þá með að skilja meira af mannlegum tengslum sem listformi og vísindasviði.

Vísindi hafa einnig orðið öflugur uppgötvunartæki með vísindalegri rannsókn á mannlegum tengslum, sérstaklega þegar tveir einstaklingar hafa samskipti. Vísindamenn eru að rannsaka hvað nákvæmlega gerist þegar tvær manneskjur sjá hvort annað, bregðast við, spegla hvort annað eða hreyfa sig saman - að dansa, brosa eða spjalla eru dæmi um að tveir líkamar séu líkamlega sameinaðir í tengslum. Heilt svið sem kallast Interpersonal Neurobiology rannsakar hvernig við tengjumst hvert öðru - sérstaklega hvernig snemma samskipti hafa áhrif á heilaþroska.

Rannsóknin þín sýnir sannarlega að það að læra að búa í líkama sínum og verða meðvitaðri um sjálfan sig getur byggt upp seiglu þegar áföll verða.

Algjörlega. Hér eru tveir þættir að verki. Í fyrsta lagi, jafnvel með skriðdýraheilann þinn í forsvari, getur andað hljóðlega inn í líkamann þinn hjálpað þér að taka eftir þegar streituvaldandi aðstæður eru að gerast og skynja að eitthvað óvenjulegt gæti verið í vinnunni.
Enn og aftur, fólk sem er í áfalli gerir sér oft ekki grein fyrir því að eitthvað óþægilegt gerist fyrir það og leyfir ekki þeirri reynslu að ráða yfir sig; Fólk sem er í áföllum hefur tilhneigingu til að trúa því ekki að það eigi sig sjálft lengur og leyfir í staðinn öðrum hlutum að stjórna sér. Eins og við höfum lært þá felst þol gegn áföllum í því að eiga sjálfan sig að fullu og bera ábyrgð á ákvörðunum sínum og gjörðum. Þess vegna getur það að vera samkvæmur sjálfum þér og samþykkja hver þú ert að fullu byggt upp seiglu gegn áföllum. Svo þegar einhver segir særandi eða móðgandi hluti, í stað þess að bregðast við, taktu þá nálgun: athugaðu og ákváðu síðan viðbrögð þín í samræmi við það. Við erum farin að skilja hvernig menn geta lært þessa hæfileika að athuga frekar en viðbrögð.

Langar bara að leggja áherslu á þetta atriði að í grunninn snýst allt um að vera öruggur - líkamleg tilfinning frekar en bara vitsmunaleg þekking. Allt tengist hérna einhvern veginn.

Sem hluti af áfallameðferð þarftu að finna og vita nákvæmlega hvað er að gerast innra með þér; það þýðir að skynja hvað er að gerast innra með sér, vita hvar hver tá og bleikur liggur í tengslum við aðra líkamshluta, vita hvenær það verður óþægilegt að borða, hvenær pissa fer ekki þar sem það á að fara, öndunarvandamál koma upp o.s.frv. Allir þessir þættir verða óvirkir. þegar áföll verða og öll grundvallarstarfsemi líkamans verður í hættu; áfallameðferð þarf að hefjast innanfrá til að skapa öruggt rými þar sem svefn, hvíld og hreyfing geta átt sér stað; Ann Hamilton býður upp á slíka nálgun innan áfallameðferðar til að tryggja árangur hennar: svefn, hvíld sem og öryggi og frelsi frá áfallaáhrifum á líkamsstarfsemi meðvitað þegar áfallið skellur á; meðferð verður að hefjast á þessum grunnpunkti þannig að meðferð verður að byrja innan frá - að byrja innan frá sjálfum þér áður en þú heldur áfram hvaða meðferð sem hefst innan frá; allt þetta leiðir til áfallameðferðar hefst innan frá sjálfum þér svo áfallameðferð verður að byrja á tengingum líkama og huga ef þörf krefur á þessu stigi til að árangursrík umbreyting geti átt sér stað ef áfallameðferð hefst innan þessa kerfisbundna ramma svefns-hvíldar-slökunar finnst örugg hreyfing getur eiga sér stað innan núverandi greiningarkerfis okkar streitu-natríum-afri-annað byrjar hér á Ann

Hamilton er líkami hennar byrjaður hér í nálgun hennar í nálgun sinni við sinn einstaka líkama svo um leið og hún veit nákvæmlega hvar táin byrjar grunnur í skilmálar af því að líkaminn sem byrjar svo fljótt með meðferð byrjar að tryggja svefn hvíld hvíld tryggir grunnþætti hans allt.
Hlustaðu á þessi orðaskipti Ann Hamilton og rithöfundarins Steve Martin.

Amma mín var mér mjög kær og ég á líflegar minningar um að hafa setið við hliðina á henni í sófanum þegar ég var lítil, sérstaklega undir handleggnum sem var fullur. Við prjónuðum eða prjónuðum saman, hún las bækur upphátt fyrir okkur báðar á meðan hendur okkar voru uppteknar á sama tíma og líkami okkar opnaðist til að gleypa og einbeita sér að bæði röddinni í rýminu og efni undir hendinni sem safnaðist saman á mismunandi hraða; báðir styrkirnir veita einstaka ánægju; þú gætir séð það stækka í gegnum hverja lotu, skapa mismunandi ánægju af hverri reynslu sem var bæði virkilega ánægjulegt.

Og hún var að prjóna peysur...

Peysur voru okkar sérgrein; nál, teppi, prjóna... öll þessi hringverkefni veittu ótrúlega hughreystandi verkefni til að gera saman í niðurtímum okkar.

Þú hefur bent á innsæi: vefnaðarvörur eru sannarlega fyrsta húsið sem líkami okkar býr í; "Vefnaðarvörur þjóna sem upphafleg arkitektúr þess."

Já. Hvernig lærum við hlutina? Sem börn eða nemendur í menntun í umhverfi sem leggur áherslu á þá hluti sem við getum nefnt eða útskýrt beint, en það eru fjölmargar aðrar leiðir sem við öðlumst þekkingu í gegnum húð okkar, stærsta líffæri líkama okkar. Textílhöndin mín hefur alltaf verið aðal leiðin mín til að uppgötva hluti; bæði texti og vefnaður lifna við af reynslu fyrir mig þegar vefnaður á í hlut; þegar ég byrjaði að búa til hluti úr efni í fyrsta skipti leið mér eins og önnur húð sem bæði huldi og opinberaði sig.
Þú kemur líka með þetta hugtak um þræði: þá sem notaðir eru til að sauma sem og þá sem tákna hugmyndir eða mállínur - þú ræðir hvernig þessi vefnaðarferli eiga sér stað bæði með orðum og efnum.

Bóklestur er forn og algild athöfn. Lestur getur flutt okkur langt út fyrir síðurnar þeirra - því meira sem þú sekkur þér niður í eina, því lengra í tíma og rúm verður þú frá sjálfum þér og sýn höfundar á veruleikann tekur þig.

Eins og þú munt muna eftir að hafa séð myndir af ömmu þinni að föndra prjóna og prjóna peysur, þá gætu þessi vinnubrögð virst fjarlæg og löngu týnd - en þegar við enduruppgötvum þessa hæfileika gefur það okkur eitthvað mannlegt og tengist aftur inn í samfélagið.

Þar sem ég kenni við háskóla er áhugavert fyrir mig að velta því fyrir mér hvar innbyggð þekking á heima innan slíkrar menntastofnunar - hvernig við ræktum hana og treystum henni - sem kennari.

En vísindin hafa sýnt að allar þessar tilfinningar sem við reynum að lýsa byrja í raun fyrst í líkama okkar. Áföll geta verið óaðskiljanlegur þáttur, en upplifun okkar af heiminum nær miklu lengra en bara munnleg eða andleg ferli - það er líka þessi félagslegi þáttur sem er fléttaður inn í föt eða orð sagna eða bóka sem er líka tengsl okkar við allt fólk í kringum okkur.

Jæja, til að fara aftur að prjóna í eina sekúndu: í uppbyggingu þess gerir prjónið okkur kleift að sjá hverja lykkju upp og í kring þegar hún rennur í gegnum hvert annað; við missum heldur aldrei tök á öllum hlutum hennar - jafnvel þegar þú skoðar heildina sérðu samt alla hluta hennar, eins og Parker Palmer tók eftir.
Parker Palmer sameinar fólk af öllum uppruna á mótum andlegs, atvinnulífs og félagslegra breytinga. Mér finnst bók hans Let Your Life Speak sérstaklega áhrifamikil vegna þess að hann afhjúpar tvö lamandi þunglyndisköst á fimmtugsaldri sem reyndust lífbjörg fyrir mig og marga aðra - samt sem áður halda ráð hans áfram að bjóða upp á visku langt út fyrir myrkri takmörk þunglyndis.

Hlustaðu á grípandi samræður höfundar og Parker Palmer.

Bókin þín inniheldur frásögn af klínísku þunglyndi. Ein setning hljóðar svo: „Ég tileinkaði mér form kristinnar trúar sem helgaði sig meira óhlutbundnum hugtökum um Guð frekar en beinni reynslu af almættinu: hvernig sprottna svo mörg óstofnuð hugtök upp úr hefð þar sem kjarnatrúin var á „Orðið að verða“. Hold?'".

Að efast um reynslu mína, sérstaklega þar sem þunglyndi getur verið svo yfirgripsmikil og fullkomin upplifun er eitthvað sem ég tek mjög alvarlega; þunglyndi kemur fram sem boð fyrir okkur að íhuga okkur í meiri dýpt en þegar lífið er bjart og blíða.

Stoppum hér í smástund. Það hefur lengi verið gagnrýnt að kristin hefð veiti ekki líkn fyrir fólk sem þjáist af eitthvað eins og þunglyndi vegna þess að þjáningin sjálf getur stundum verið vegsömuð. Samt ertu að snúa þessari mynd við með því hvernig þú hefur notað hana í þessum tilteknu aðstæðum.

Ég er sammála. Því miður, of oft í kristinni hefð, er mikill ruglingur í kringum þjáningu, með tilliti til þess að þessi þáttur lífsins sé rangfærður sem þýðingarmikill eða mikilvægur. Að greina þetta í lífinu er afar nauðsynlegt.
Mín eigin æskureynsla var ekki beinlínis gagnleg til að skilja þessa greinarmun: Kross átti alltaf að vera eitthvað jákvætt, jafnvel þótt þjáning væri við lýði.

"Mín lífssýn er sú að Guð sem gaf mér það vill að ég upplifi fyllstu, ríkustu merkingu þess - ekki snemma og sársaukafullan dauða." Að lifa lífinu að fullu og vel. Jafnvel þótt þetta færi mig í gegnum óþægindi - eins og að standa fyrir eitthvað sem ég trúi á og láta þá hugmynd hafna af samfélaginu - vita þeir sem hafa upplifað þann sársauka að það getur verið lífgefandi; að vita hver er sannleikurinn þinn hjálpar þér að halda þér í gegnum mótspyrnu samfélög. En það er til önnur tegund þjáninga, sem tengist dauðanum í lífinu beint - einn sem við verðum að vinna í gegnum þar til ljós kemur hinum megin.

Quaker hefð leggur áherslu á þögn. Mér var minnt á sögu þína um vin þinn sem veitti mestan stuðning á tímum mikils tilfinningalegrar álags; einhver sem kæmi bara til að vera líkamlega með þér og hlusta.

"Jæja, Parker!" fólk myndi koma og reyna að hjálpa mér; Því miður voru margir ekki hjálpsamir. Sumir myndu til dæmis segja eitthvað á þessa leið: "Hvers vegna situr þú hérna og er þunglynd þegar það er svona fallegur dagur úti - farðu og njóttu þín, finndu sólina á húðinni og lyktaðu af þessum blómum!" Því miður gerði það bara illt verra; að því leyti að ég varð þunglyndari vegna þess að þótt vitsmunalega vissi ég að hlutir eins og sólskin og blóm væru til - skynjunaráreiti eins og lykt gat ekki skráð sig í líkama mínum - bætti enn frekar þunglyndi; annað fólk myndi koma inn og segja: "Gosh Parker! Af hverju ertu þunglyndur? Farðu út og finndu sólina og lyktu af þessum blómum". Og annað fólk myndi koma inn og segja hluti eins og: "Gosh Parker! Af hverju ertu ekki að njóta lífsins!" Aðrir myndu koma inn og segja eitthvað svipað: "Gosh Parker af hverju nýturðu lífsins ekki meira!" Annað fólk myndi koma og segja eitthvað svipað:
Ertu þunglyndur? | Ertu hræddur við að verða brjálaður? >> "Þú hefur gert svo mikið gott í að hjálpa öðrum og skrifa."

"Þú ert svo vel heppnaður!"
Það myndi aðeins bæta eymd mína; þar sem það myndi láta mig hugsa um að "ég hefði bara notað aðra manneskju í eigin þágu, en ef þeir þekktu raunverulega manneskjuna á bak við lof þeirra myndu þeir dæma mig enn lengra inn í myrkrið en þar sem ég er nú þegar".

Á hverjum síðdegi um klukkan 4:00 kom einn vinur eftir að hafa beðið um leyfi og settist í stofustólinn minn, fór úr skónum og sokkunum, nuddaði fæturna og gaf þá aftur án þess að segja orð; hann var öldungur kvekara. Af innsæi skilningi sínum, sagði hann stundum stuttar athugasemdir eins og, "Ég skynja baráttu þína í dag" eða síðar: "Mér líður sterkari á þessum tíma; það gleður mig". Hins vegar, fyrir utan þessar stuttu athuganir, var hann oft rólegur; engin ráð kæmu á vegi hans. Honum tókst að finna einn stað í líkama mínum - nánar tiltekið iljarnar á mér - þar sem ég fann fyrir einhvers konar tengslum við aðra manneskju og nudd hélt mér í sambandi við mannkynið á óvæntan og djúpt róandi hátt.
Það sem vinur minn gerði fyrir mig mest af öllu var að vera til staðar þegar ég þurfti einhvern, til staðar í þjáningum mínum, hljóðlega en þægilega og áþreifanlega. Þó að það hafi aldrei verið auðvelt fyrir mig að tjá þakklæti mitt fyrir þá aðgerð að fullu, þá veit ég að það breytti miklu fyrir mig persónulega. Hann varð öflugt tákn fyrir hvers konar samfélag sem við verðum að skapa í kringum fólk sem lendir í erfiðleikum eins og þessum: sem hvorki ræðst inn í leyndardóm þeirra né yfirgefur þá; heldur fólki frekar inni í viðeigandi, heilögu rými tengsla þar sem einhvern veginn getur lækning átt sér stað.
Fólk á myrku hliðinni getur öðlast von um að það geti komist yfir á ljósu hliðina.

Eve Ensler er víða virt fyrir leik sinn The Vagina Monologues, sem er heimssmellur í viðbrögðum sínum við ofbeldi gegn konum og stúlkum. En Ensler varð sjálf fyrir ofbeldi í æsku; og ævilanga barátta hennar við að skilja líkamlega kvenkyns með krabbameinsgreiningu færði nýjan léttir í baráttunni.

Hlustaðu á þessi orðaskipti Eve Ensler og rithöfundarins Eve Ensler.

Þannig að árið 2010, á meðan þú hjálpaðir til við að koma á fót því sem myndi verða þekkt sem borg gleðinnar í Kongó, uppgötvaðir þú risastórt illkynja æxli í legi þínu - eitthvað sem þú barst saman við að Kongó kom með "heimsins líkama". Sagan þín varð táknræn fyrir nútíma konur - sérstaklega flestar vestrænar konur. Annars vegar erum við svo meðvituð um líkama okkar á meðan á öðrum tímum getur virst eins og við búum hann ekki að fullu eða vitum að við eigum alls ekki heima þar.

Rétt. Og hollustu þín sem talsmaður fyrir líkama kvenna um allan heim til að uppgötva þá er sannarlega hvetjandi.

Jæja, allt gerist smám saman og í skrefum. Allt ævistarf mitt hefur verið tilraun til að komast aftur inn í líkama minn; hvert leikrit táknar þessa ferð og tilraun til enduruppgötvunar á einhverju stigi. Þú heldur að þú þekkir sjálfan þig þangað til krabbameinið skellur á og svo skyndilega breytist allt aftur.

Eftir níu klukkustunda skurðaðgerð og allar slöngur og æðar sem koma út úr honum, áttarðu þig á því að þetta er í fyrsta skipti á ævinni sem þú hefur raunverulega fundið fyrir lífi í líkamanum. Sú upplifun var alveg ótrúleg: að vera hluti af líkama mínum í stað þess að vera aðskilinn frá honum á nokkurn hátt var ótrúlegt.

Nýlega hef ég verið að hugsa um að Descartes eigi skilið mikla sök fyrir menningu okkar í dag - hugmynd hans um að "ég hugsa, þess vegna er ég." Vestræn siðmenning er byggð á þessari ofurlifaða aðferð sem við höfum notað þegar við stofnuðum stofnanir; Þar af leiðandi erum við miklu fátækari fyrir það og stofnanir okkar finnast minna áþreifanlegar fyrir restina af samfélaginu. Við erum svo miklu minni fyrir vikið.

Þetta var svo fyndið af þér að segja! Á meðan ég barðist við krabbamein var ég vanur að endurtaka stöðugt „I Feel Why I Am". Að vera líkamlega til staðar gerir tilveru minni og andardrátt kleift að verða áþreifanleg upplifun af manneskju minni. Því miður hefur þessi hugmynd um hlutlægni - eins og heilinn gæti nokkurn tíma raunverulega aðskilið huglægt sjálf þitt - skapað stig sundrunar á jörðinni; þú getur lent í því að vera föst í hugsanakerfum sem koma í veg fyrir að þú opnir hjarta þitt að fullu.

Ég sótti viðburð nýlega þar sem taugavísindamenn, listamenn, skáld frá Sierra Leone og Norður-Úganda voru ásamt hugleiðingum. Við ræddum um búddíska „hjartahuga", að bæði hjarta og hugur eru eitt. Að auki byrjuðu vestrænir taugavísindamenn fyrst að rannsaka tíbetska búddamunka á meðan þeir hugleiddu; munkunum fannst þetta svo skemmtilegt að þeir byrjuðu að setja rafskaut beint á höfuðið á þeim...

Vísindin hjálpa okkur að viðurkenna að heilinn okkar er líffæri og að það sem við upplifum sem tilfinningar er líka geymt einhvers staðar í líkama okkar.

Ekkert er aðskilið. Þó að allt hafi kannski virst einangrað á einum tímapunkti, tengist allt núna beint við sjálft sig - það er það sem vekur mesta athygli mína við að vera á lífi núna: að skilja að allt utan við okkur sjálf er líka tengt. Ekki er hægt að stjórna fólki eða stjórna því án þess að losa sig fyrst við sjálft sig og hvert annað. Eftir því sem fólk tengist sjálfu sér og hvert öðru dýpra, því ónæmari verðum við fyrir því að vera stjórnað og uppteknum. Á þessum tímamótum sögunnar er tenging lykilatriði. Ég meina þetta ekki í hrokafullum eða sjálfsuppteknum skilningi - frekar hvernig við lifum daglegu lífi okkar á öllum sviðum með okkur sjálfum og með öllu í kringum okkur til þess að hlúa að yfirgengi og raunverulegum umbreytingum orkubreytinga.

Bókin þín um krabbamein endaði með þessari hugmynd um að við séum "fólk annars vindsins", sem er líka það sem þú virðist benda á núna.

Ég elska hugmyndina um að finna annan vindinn þinn, þegar þú finnur allt í einu auka eldsneyti eftir að hafa verið þreyttur af því að hlaupa of lengi og getur haldið áfram. Ég hef alltaf verið hrifinn af þessu fyrirbæri. Hvað er inni í þessu öðru vindrými - hvaða hluta okkar andlega eða líkamlega umlykur það eða samanstendur af? Þú hugsar ekki mikið um það áður en það kemur yfir þig!

Reynslan er meira heildræn.

Heildar líkamsvinna. Ég skynja að við gætum verið að ganga inn í annan vind mannkyns; eða kannski krefst þetta róttækrar endurstillingar og endurskilgreiningar á mannkyninu sjálfu.
Hvernig höldum við áfram hér? Ég trúi á möguleika þessa viðleitni; það eina sem þarf er að nóg fólk trúi þessu líka og sé tilbúið að taka höndum saman og taka þessum vindum sem blása í átt að okkur núna.

Joanna Macy er þekktust sem búddistakennari og fræðimaður, en ég varð fyrst að meta hæfileika hennar sem þýðanda á ljóðum Rainer Maria Rilke um aldamótin síðustu. Á meðan hann leitaði merkingar þar, tók Joanna Macy form sem svar við atburðum 20. aldar sem hann gat ekki spáð fyrir um; að verða umhverfisverndarsinni löngu áður en það kjörtímabil fór í heimsmál.

Hlustaðu á orðaskipti Joanna Macy og höfundarins, Brian Kelly.

Þegar ég las um þig og ástríðu þína sem umhverfisverndarsinni í mörg ár, var einn þáttur sem mér fannst sérstaklega athyglisverður að þú viðurkennir sameiginlega sorg okkar við að taka inn fréttir; þú vannst náið með fólki til að viðurkenna það og taka sorg þeirra alvarlega.

Sorg getur verið ógnvekjandi, þannig að lykillinn er að vera ekki hræddur við hana og takast á við hana eins vel og við getum. Að leggja það niður er aðeins til þess að skaða sjálfan sig enn frekar; og erfiðleikar okkar við að sjá hvað við erum að gera við heiminn okkar stafar ekki af afskiptaleysi eða fáfræði heldur af ótta við sársauka - eitthvað sem ég lærði þegar ég skipulagði mig í kringum kjarnorku á meðan og í kjölfar hamfaranna á Three Mile Island og Chernobyl.

Sá atburður var ef til vill ein af afgerandi augnablikunum í lífi mínu - að dansa við Guð.
Á tímum óþæginda og örvæntingar erum við beðin um að hlaupa ekki undan vanlíðan, sorg, hneykslun eða ótta. Þess í stað, ef við getum verið nógu óttalaus til að horfast í augu við sársaukann okkar án þess að hörfa í afneitun eða forðast allt saman,

þá breytir leið hans um stefnu; annars er það kyrrstætt; þegar við blasir beint og gefur tíma til umhugsunar um orsök þess með því að grípa í það og anda með honum þá breytist andlit þess líka - sýnir ást okkar og tengsl við lífið eins og annað andlit þess opinberar sig - sýnir það óumflýjanleika!

Ljóðræn hugsun getur verið gagnlegri til að nálgast vistfræðileg vandamál en dæmigerður staðreynda- eða röksemdadrifinn nálgun okkar, jafnvel fyrir svipaðar.

Það kemur í veg fyrir að fólk geti jafnvel viðurkennt að það sé í uppnámi vegna þess að það telur að það þurfi að hafa allar þær staðreyndir og tölur sem nauðsynlegar eru til að sýna fram á vitsmunalegan yfirburði til að stjórna vandamáli á áhrifaríkan hátt.

En við verðum óvart af staðreyndum og tölum og myndum; þær geta verið lamandi og lamandi. Kannski er það vegna þess að okkur skortir þá hæfileika sem nauðsynleg er til að takast á við sorg á gefandi hátt og breyta henni í eitthvað uppbyggilegt; eitthvað sem ég hugsa oft um sem blaðamaður og fjölmiðlamaður.

Það er rétt; heimur sem elskhugi og sjálf er einn og sami hluturinn, og það er fullkomlega skiljanlegt fyrir hjörtu okkar að brjótast fyrir þennan fallega en grimma heim. Það er mikil greind þar: menn hafa meðhöndlað plánetuna eins og hún væri bara enn eitt birgðahús eða fráveitu, tekið auðlindir út fyrir bíla og hárþurrku á meðan úrgangi okkar er hent í vötn hennar þar til það flæddi yfir getu sína; en jörðin okkar er ekki bara önnur auðlind til að nýta, þar sem við komum fram við hana eins og hún væri stærri líkami okkar: að anda henni að sér, smakka bragðmikla bragðið af henni á meðan við líkjumst við hvern hluta af okkur sjálfum. Nú er tíminn sem við virðum þessa undursamlegu flóru lífsins sem tekur alla þætti okkar í faðm sinn.

Nú horfi ég á höndina á mér meðan við spjöllum; það hefur margar hrukkur frá því að vera 81 árs en er tengt höndum eins og mínar í gegnum söguna. Þessar hendur lærðu að grípa, klifra, ýta upp á landflöt og vefa reyrkörfur sem hluti af daglegu lífi þeirra; það á sér ótrúlega sögu sem nær allt aftur til upphafs hennar - sem við erum hluti af sem manneskjur!
Þar sem við erum oft skoruð á að teygja okkur, er ekkert sem hindrar okkur í að finnast okkur fyrir þrýstingi til að auka ást okkar á þessum heimi, hvort sem heilsa hans batnar á komandi áratugum eða við teljum að hann lifi af. Núna er þín stund! Ekki láta ástina ráðast af því hversu lengi lífið gæti haldist ósnortið hjá þeim sem þér þykir vænt um - mundu einfaldlega að það skiptir máli að þú ert á lífi í dag.

Kafli 4: Ástarlærdómur

Ef við leitumst við að lifa vitrari lífi frekar en snjallara ættum við að leitast við að skilja hvað ást felur í sér: uppruna hennar og dýpt sem og hvenær og hvers vegna hún fjarar út.

Endurvakari ást sem bæði einka- og almannahagsmunir. Markmið mitt er að kalla fram þetta hugtak öðruvísi fyrir hjörtu og eyru - ekki síður flókið, en öðruvísi. Ást sem vöðvi. Ást sem seigla. Og ást sem félagsleg: ekki aðeins náin en samt opinber í einu! Markmið mitt er að leitast við holdlega hagnýta ást: eros sem fer yfir kynferðislegt aðdráttarafl en er áfram ástríðufullur fullnægjandi. Ásetningur í að elska krefst stöðugrar æfingu; ástina verður ekki aðeins að mæta þegar hún hittir, heldur má ná tökum á henni þegar hún er sem hæst á augnablikum. Skapandi tjáning brúar bilið á milli okkar, auk þess að draga úr þeim. Ljóðið talar beint til mannlegrar tilveru eins og hverja tilraun. Flestir hafa tilhneigingu til að dragast að einföldum lausnum með litlum erfiðleikum; en Rilke minnti unga skáldið sitt á: Við verðum að treysta á það sem erfitt er.

Náttúran þekkir engin landamæri eða hindranir þegar kemur að afkomu hennar og útþenslu, ver sig á nokkurn hátt sem hún getur og leitast við að vera sjálfri sér samkvæm þrátt fyrir andstöðu. Þó að við skiljum mjög lítið af því hvernig það virkar, er eitt enn öruggt - allt verður að lifa af, sama hvaða hindranir eru. Við vitum kannski lítið, en eitt er víst - náttúran verður að dafna án truflana og hindrana á vegi hennar. Að treysta á það sem er erfitt er vissa sem við getum ekki yfirgefið; einsemd er krefjandi; að eitthvað sé erfitt ætti aðeins að hvetja okkur til að takast á við það; að elska er önnur mikil áskorun - kannski erfiðasta verkefnið í öllu lífinu, endanleg sönnun og texti fyrir allt annað verk sem unnið er við undirbúning þeirrar ástarsögu sem við lifum núna.

Ást er bæði ofurstjarna dyggð dyggða og eitt mest misnotuðu orð ensku: Ég elska þetta veður og kjóllinn þinn eru tvö dæmi. Það sem við höfum gert með ástinni - möguleiki, nauðsynleg tengsl, athöfn - er að breyta henni í hversdagsvara: einkasambönd innan fjölskyldna þegar styrkur hennar liggur í því að fara yfir ættbálkalínur; rómantísk rómantík þegar rétt mælikvarði hennar ætti að vera viðvarandi, hagnýt umönnun; lifa því sem tilfinningu frekar en upplifun sem ætti að skilgreina daglegt líf okkar: að deila eða taka á móti ást er eitthvað sem allir leita að á hverjum degi í einni eða annarri mynd!

Grískir heimspekingar skilgreindu eros sem kraft kærleikans sem knýr langanir okkar áfram, einbeitir ímyndunarafl okkar um gleði og örvæntingu og skilgreinir mikið af

tilfinningu okkar fyrir fullkomnun. Það er filia - vinátta ást - og agape - samúð sem er lýst sem góðvild í garð náungans eða ókunnugra. Metta í Pali menningu þýðir kærleiksríkt - að hafa áhuga á að hjálpa fólki bæði þekkt og óþekkt á meðan þú ræktar það fyrir sjálfan þig sem hluta af "elskandi góðvild."
Trúarlegar samlíkingar eins og „samkennd“ sem „kviði“ geta verið bæði fallegar og vandræðalegar að jafnaði. Miðað við raunveruleika fæðingar, sýna þær óbeina margbreytileika hennar sem heiðarlega lýsingu á ástinni í heild sinni - frá ánægju og áhættutöku í gegnum fórn; endalaus hringrás af mistökum lærdóms til óendanlegrar gleði - og að lokum umhyggjusemi hversdagslega.

Hvað er ást? Farðu í ferðalag í gegnum frásögn lífs þíns til að útskýra hana.

Ég ólst upp með því að segja mér að segja ekki sannleikann um ást. Þó að ég hafi lært um að elska náungann í sunnudagaskólanum var hugmyndin ekki endilega útfærð á raunveruleikann með tilliti til lífsskilyrða og upplifunar.
Foreldrar mínir fetuðu ekki í fótspor afa þegar kom að hagnýtri beitingu trúarbragða í daglegu lífi. Kirkjan þeirra fylgdi ekki fordæmi hans heldur: sálmur hennar, "Elska guðdómlega, allar ástir framúrskarandi," var um Guð en ekki okkur; að elska svo ástríðufullur að maður gæti fórnað sjálfum sér var ekki æskilegt - samt sem áður sýndu ótrúlegar sögur eins og þær sem finnast í Ritningunni djúpleika þess. Á sama tíma, mótmælendatrú um miðja 20. öld, þar sem ég eyddi sunnudögum og miðvikudagskvöldum, las ritningarnar með auga fyrir nútíma mikilvægi: þetta skapaði umhverfi þar sem sjálfgerðir menn og fjölskyldur gátu þakkað og minnt á rétt og rangt á meðan þeir fengu næringu frá innra með sér og veita þannig næringu án líkamlegs ávinnings eða félagslegra áhrifa á samfélagslega mælikvarða.

Foreldrar mínir lifðu í gegnum hjónabandið sem hlutverkaleik. Þar sem hvorugur gat þekkt sjálfan sig nógu vel til að þekkja hvort annað nógu vel, var eina manneskjan sem þeir gátu tengt sig fullkomlega við. Móður minni hafði verið kennt að leita til mannsins síns til að fá fullnægingu á meðan hann barðist sjálfur við eigin innri djöfla - og skildi móður mína eftir að leita að því annars staðar í eiginmanni sínum.
Faðir minn annaðist fjölskyldu sína með öllu sem hann gat. Þetta gerði hann með prýði með því að leggja hart að sér og sjá fyrir þörfum þeirra; fyrir það mun ég alltaf vera gríðarlega þakklátur. Að auki studdi hann bæði menntun mína og fyrstu ævintýri - fyrir þetta er ég ævinlega þakklátur.
Faðir minn virtist stórkostlegur með það í huga að elska, en virtist samt alltaf vera hræddur við öll merki um að ást gæti komið inn í líf hans - þar með talið það sem kom innan frá honum sjálfum. Óttinn kom í veg fyrir að lífskraftur hans flæði frjálslega. Þótt hann væri stórfenglegur í útliti, virtust ástaráætlanir hans holóttar að innan; hann virtist hræddur jafnvel við vott af væntumþykju - þar á meðal frá sjálfum sér. Núna, áratugum of seint, skilst mér að sást dýrastaður hans hafi alltaf verið vakandi - innri

líkamsminni sem ég get nú aðeins komist að raun um áratugum of seint. Til að vera á undan vanþóknun hans, sem gæti orðið grimm á hverri stundu, heillaði ég hann með vitsmunum mínum og metnaði með því að vekja hrifningu á blaðamennsku og diplómatískum hætti - tilfinning hans fyrir sjálfum sér var útvíkkuð í gegnum þær á gríðarlega ánægjulegan hátt. Þegar ég ákvað að halda ekki áfram að gera það eða stunda blaðamennsku eða diplómatíu heldur leitast við merkingar og guðfræðispurningar í gegnum hjónaband frekar en að heilla hann pólitískt - þá skildi hann mér né fyrirgaf mér gjörðir mínar né fyrirgaf mér það heldur.
Hins vegar hélt ég í mörg ár fast við það sem var orðið fjölskyldumantra okkar: hamingjusamt heimili okkar; tveir elskandi foreldrar; hið fullkomna hjónaband þeirra. Þessi hápunktur þjónaði sem markmiði mínu; það gæti hafa verið rangt, en samt veitti það mér sjálfstraust sem fór fram úr öllum skynsamlegum mælikvarða - Matthew Sanford myndi kalla þessa tegund af frásögn "lækningarsögur."
Sjálfsörvandi er nauðsynleg, en sögurnar sem við segjum okkur sjálfum eru kannski ekki alltaf hagkvæmasta eða varanlegasta lausnin. Eftir að ég varð nógu sterk til að sætta mig við og lifa með sannleikanum um þunglyndi mitt á miðjum þrítugsaldri, byrjaði ég með hjálp frá viturri meðferðaraðila það langa ferli að afhjúpa og samþykkja raunveruleikann betur; að lokum gaf þetta lífi mínu endurnýjaða von og tilgang.

Ég hef upplifað villta siðleysi og giftingarsælu áður en ég fann sjálfa mig að upplifa grimmustu ást mína til þessa: móðurhlutverkið. Eins og allir hafa þessi sambönd haft sín hæðir og lægðir; stundum dafnaði mér vel á meðan annað varð stutt - lærði að fyrirgefa sjálfum mér þegar hlutirnir gengu ekki alveg samkvæmt áætlun; alveg eins og mín elskandi/elskuðu börn hafa þurft á mér að halda oftar en einu sinni fyrir að vera ófullkomnir foreldrar eða elskandi/elskaðar dætur.
Ég og Michael, faðir barnanna minna, hittumst við rómantískar friðsælar aðstæður í Skotlandi - heilluð af hrífandi fallegu landslagi þess - óútskýranleg segulmagn dáleiddi mig við fyrstu sýn. Á þeim tímapunkti í lífi mínu hafði ég þegar ferðast um heimsálfur, áorkað einhverju þroskandi á unga aldri og upplifað áhugaverð sambönd. Þegar ég tók þessa mikilvægu lífsákvörðun gaf ég mig upp fyrir hverri rómantískri gamanmynd með friðsælum endi sem ég hafði nokkurn tíma horft á og hverju ástarlagi sem hafði nokkurn tíma fengið tár í augun. Ég hélt fast við hugsjónaútgáfuna af hjónabandi foreldra minna í stað þess að takast á við raunveruleika þess; Ég og Michael elskuðum hvort annað innilega. Vinir alls staðar að úr heiminum komu víða að í brúðkaupið okkar í Skotlandi og þetta var óvenjuleg veisla, sú glæsilegasta sem ég hafði haldið. Hins vegar deildum við litlu hvað varðar bakgrunn eða líf okkar á milli; ekkert tengdi okkur umfram okkur sjálf þegar einn félagi gat ekki verið þar lengur.
Eins og svo oft í nútíma hjónaböndum vorum við ein eftir í lok okkar. Eftir að hafa flutt í burtu frá þeim sem þekktu og elskuðu okkur vel - eins og þá vini sem ferðuðust til að verða vitni að heitum okkar - er kjarnafjölskyldan bæði nýleg og banvæn að

elska: áður óþekkt krafa um að pör séu allt fyrir hvert annað, þar sem sagan endurtekur sig. eftir lag innan þess bergmálshólfs sem kallað er heim. Engin dyggð getur nokkurn tíma verið til ein: jafnvel þessi.
Eftir að hjónabandi mínu lauk fór ég inn í samhliða alheim sem hafði verið þar allan tímann; eitt meðal margra nútíma fórnarlamba langtímaástar sem fór úrskeiðis. Stranger enn er alhliða þrá okkar í rómantíska ást sem hugsjón og fullkomnun; ástarsöngvar og kvikmyndir eru áfram vinsælar tegundir afþreyingar. Eftir skilnaðinn skapaði ég velkomið heimili og hafði mikla ánægju af því að ala börnin mín upp á meðan ég eldaði kvöldmat fyrir gamla og nýja vini og fjárfesti í fallegum fjarlægum eignum.
Árin liðu þegar ég treysti mjög á vináttu mína og vinnunet til að fá stuðning; samt í mörg ár trúði ég að eitthvað vantaði - ást kannski?

Þessi saga er andstæða lækninga: hún lýsir skortinum í annars ríkulegri tilveru. Ég hef ást í lífi mínu í öllum sínum mismunandi myndum. Eftir að hafa aðlagast einhleypninni varð ástin mín stöðugri á óleikrænni hversdagslegan hátt. Dag einn skömmu síðar rann það upp fyrir mér að ástleysi mitt var ekki raunverulegt heldur frekar vegna skorts á ímyndunarafli eða of þröngrar túlkunar á ómissandi orði. Stundum finnst mér kæruleysi mitt sjálft sigra: þegar ég leitaði að ást vildi ég oft einfaldlega vera elskaður í staðinn - eitthvað sem leiddi mig inn á óþarfa braut í lífinu. Nú hefur markmið mitt hins vegar breyst og ég er að læra allt sem þarf að vita um ást - ævintýramaður sem er að byrja.
Áform um að ganga í gegnum lífið og iðka ást þvert á sambönd og samskipti finnst ótrúlegt ævintýri.

***

Framtíð getu minnar og okkar við að gera þetta saman er enn óljós. En góðar spurningar, spurðar af rausn og alvarlegar eru öflug tæki. Undanfarið höfum við tekið upp á því að ræða hatur í þjóðlífinu með því að búa til nýja glæpi til að marka tilvist þess - sérstaklega að búa til lagaflokka þar sem umburðarlyndi gefur sig og mannlegt eðli brýst út í versta falli - ég veit á hverjum snúningi, ég heyri orð eins og ást koma upp á yfirborðið sem þrá eftir sameiginlegu lífi - oft úr óvæntum hornum.

Þegar Bandaríkjamenn vinna að því að byggja upp sameiginlegt líf fyrir þessa öld stöndum við á ótrúlegum og órólegum tímamótum. Þó að við tökumst á við þá skelfilegu áskorun að finna upp sameiginlegt líf fyrir þetta tímabil, glímum við við sundrungu milli kynþáttar, tekna og stétta sem hafa lengi verið til en koma nú fram betur en nokkru sinni fyrr. Nýtt er einnig útbreidd sorgartilfinning yfir því hvernig heilandi sögur sem við höfum sagt okkur sameiginlega hafa mistekist. Það er ráðaleysi um alla Ameríku um hvar eigi að byrja í breyttum samskiptum við nágranna sem geta annað hvort gagnast eða skaðað velferð þeirra; samt vitum við ekki hvar eða hvernig

best er að nálgast að breyta samskiptum við ókunnuga sem við gætum haft áhrif á líðan hvers annars eða hvernig skaða velferð þeirra gæti haft áhrif á þeirra eða öfugt; hvorugt svarið kemur auðveldlega fyrir hvora hliðina; þessi ráðvillta kemur bæði pirrandi og hressandi á sama tíma: hvar á að breyta samböndum sem myndu bæta samskipti eða takast á við leiðir sem okkar eigin líðan gæti hugsanlega haft áhrif á þeirra eða skaðað þau beint - við vitum ekki hvar eða hvernig best er að byrja að breytast sambönd við ókunnuga sem við vitum ekki enn hvar eða hvernig breyta samskiptum okkar á milli eða breytingar sem byrja að breyta því hvernig við komum fram við þá ókunnugu sem eru nágrannar - til að breyta samböndum þar sem einhverjar breytingar myndu byrja að gera áhrifaríka leið og skaða þeirra? Hvorug hliðin veit hvar eða - né nokkur hugmynd hvar/hverja/n/hverja það mun byrja að breyta þessum tengslamun getur hafið breytingar sem við þekkjum ekki hvort annað en hver annar aðili að líðan hvorrar hliðar hefur neikvæð áhrif á hvort annað vel - eða okkar eiga. Það veit ekki hvar heldur og/þekkjumst ekki því veit ekki. Við vitum það ekki. Við vitum ekki hverja nágrannar okkar gætu skaðað eða breytt sjálfum sér - en vitum að þeir gætu eða skaðað / skaðað þeirra gæti skaðað þá eða breytingar gætu byrjað eða hvort þetta ferli myndi byrja breyting mun hefjast! veit ekki.. Þetta veit ekki. Þetta veit samt ekki við vitum það ekki þegar við skiptum um samband þar sem við breytum samböndum okkar eða vitum nema -og vitum ekki...Við vitum það ekki.. Þeir vita það ekki heldur! ekki heldur
En við viljum ekki lifa svona, ég vil ekki lifa svona.

Umburðarlyndi kenndi okkur að halda siðferðilegum eða andlegum athugunum fyrir okkur, geyma þær heima eða athuga þær við dyr vinnustaða eða náms. Þess í stað héldum við þessum tilfinningum nálægt, án þess að útvega þeim súrefni sem gæti kallað fram spurningar sem og svör sem hægt var að kanna hvert við annað í gagnvirkum samræðum. Á sama tíma urðu efnahagsleg rök eini tjáningarmiðill okkar um málefni sem snerta mannlíf eins og vinnu, menntun, innflytjendamál, flóttamenn, fátækt fangelsi í heilbrigðisþjónustu o.s.frv.
Endurskoðaðu þessi „mál“ sem áskoranir sem mannlífið stendur frammi fyrir og íhugaðu hvað er í húfi fyrir menn þegar þessi „mál eru í huga“, þar á meðal efast um beittar dyggðir og pólitíska/efnahagslega visku sem þarf að koma saman til að geta tekist á við árangursríka baráttu: framtíð mannlegrar köllunar; að refsa glæpamönnum á sama tíma og skapa rými fyrir endurlausn, meðhöndla útskúfað fólk, ókunnuga og léttir hungur á áhrifaríkan hátt á sílengjandi æviskeiði, hlúa að huga barna þannig að þau séu vel undirbúin til að sigla og skapa heiminn sem þau munu búa í; að hlúa að börnum okkar sem framtíðarleiðtoga - vegna þess að innst inni vitum við að menn eru miklu stærri og villtari og dýrmætari en nokkur efnahagsleg niðurstaða eða pólitísk ávísun getur táknað; að þeir geyma leyndarmál innra með sér sem aðeins þeir vita geta tjáð að fullu.

Svo hvað ef, eins og Elizabeth Alexander spurði á vígsludegi 2009 í Washington Mall, "ást er voldugasta orðið?" Þegar það er notað frjálslega í samtölum okkar og samskiptum, hvernig gæti þetta orð endurgert það og ögrað því á sama tíma og það veitir nauðsynlega innsýn fyrir frekari útreikninga og aðferðir? Skáld og stjórnmálamenn geta ekki axlað þessa spurningu einir, né spurningin sjálf. Þess í stað býður það hverju og einu okkar af einveru að hitta hvert annað í gegnum líflega þrá ástarinnar að verða meðvituð og heiðra sjálfsmynd okkar og berjast í fullum mæli. En það dregur okkur aftur út í fundur með víðáttu mannlegrar sjálfsmyndar. Andlegir snillingar og dýrlingar hafa lengi kallað mannkynið til að elska; félagslegir umbótasinnar breyttu lífi líka. Leiðtogar borgaralegra réttinda lögðu hart að sér til sátta við annað á sjöunda áratugnum í nafni ástarinnar. Pólitískar, efnahagslegar og kynþáttabreytingar þeirra hófust með það að markmiði að skapa „ástkæra samfélagið". Þegar ég ólst upp skildi ég ekki þessa hreyfingu eða sýn hennar með slíkum skýrleika, þó að hún hafi þróast alla ævi. John Lewis, sem nú er þingmaður frá Georgíu og fórnarlamb þess sem varð þekktur sem blóðugur sunnudagur, kom með það heim fyrir mig. John Lewis bauð mér í árlega borgaraleg réttindapílagrímsferð í gegnum Tuscaloosa, Birmingham, Selma og Montgomery - heilaga lóð þar sem borgararéttindahreyfingin átti uppruna sinn og John og aðrir gamalreyndir leiðtogar sem enn eru á meðal okkar hafa hjálpað mér að rifja upp svo margt úr fortíð minni. Þessi hreyfing sem þeir hófu var andleg árekstra innra með sjálfum sér og síðan við samfélagið í heild. Áður en þeir fóru í setu eða ferð eða ferð, lærðu þeir ritninguna, Gandhian hugsun, Aristótelíska heimspeki og Thoreauan verk eins og rit Thoreau til undirbúnings. Eins og þeir innbyrðis hagnýtar greinar kurteisi og hegðun - eins og góðvild, augnsamband, klæðast úlpum sem klæðast kjólum án óþarfa orða - innbyrðis eðlislæga greind um starfsemi mannsheilans í þessum reglum um þátttöku. Taugavísindamenn myndu nú viðurkenna þessar ranghala greind manna eins og taugavísindamenn fylgjast með þeim í dag. Ennfremur var ákafur hlutverkaleikur - þekktur sem félagslegur dramatík - þátt í, þar sem hvítir tóku hlutverk svarta sem verða fyrir áreitni á meðan aðgerðarsinnar af báðum kynþáttum leika hlutverk lögreglumanna finnst ógnað en undir skipun um að ná yfirráðum.

Ást var ekki einfaldlega tilfinning; það var tilveruháttur sem fór yfir gremjuna og breytti smám saman ofbeldi. Einstein notaði „hvað-ef" spurningar um að elta ljósið á hraða þess sem hluta af tilraun sinni til að skilja ljós og þyngdarafl; John Lewis notaði svipaðar spurningar og verkfæri félagslegrar gullgerðarlistar: hvað ef ástkært samfélag væri þegar raunverulegt, hinn sanni veruleiki og allt sem hann þyrfti að gera væri að innleiða hann þar til aðrir gætu séð?

Hlustaðu á þessi orðaskipti John Lewis og höfundarins, Sheldon May.

11 ára gömul fór ég frá dreifbýlinu í Alabama til Buffalo í sumarheimsókn með frænda mínum og frænku og nokkrum frænkum - í fyrsta skipti sem ég fer úr suðri - með von um að allt myndi lagast og trúi því að allt myndi lagast í lífið. Ég vildi trúa því og trúði því að hlutirnir myndu ganga upp á endanum.
Seinna áttaði ég mig á því að það er nauðsynlegt að hafa trú á því að það sem þú ert að vinna að hafi þegar átt sér stað og geti aðeins batnað héðan í frá.

Og lifa eins og?
Ímyndaðu þér að lifa eins og þú tilheyrir nú þegar, eins og þú værir þegar hluti af því samfélagi eða tilfinningu fyrir einni fjölskyldu og einu húsi. Sjáðu fyrir þér eða jafnvel trúðu því að það sé til, fyrir þig er það nú þegar til. Ég trúði því á fyrstu dögum hreyfingarinnar að raunveruleg samþætting fyrir tilfinningu okkar fyrir ástkæra samfélagi gæti aðeins orðið með því að vera hluti af hreyfingu hennar sjálfri, því í raun urðum við hringur trausts, hópur bræðra og systra þar sem sama hvort þú varst svartur, hvítur, norðlendingur, sunnlendingur - það var sama hverjir voru eða hvaðan; við vorum ein fjölskylda og eitt hús!

Sýn þín hefur ræst!

En fyrir okkur í baráttunni hefur undirbúningur verið lykillinn; Að læra friðarskapandi venjur eins og ofbeldi má ekki koma af sjálfu sér heldur verður að kenna og læra um það. Trúarbrögð og siðferði eru sammála um eitt atriði - við getum sagt að sérhver manneskja hafi innra með sér þætti guðdómsins sem menn ættu ekki að brjóta á nokkurn hátt. Enginn maður á rétt á að misnota þennan neista í öðrum mönnum. Einstaka sinnum ræddum við að þegar einhver réðst á þig, berði eða hrækir á þig, þá verður þú að horfa til lengri tíma og hugsa til baka þegar þessi manneskja var saklaust barn. Hvað gerðist? Var eitthvað rangt meðhöndlað eða kenndi einhver þeim að hata og misnota aðra? Í slíku tilviki verður þú að höfða til eðlislægrar gæsku þeirra sem menn frekar en að gefa upp von - þú gefur aldrei upp vonina um neinn!
Hér er tilvitnun í bók þína "Across That Bridge:" Borgararéttindahreyfingin var umfram allt ástarathöfn; samt núna, 50 árum síðar, myndu fáir nota það orð til að lýsa viðleitni okkar." Þetta sýnir það sem ég sagði bara; hluti af skýringunni liggur í ríkri og margþættri notkun þinni á ást - eitthvað sem flestir gera ekki vel!

Hvernig geturðu komið ást inn í raunveruleikann og málað myndir á striga? Eins og listamaður sem notar striga sinn. Hvernig getur fólk breyst úr punkti A í B eða jafnvel úr tveimur í þrjá og lengra? Á leiðinni til að elska það er mikilvægt að vera viðvarandi.

John Lewis segir það berlega skýrt: þetta ástarverk varpaði ljósi á fáránleika mannvæðingar undir merkjum kynþáttar og tókst að taka það í sundur. Í dag væri erfitt að ímynda sér að slík stefna heppnist - kannski er tími hennar þegar liðinn?

En í Birmingham finnst mér ég efast um eigin varkárni; John Lewis bendir hálfpartinn í gríni og hálf alvarlega að ofbeldislaus hlutverkaleikur ætti að verða hluti af þinginu, eitthvað sem hann lærði hálfri öld fyrr sem persónuleg þjálfun til að setja sig í spor annarra.
Martin Luther King flutti eina sláandi yfirlýsingu sem ég hef rekist á eftir að fjórar litlar stúlkur voru drepnar af eldsprengjuárás í 16th Street Baptist Church: „Lífið getur verið eins hart og deiglustál; en þrátt fyrir núverandi myrkur verðum við að halda áfram að trúa. í hvítu bræðrum okkar."
Að fullyrða trú okkar á mannkynið jafnvel á óvinum okkar og lifa í samræmi við það; út frá þeirri forsendu að ást sé til en hún þurfi aðstoð okkar við að gera hana raunverulega - gætum við ímyndað okkur slíka viðleitni núna?
Hálfri öld eftir að John Lewis lagði líf sitt í hættu til að tryggja samþykkt kosningaréttarlaganna í Hvíta húsinu, stöndum við frammi fyrir óloknu ástarverki þess. Án þess eru öll lög okkar ófullnægjandi og varasöm þrátt fyrir að hafa kosið svartan forseta með fjölkynja arfleifð sem er að mestu hunsuð þegar rætt er um málefni sem tengjast kynþáttum. Við kjósum litaða forseta sem viðurkennir bara einstaka sinnum kynþáttamál þegar hann talar um þau opinberlega þrátt fyrir að forseti hans viðurkenni kynþátt.
Sem Bandaríkjamenn skortir okkur enn skilvirkt tungumál til að ræða kynþáttafordóma. Kynþáttafordómar er eitthvað sem við flest höfum andstyggð á og samt geta of mörg lituð börn ekki náð mannlegum möguleikum sínum og sum standa jafnvel frammi fyrir líkamlegri hættu frá fæðingu sjálfri - þessi grimma verndareðli sem liggur að baki hverju ástarsambandi er einfaldlega ekki til staðar hér í Ameríku; samt sem áður erum við langt frá því að vera samfélag án aðgreiningar með jafnan rétt allra meðlima þess. Það sem hefur ef til vill breyst er að viðurkenna þetta allt í auknum mæli á meðan við iðrumst fyrri brota, þó að engin skýr leið framundan hafi enn verið lögð fyrir okkur til að álykta um að vinna á áhrifaríkan hátt áfram með aðgerðaáætlunum og nauðsynlegum næstu skrefum.

"Við" er notað meira ígrundað hér. Til að bregðast við aukningu kynþáttaóeirða í upphafi tuttugustu og fyrstu aldar, viðurkenni ég viðbragðsfljótandi viðbrögð mín að líta á kynþátt eingöngu í gegnum húðlit - með öðrum orðum, sem mál sem varðar fyrst og fremst litað fólk. Samfélagið okkar ætlast til þess að litað fólk komi fram sem hugsjónafólk innra með okkur til að takast á við og lækna kynþáttafordóma - þeir ættu að leiða fram á veginn í átt að sáttum.
Þeir gera það oft. Árið 2015 var Fáni Samfylkingarinnar loksins tekinn niður úr ríkishúsum í nokkrum suðurríkjum og færður á söfn; en ekki áður en hann var notaður til að fremja hrottalega skotárás á níu afrískum Bandaríkjamönnum inni í kirkju í Charleston af ungum hvítum yfirburðamanni. Þennan sama dag og næstu daga töluðu ættingjar hinna myrtu opinberlega til að fyrirgefa og lýsa áhyggjum sínum af

þessum unga manni á meðan þeir deila sorglegum minningum sínum um mæður, feður, systur, bræður, börn. Á næstu vikum fór mynd sem sýndi Leroy Smith frá South Carolina State Trooper Force leiða hvítan yfirburðamann varlega aftur í sæti eftir að þeir urðu yfirkomnir af hita á fundi þar sem mótmælt var flutningi fána Samfylkingarinnar. Það sem Smith sá, samkvæmt blaðamanni New York Times, var einhver í vanlíðan: eldri herramaður með alvarlega heilabilun: hann sagði að þó að hann væri undrandi yfir allri heimsathygli sem fengist hefur fyrir þessa mynd, vonar hann að hún hjálpi samfélaginu að komast lengra en nýleg uppkoma. hatur og ofbeldi. Aðspurður hvers vegna myndin hafi haft svona áhrifarík viðbrögð gaf hann eina einfalda skýringu: ást. „Kærleikurinn er það sem sameinar fólk," sagði þessi þróttmikli en mjúkur hermaður, sem er aðeins fimmtugur, „og þetta er ástæðan fyrir því að svo margir voru hrærðir yfir því.

Ást er kannski ekki alltaf fyrsta viðbrögð okkar þegar ofbeldisfullar og ólöglegar aðgerðir eiga sér stað milli manna. Reiði má einnig líta á sem gild siðferðileg viðbrögð á fremstu víglínu óréttlætisins sem hefur leitt málið í ljós um kynþáttatengsl í Ameríku. Ofbeldislaus nálgun borgararéttinda öldunga finnst oft ófullnægjandi í spennuþrungnu borgaralegu rými nútímans; ást hennar getur stundum virst óraunhæf eða óframkvæmanleg.

Á sama tíma tel ég hins vegar rétt að árétta að rými þar sem hræðilegir atburðir hafa átt sér stað skilgreina okkur ekki algerlega sem einstaklinga eða fólk. Þó að sameiginlega og pólitískt stöndum við frammi fyrir ómaklegum spurningum um endurbætur á lögreglumenningu, velferð litaðra og misrétti innan borgaralegra strúktúra - eru þeir áfram órjúfanlegur hluti af daglegu lífi þar sem kröftug hegðun - órómantísk raunhæf ást - hefur vald til að móta veruleika sem getur með tímanum staðið frammi fyrir og mótað stærri áskoranir með tímanum.
Sem einhver sem trúir eindregið á kraft orðanna, kann ég að meta hvernig hinn frægi lögfræði- og kynþáttafræðingur John Powell opnar umræðuna um kynþátt í umræðu sem snýst um að tilheyra. Ráð hans og viska hafa orðið eftirsótt í fremstu víglínu endurnýjuðrar angistar og þrá vegna kynþátta. John Lewis og aðrir borgaraleg réttindaleiðtogar eru kannski eldri, en hann lærði samt heilmikið af þeim. Forfeður hans voru þrælar og hluthafar; í Stanford stofnaði hann Black Student Union þar. Hann segir mér að hann hafi lifað nógu lengi til að upplifa það að vera negri, síðan svartur, síðan Afríku-amerískur; þess vegna skilur hann bæði hraða og hægfara umbreytingu samtímis; þannig lögð áhersla á nauðsyn þess að hafa báðar breytingar í huga þegar við skipuleggjum aðferðir okkar og markmið um breytingar.
John Powell telur að kynþáttur sé svipaður þyngdarafl: upplifaður af öllum en þó aðeins minnihluti skilinn. Samt hefur kynþáttur aldrei verið eiginleiki sem sumir búa yfir á meðan aðrir gera það ekki - heldur snýst það um sambönd sem eru mótuð. Mér finnst að merki eins og forréttindi og réttindasviptingar geta virkað eins og ílát - þau

geta gert okkur erfiðara fyrir að ímynda okkur og finna sameiginlegan grundvöll sem manneskjur. John Powell skilgreinir "hvítleika" sem menningarlegan hátt sem gengur yfir menningu og ímyndunarafl, jafnvel þar sem frásagnir þriðju persónu virðast ráða vestrænni menningu. Hvítleiki er hluti af kjarna siðferðis þess - að drottna yfir og lúta náttúrunni - sem ég ólst upp í í miðri Ameríku þar sem margir sjálfgerðir menn og konur náðu árangri á meðan þeir voru einir og einmana.
VEFUR. DuBois benti á „litalínuna" sem eitt helsta vandamálið sem samfélagið stendur frammi fyrir á þessari öld. Það sem vekur athygli er að nútímalíf býður okkur upp á þá erfiðu gátu litblinduvitundar: jafnvel með góðum fyrirætlunum og lögmálum sem sett eru í þessum dúr, þá eru eðlishvöt okkar og viðbrögð sem erfist frá umhverfi okkar og innprentuð inn í veru okkar enn of innbyggð til að taka meðvitaða ákvörðun. Það er litalína sem rennur í gegnum huga okkar, samt vorum við ekki meðvituð um tilvist hennar fyrr en nú. En John Powell er djúpt á kafi í nýjum vísindum um „óbeina hlutdrægni" sem gefur okkur leið til að takast á við hana. Mannlegt eðli býður okkur áskorun, þó að stefnur geti aðstoðað og hraðað uppfyllingu hennar með því að skapa nýja reynslu sem ýtir undir eðlislæga hegðun á sama tíma og opnar efna- og eðlisfræðilegar leiðir til framfara. Þessi nálgun veitir gagnlegan og einfaldan ramma til að skilja hvað við áttum við þegar við þráum varanlega hugarfarsbreytingu, á meðan John Powell og aðrir eru farnir að bjóða borgaryfirvöldum, lögreglusveitum og skólum þjálfunaraðferðir byggðar á þessum nýju vísindum.

Hlustaðu á hljóðskipti milli John Powell og höfundarins, hér.

Nýlega hafa vísindamenn áttað sig á því að mikið af vitrænum og tilfinningalegum viðbrögðum okkar við heiminum eiga sér stað á ómeðvituðu stigi. Þó að samfélagið hafi fjarlægst að ræða kynþátt vegna viðleitni okkar til að komast út fyrir Jim Crow tímabil og umræður um yfirráð hvíta, var meðvitundarlaus okkar að segja meðvituðu sjálfum okkar að hætta að reyna svo mikið; kynþáttur myndi enn vera djúpt innbyggður í líffræði, mannvirki, fyrirkomulag og fyrirkomulag svo við skulum halda áfram að tala um það í stað þess að gleyma því algjörlega - og það brást sterklega við þegar kynþáttur kom upp aftur í samtölum eða meðvitund.
Ábending þín um að þrælahald væri annað af tveimur „foreldrum" núverandi hvernig við lítum á kynþátt var algjörlega forvitnilegt, en þú gerðir líka áhugaverðan greinarmun á því að uppljómun væri annar hugsanlegur áhrifamaður á hvernig við lítum á kynþátt í dag. Ég er sammála þeirri hugmynd.
Frá uppljómuninni höfum við trúað því að meðvitaðir hugar hafi aðgang að allri þekkingu. Þeir kenndu okkur líka að vera sanngjörn.

Já, Bandaríkin tengdust mjög einstaklingshyggju og sjálfstæði, jafnvel þótt aðrir hópar væru ekki meðhöndlaðir jafnt; hugsaðu um hópa eins og Afríkubúa, Indverja, konur eða einhvern sem tilheyrir ekki hvítum karlmenningu sem voru ekki frjálsir.

Ennfremur benti hybris The Enlightenment Project til að þeir gætu stjórnað öllu í kringum sig þó að við getum varla haldið okkur í skefjum!

Og árið 1980, þegar við höfum þessa umræðu, gætum við sagt: "Við skulum ekki einblína á kynþátt; við skulum bara koma fram við alla sem einstaklinga. Af hverju eru svona margir flokkar?" En nú útskýra vísindi hvers vegna hugur okkar virkar svona; flokkar eru það sem gerir heilanum okkar kleift að vinna úr heiminum - án flokka værum við einfaldlega ekki til sem tegundir.

En ástandið þar sem hvert og eitt okkar lifir í einangrun - sem þú tengir við hvítleika sem tengist yfirráðamenningu - getur ekki haldið áfram, né talist æskilegt, og við höfum náð þeim mörkum að sannfæra okkur um að svo sé.

Það eru svo mörg orðatiltæki sem hjálpa okkur að viðurkenna þetta. Þegar fólk talar um að þurfa að gera hluti til að tengjast, gerir það lítið úr raunveruleikanum: Við erum nú þegar tengd; það eina sem við þurfum að gera er að vera meðvituð um þessi tengsl og lifa hana að fullu. Hugsaðu um aðskilnað: það er formleg leið til að segja: "Hvernig get ég neitað tengingu okkar?" Hugsaðu líka um hvítleika: forveri hans í Ameríku trúði því að einn dropi af svörtu blóði - hvað sem það kann að þýða - myndi eyða hvítleika; Í raun eru flestir hvítir Bandaríkjamenn með svört gen - eitthvað sem flestir hvítir Bandaríkjamenn búa yfir á einhverju stigi en gerðu sér ekki grein fyrir að væri til innan. Það kemur í ljós að flestir hvítir Bandaríkjamenn hafa í raun að minnsta kosti nokkur svört gen til staðar einhvers staðar í líkama sínum!
Hvítt blóð og svart blóð hafa lengi blandast saman og með því að afneita hvort öðru afneitum við okkur sjálfum eins og engum öðrum er hægt að neita; öll tengsl eru til innra með okkur einum. Hvernig viðurkennum við og fögnum þeirri staðreynd?

Þegar við leitumst við að sigrast á tungumáli og hegðun sem hefur klofið okkur, kann ég virkilega að meta notkun þína á tilheyrandi tungumáli. Vinsamlegast segðu mér hvað þetta þýðir fyrir þig og hvers vegna þetta gæti verið öflugt til að færa okkur út fyrir þennan gjá.

Mannleg tilvera er háð því að tilheyra. Sambönd eru lykilatriði fyrir velferð okkar; Ég hélt nýlega fyrirlestur um heilsu. Ef þú finnur fyrir einangrun geta heilsufarslegar afleiðingar þess verið langt umfram þær sem stafa af reykingum, offitu eða háum blóðþrýstingi: bara að vera einangraður! Þess vegna eru hópar eins og samtök fatlaðra réttinda eða kynþáttamiðuð til eingöngu til að gera þetta að tilheyra; líttu bara á Black Lives Matter eða svipuð samtök -- aðalmarkmið þeirra er að gefa þessa yfirlýsingu um aðild og tilheyrandi; á endanum hefur skynjun okkar á einum áhrif á hvernig við lítum á okkur sjálf og skilgreinum hvert annað."

Rétt.
Og svo þegar við skilgreinum aðra í mikilli fjarlægð frá okkur sjálfum þýðir þetta að skera burt stóra hluta af okkur sjálfum. Í fyrstu umræðum um samþættingu skóla, fullyrtu hvítir aðskilnaðarsinnar að það gæti valdið því að svört og hvít börn myndu sambönd, giftast og eignast börn saman ef samþættir skólar væru til; á meðan borgaraleg réttindaleiðtogar sögðu „Þetta snýst ekki um hjónaband". Að lokum reyndust þau rétt - þegar fólk kemur saman lærir það að elska hvert annað og þetta breytir samfélaginu sjálfu; jafnvel sumir geta endað með því að giftast hvort öðru og eignast börn saman þar sem þeir gætu breytt samfélaginu sjálfu! Þegar fólk hefur áhyggjur af því að samfélagið hafi neikvæð áhrif á samfélagið munu breytingar eiga sér stað; þegar fólk hefur áhyggjur af því að samfélagið gæti gjörbreytt samfélaginu þegar fólk hefur áhyggjur af því að það að vera samkynhneigðir gæti breytt efni þess. Þegar fólk hefur áhyggjur af því að samkynhneigðir séu til staðar geti breytt samfélaginu of mikið; á sama hátt þegar fólk hefur áhyggjur af því að samfélagið gæti gjörbreytt samfélaginu eða breytt efni þess. Þegar fólk hefur áhyggjur af því að það að vera samkynhneigðir myndi trufla samfélagið þegar fólk hefur áhyggjur af því að samkynhneigð gæti á einhvern hátt breytt efni þess. Þegar fólk hefur áhyggjur af því að það að vera samkynhneigðir til staðar muni gjörbreyta samfélaginu þegar fólk hefur áhyggjur af því að það að vera samkynhneigðir til staðar muni einhvern veginn hafa áhrif á samfélagið sem einhvern veginn veldur breytingu eða truflun getur líka átt sér stað, óháð því. Þegar fólk hefur áhyggjur af því að samkynhneigð sé á einhvern hátt breytilegt samfélaginu sjálfu þegar fólk lærir í raun og veru að það að hafa homma viðstadda gæti breytt efni svo fljótt! Þegar þessar áhyggjur koma upp á yfirborðið um efnisbreytingarnar mun samfélagið hafa of harkalegar breytingar á efni þeirra! Þegar þessar áhyggjur koma upp frá slíkum skoðunum eru bara enn ein ógnunin vegna þess að samkynhneigðir í kringum sig gætu bara breytt efninu svo miklu hraðar að það að þurfa að breyta samfélaginu jafn mikið og róttækt með því að hafa homma til staðar er ekki gagnlegt þegar maður sér svo auðveldlega róttækan breytingu með því að hafa stöðu þeirra. of fljótt vegna aukins þrýstings til að eiga sér stað meira sem afleiðing af of fljótt! Þegar hommar almennt er bara vegna þess að hafa homma með. Þegar það er fjarlægt einfaldlega vegna þess að það að hafa jafnara fólk meira getur annað hvort verið samþykkt að fólk hafi í raun og veru samkynhneigð fyrir neikvæðum áhrifum þetta allt of fljótt! Þegar LGBT fólk hefur bara ekki nóg eða að óttast samfélagið sjálft en að vera samkynhneigðir er litið öðruvísi vegna þess að hafa bara verið teknir aðra, vel vegna þess að þeir láta þá vera með þá getur það breyst en að hafa fólk til staðar er of fljótt þá að verða ásættanlegt þýðir að fólk hefur áhyggjur með tímanum en nauðsynlegt er vegna þess að það er talið bara slíkt eða hefur verið gert fyrir að vera minna en að láta annað breyta samfélaginu. Þegar þetta gæti haft í för með sér eitthvað sem breytist sem veldur því að sumir koma inn eins og "er bara að fá það álitið að það sé auðvelt að vera of mikill eða svo hræddur, svo miklu meira (þ.e. gæti leitt til þess en

að verur séu til, þegar einhver í sjálfum sér (fyrir að hafa en að vera með LGBT) meðlimir bara svo. Þegar þú hefur áhyggjur af því að vera með homma út...
Fólk hefur áhyggjur af því að fleiri latínumenn í samfélögum okkar muni breyta því hvað hjónaband þýðir í raun og veru - þeir hafa rétt fyrir sér! Þegar fólk trúir því að það að hafa marga Latinóa sem búa hér muni umbreyta Ameríku, þá hafa þeir líka rétt fyrir sér. Við erum stöðugt að búa til hvort annað, hvort sem við gerum okkur grein fyrir því eða ekki; hluti af því gæti stafað af ótta við að eitthvað sem okkur þykir vænt um gæti breyst með því að fleiri Latinóar bætist við hópinn; Hins vegar gæti það í raun endað með því að skapa enn sterkari tilfinningu fyrir samfélagi sem myndar "við". Ef rétt er gert, búðu til eitt stórt sameiginlegt „við"!

En þeirri áskorun, sem þú varst að lýsa, er ekki hægt að bregðast við með lögum, stefnum eða umbótum í skólum einum saman. Ég vil frekar nota tungumál Dr. King og John Lewis um "ástkæra samfélagið" - eitthvað sem þú ert að nota sjálfur.

Það er satt. Síðan þá höfum við lært nokkra lexíu. Til dæmis, á sínum tíma lögðum við að jöfnu aðlögun og aðlögun; Arthur Schlesinger talaði um þetta í sumum verkum sínum. Það var greinilega ónákvæmt: Við munum ekki öll bræða saman inn í hvort annað. Engu að síður ættu ástkær samfélög að vera til á öllum mælikvarða: staðbundin og hnattræn samfélög jafnt sem umfram fólk; Ég tel að það að lifa á þennan hátt endurspeglast í mismunandi skipulagi til að skipuleggja samfélagið á skilvirkari hátt.

"Saman held ég að við getum lært að slaka á; þá þurfum við ekki að óttast kraftinn."
Já, það getur ýtt okkur út fyrir það sem er þægilegt eða hver við erum núna; en ég held að við þurfum hjálp við að komast þangað; núna leyfir tungumálið okkar það ekki vegna þess að Enlightenment Project notar enn hugtök eins og: "Þú getur verið hvað sem þú vilt; stjórna og móta eigin örlög." Jafnvel hugmyndin um fullveldi er umdeild þar sem ekkert samfélag eða þjóð býr yfir slíkum réttindum;
Við erum öll til í samböndum - hvort sem þau eru góð eða slæm, þau eru til á meðal okkar allra.

Allt í lagi, það sem var sérstaklega róandi við það sem þú sagðir um að tilheyra og endurskipuleggja samskipti okkar hvert við annað var athugasemd þín um að við höfum tilhneigingu til að einbeita okkur að klasa mála - kynþætti, tekjuójöfnuði, skólum, glæpum, fangelsun, aðgreindum hverfum - frekar en einstaklingum eins og kynþáttahatur, tekjuójöfnuður, glæpir í skólum eða skortur á náttúruauðlindum (á heimsvísu). Þó að öll þessi vandamál séu til sem einstaklingsbundin áhyggjuefni; þegar það er sett saman verður það yfirþyrmandi og lamandi - ekki það að verkefnið að tilheyra sé auðvelt heldur..

Nei, en ég held að kannski gæti þessi æfing opnað huga okkar á nýjan hátt og opnað tækifæri til aðgerða.

Ég er sammála. Ein ástæða þess að vandamálin virðast óyfirstíganleg er sú að við erum að nota árangurslaus verkfæri til að skilja og taka á þeim; í raun táknar þetta djúpstæða hugmyndabreytingu - eins og reynt sé að líta á tölvur sem fínar ritvélar! Eins og með ritvélar, þegar reynt er að skilja tölvur sem nota ramma ritvéla getur það verið fyrirferðarmikið og árangurslaust - þú verður að skoða þessa hugmyndabreytingu frá grunni eða nota aðrar gerðir eins og bíla þar sem fólk hugsaði um þær í upphafi eins og hestlausir vagnar - myndlíkingarnar brotna. niður og virka ekki á áhrifaríkan hátt. Núna erum við að reyna að nota tungumál frá einstaklingseinkenni og uppljómun - eins og einstaklingshyggju - til að skilja eitthvað sem felur í sér eitthvað allt annað. Þetta gerir samtalið mjög flókið. Ég segi nemendum mínum þetta stundum: Ef þú vilt dreifa mislingum um San Francisco, þarf bara einn dropa á einhvern.
Farðu bara í BART (neðanjarðarlestarkerfið okkar) á hvaða annasömu degi sem er og afhjúpaðu það; þegar skilaboðin þín hafa náð til nógu margir munu sambönd þeirra sjá um restina af vinnunni fyrir þig. Að finna hvar beygingarpunktur liggur innan kerfis mun fylla það að öllu leyti.

Því vaknar spurningin um hvernig við getum hlúið að því að tilheyra samfélagi?

Hvernig getum við gert það smitandi? Fólk þráir samfélag en skortir samt trú á ást - í staðinn faðmar það reiði og hatur sem öflug öfl í staðinn. Ást virðist vera of mikil vinna þegar það eru áhrifaríkari verkfæri þarna úti eins og reiði eða hatur sem gefa yfirlýsingar án þess að orð séu nóg. Og samt þegar við tökum þátt í heiminum, telja margir að það sé miklu betra að skipuleggja reiði og hatur - eins og sést af tveimur öflugum persónum eins og Gandhi og séra Dr. King. Nelson Mandela komst upp úr mikilli byltingu; en þegar ég hitti hann útbjó hann ást. Þrátt fyrir að hann hafi boðið snemma lausn úr fangelsi, neitaði hann nema það fæli í sér endurskipulagningu Suður-Afríku og uppbyggingu ástkærs samfélags frekar en að skapa stjórn svartra yfir hvítum. Jafnvel í dag er hann vinsæll um Suður-Afríku og um allan heim.

Þannig að ég held að hluti af því felist í því að þurfa ekki að ímynda sér að gera hlutina skref fyrir skref; við heimtum lífið, bæði okkar og annarra, fögnum því og tökum þátt í því og tökum þátt í því að fullu. Svo fyrir mér er spurningin ekki "hvernig komumst við þangað", heldur "hvernig búum við?" Í heilbrigðri fjölskyldu eða samfélagi segjum við ekki aðeins að okkur sé annt um hvort annað heldur lærum við í raun að hugsa um hvort annað og fagna þeirri staðreynd; stefna getur aðstoðað þetta viðleitni eins og lög miskunnsama Samverjanna en það verður allt að koma frá þeirri tilfinningu að við deilum hvert öðru - að ást sé á milli hvers og eins.

** **.. * Þessum texta þarf ekki að bæta við hér af læsileikaástæðum þar sem þessi hluti verður auður.
Ég held áfram að koma aftur að þessu bili á milli þess sem við erum núna og hins fullkomna sjálfs sem við viljum verða - og hvernig er best að nálgast það að opna það á áhrifaríkan, gagnlegan hátt. Búddísk sálfræði veitir mér stuðning við að skilja að sérhver mikil dyggð hefur "nálæga óvini", viðbrögð sem koma frá umhyggju fyrir einhverjum en leiða okkur inn á árangurslausa braut. Líta má á sorg sem einn slíkan nálægan óvin samkenndar og kærleika. Næmni víkur fyrir samkennd; samt geta áhrif þess oft lamað okkur með tilfinningum um að ekkert sem við gerum muni skipta neinu máli - eitthvað sem Roshi Joan Halifax lýsir sem „sjúklegri samkennd". Á tímum gríðarlegrar þjáningar í kringum okkur er hægt að yfirstíga mörg okkar með samúð með þeim sem eiga um sárt að binda. Þegar þetta gerist kemur samkennd við sögu og ástin er áfram til staðar þrátt fyrir allt.

Það eru augnablik í opinberu lífi, öðru hverju, þegar við verðum mjög meðvituð um tengsl okkar hvert við annað og höldum áfram að mæta í gegnum sorgarstundir. 11. september 2001 er slík tilefni. Fellibylurinn Katrina gæti einnig hafa þjónað þessum tilgangi þótt við minnumst hans sjaldan sem slíks. Kynþáttaútskúfun, rótgróin fátækt og varnarleysi í umhverfinu skullu saman í harmleik þegar þúsundir í New Orleans leituðu skjóls undir ómannlegum aðstæðum innan flóðvatns borgarinnar þeirra; eins og áhorfendur horfðu á dag eftir dag þegar embættismenn FEMA lýstu þessum veruleika með miklum andlegum skýrleika: „Við erum að sjá fólk sem við vissum ekki að væri til".

Í nokkra daga vorum við agndofa yfir því að vitna og mæta. Hvernig gat þetta gerst? Hvað þýðir það að vera nágrannar okkar? Stór skoðanakönnun á þeim tíma, samkvæmt John Powell, sýndi að 70 prósent Bandaríkjamanna myndu styðja skattahækkanir til að draga úr mannlegri kreppu í New Orleans; peningar eru oft þannig sem Bandaríkjamenn sýna þakklæti okkar á því sem skiptir máli í lífinu, þetta myndi jafngilda byltingarkenndri, alríkisástaryfirlýsingu!
Eftir það hættu myndirnar hins vegar og athyglin færðist yfir á vanhæfni FEMA; við snerum okkur frá því að ræða ástina vegna þess að við gátum ekki lifað hana; samt er spurningin um ást enn brýn í New Orleans og hverju bandarísku samfélagi; fátækt er til við hlið kynþáttar; þessi samsetning er lamandi og stangast á, samt sem sjálfskapað fólk erum við aðeins byrjuð að taka eftir tilvist hennar innra með okkur.
Og samt, og enn, er óróleiki að myndast í kringum „tekjuójöfnuð".

Sótthreinsandi tungumál eimar mannlegum leikritum okkar í pólitíska og efnahagslega kassa og heldur okkur aðskildum frá rótum þeirra. Samt sem áður virðast fleiri og fleiri okkar tilbúin að opna augun, velja að sjá kjarna málsins sem þungamiðju, halda spurningunni um ást fram yfir alls kyns hugmyndafræðilegan, pólitískan eða efnahagslegan ágreining. Skoðanakannanir, leið okkar til að taka borgaralegt hitastig, sýna þennan raunveruleika glögglega: tekjuójöfnuður er mál sem fer þvert á flokka. Það hafa verið gagnstæðar hvatir umönnunar sem koma fram þvert á trúar-, veraldlega og stéttarlínur og þvert á tekjuþrep; eins og mörg okkar muna að við eigum saman og viljum láta það loforð rætast.

Systir Simone Campbell er ein af mörgum einstaklingum sem leggja sitt af mörkum til að gefa þessum systrum form og rödd. Hún varð þekkt sem eitt af andlitum „Nunnur í strætó", ferðalagi árið 2012 sem kom alls kyns fólki út á götur til að taka á móti þeim og hlusta á það sem það hafði að segja sem og að láta í sér heyra. . Ef við verðum að flokka hana, fellur hún fast á framsækna hlið bandarískra stjórnmála. En hún stendur í sundur í pólitísku og andlegu tilliti - miklu nær okkur öllum, eins og ég vil leggja áherslu á, en þær raddir sem eftir eru með alhliða svör sem taka svo stóran hluta af okkar borgaralega umræðurými. Hún er virk kaþólsk systir, lögfræðingur, hagsmunagæslumaður og alvarlegur Zen-iðkandi með rætur aftur til borgaralegra réttinda. Árið 1967 tók hún heit með Systrum félagsþjónustunnar - einn af mörgum minna þekktum afleggjum Benedikts hefðar. Sem yfirmaður samfélags síns varð stofnandi reglunnar fyrsti kvenkyns stjórnmálamaður í Ungverjalandi. Hún velti því fyrir sér upphátt hvort Guð væri virkilega að líta niður á þá sem reyndu að þerra tár þeirra sem þjáðust, myndi hann þá líka blessa þá sem unnu að því að tryggja að tárin streymdu ekki frjálst í fyrsta lagi?

Systir Simone er framkvæmdastjóri NETWORK, lítillar hagsmunagæslustofnunar sem stofnuð var árið 1972 í Washington D.C. af 47 kaþólskum systrum með upphaflega söfnun upp á $187. Árið 2012 notuðu þeir kynningu sem fékkst vegna vantrausts Benedikts páfa af Vatíkaninu sem skiptimynt gegn því sem varð þekkt sem Ryan-fjárlögin, sem lagði til að skera niður áætlanir sem þjóna „þeim sem eru viðkvæmustu á meðal okkar. Ég dáist að því hvernig systir Simone orðar stefnusýn NETWORK tuttugustu og fyrstu aldar sem „að setja lifandi arfleifð fyrir komandi kynslóðir".

„Að nefna lágmarkslaun", „búa til fjárhagsáætlun sem gagnast öllum 100 prósentum" og „bæta auðsmuninn" – allt bendir til þess að reynt sé að laga rifið efni, frekar en einfaldlega að taka á tekjuójöfnuði sem stærðfræðilega útreikninga.

Systir Simone sker sig líka úr því hvernig hún talar um leiðtoga repúblikana sem eru fulltrúar pólitískra keppinauta hennar í stjórnmálum snemma á 21. öld. Til dæmis, meðan á umræðum okkar stóð, lýsti hún aðdáun og einlægri ást á Paul Ryan (Ryan er nú formaður fjárlaganefndar þingsins og forseti þingsins), og sagði sögur um hvernig samskipti þeirra hafa verið gagnleg fyrir þá báða, jafnvel innan slíks andstæðs ramma. :

Hlustaðu á þessa samræðu milli systur Simone Campbell og höfundarins.

Ég og Paul Ryan leggjum sitt af mörkum og pirrum okkur oft á ýmsan hátt, þó ég hafi gaman af því að stríða honum um hluti! Á meðan unnið er að gagnstæðum hliðum að sumu leyti, hafa gatnamótin okkar haft áhrif á hvert og eitt okkar og verið gagnkvæmt; eitt dæmi er að bera vitni fyrir Paul Ryan sem formaður fjárlaganefndar þingsins á meðan ég bar vitni. Þegar einn repúblikani fór á eftir mér vegna þess að þeir sögðu að ég væri gagnrýndur af Vatíkaninu og því ætti ekki að trúa því, kom Paul Ryan mér til varnar og sagði að hún væri „vel innan um kenningar kirkjunnar, þó að við kunnum að vera ólík í vissum málum".

Samtöl mín á mánudagskvöldið við systur Simone í vinnustofunni okkar í Minneapolis koma mér á óvart; gleði þeirra yfir henni og hvernig val hennar hefur áhrif á þeirra eigin. Dæmi hennar sýnir bæði íhugun og athafnir eiga sér stað samtímis og þetta lýsir fylgni þeirra á skemmtilegan hátt.
Hlustaðu á þessi orðaskipti systur Simone Campbell og rithöfundarins Simone Black

Andlegt líf þitt og bænalíf hefur þróast með tímanum í það sem þú lýstir sem íhugunarlífi „gangandi viljugur". Hvað ertu nákvæmlega að meina með þessari fullyrðingu?

Jæja, miðpunktur þess sem ég er liggur íhugun. Í ótrúlegri bók Gerald May, Will and Spirit, kemur fram að allt sem við færum til íhugunarlífsins er opið hjarta; ótti og að halda í eða grípa eru það sem hindrar það að virka rétt. Þannig að fyrir mig persónulega felst ferð mín í því að halda áfram að stíga fúslega í átt að von, framtíðarsýn, sjónarmiðum, tækifærum sem bjóðast; þó fer það eftir því hvar fólk þarf mat; Mér er boðið þangað af fólki í neyð og reyni eftir fremsta megni að útvega mér næring, bara vera viðstaddur eða hlusta þegar fólk deilir eigin sögum eða segir mína. Hafðu opið hjarta fyrir öllu í kringum þig frekar en að loka og loka algjörlega frá lífinu!

Ég veit að þú heldur einnig virkri Zen-iðkun, jafnvel í annasömu lífi þínu og miklu vinnuálagi. Þú gefur þér tíma til íhugunar og hugleiðslu sem hluti af þessari leit.

Hugleiðsla er nauðsynleg. Ég hugleiði á hverjum morgni í athvarfhúsinu sem samfélag mitt rekur í Encino og var algjörlega heillaður af því þegar ég fór í mitt fyrsta Zen-athvarf þar. Það leið eins og að kafa ofan í þessa hressandi laug; svo mikið, að það vakti mig á nóttunni; eitthvað miðlæg bæn hafði ekki gert. Þangað til þessi reynsla opnaði dyr.
Zen er hugleiðslugrein. Mín reynsla var sú að það var alltaf einhver sem kallaði innan frá; að vera opin fyrir þessu boði innan úr ímyndunarafli mínu var stærsta gjöfin í lífi

mínu. Að vera meðvituð um að við erum öll einn líkami var frelsandi - að vita að þetta þýddi bara að gera mitt - orð réttlæta ekki frelsi hans!

Og ég held að það sem þú ert að lýsa hér sé í raun að vera á kafi í þeirri þekkingu, þá...

Svo það er innyflum. Getur maður yfirgefið hugleiðslu og lifað frá þeim stað? Þú skrifar: "Að vera opin og ekki grípa, er nauðsynlegt fyrir hugleiðslu, og þetta ætti einnig að leiðbeina því hvernig við lítum á efnahagslífið saman." Þessi yfirlýsing er svo forvitnileg!

Jæja, ég veit nokkur atriði ef við erum opinská: engar tryggingar; allt er viðkvæmt; allt sem við eigum kemur sem gjafir; að vera reiðubúinn að deila því sem ég hef eða hef fengið getur orðið ein af lykilleiðum okkar til að tengjast. Sögur verða jafnmikill þáttur en peningar þegar hugað er að þátttöku; Ég gat ekki sleppt þér!

Mörg okkar eru kvíðin yfir því vaxandi gjá sem virðist vera á milli einstaklinga í samfélagi, samfélagi og þjóð. Og það er ekki vegna þess að okkur er alveg sama; í raun er okkur mjög annt - samt vitum við ekki hvernig best er að beita þeirri umhyggju á þroskandi og áþreifanlegan hátt; gera eitthvað í því.

Það eru mismunandi stig í þessu ferli. Maður er að gera eitthvað. Mér finnst oft eins og við, í Bandaríkjunum, gerum ráð fyrir að við getum lagað allt og teljum að við þurfum að bregðast við öllum málum í einu - sem er einfaldlega ekki mögulegt! Þess í stað er lykilatriði að hlusta djúpt á sögur: þannig ef allir taka sinn þátt...

Hvar sem hlutverk okkar kann að liggja.

Sama hver hluti okkar kann að vera, gerðu bara eitt og það mun ganga vel. Algeng mistök meðal framsækinna, frjálslyndra eða hvers kyns annarra einstaklinga er að trúa því að við verðum að gera allt á eigin spýtur og verða óvart. Ég fæ beiðnir í pósti sem krefjast þátttöku minnar en þegar ég stend frammi fyrir því mikla verki sem þarf að vinna fyrir hönd samfélagsþjónustuverkefna lamast ég til að gera alls ekki neitt; það er ekki samfélagsþátttaka - frekar hver meðlimur er ábyrgur fyrir því að gera sitt og þetta ætti ekki að verða yfirþyrmandi fyrir einstaklinga.

Mér líkar setningin þín um að styðja "the 100 percent." Mörg málanna og stefnunnar sem þú styður virðast tengjast Occupy Wall Street og málnotkun þess eins og „99 prósent“.

Þegar við vorum að hýsa hringborð í viðskiptum, og ég fékk að tala við nokkrar frumkvöðla-C.E.O týpur sem ég hafði beðið spenntur eftir tækifæri til að spyrjast fyrir

um, nýlega birtar skýrslur leiddu í ljós að að meðaltali C.E.O í opinberu fyrirtæki í fyrirtæki þénaði yfir 10 milljónir dollara árlega í laun; Ég spurði þá: "Er það sanngjarnt?"
"Hvernig stendur á því að það þarf 11 milljónir dollara bara til að lifa af?" spurði systir Simone. Einn gaur svaraði fljótt að þetta snýst ekki um peningana; frekar er það að við erum mjög samkeppnishæf fólk, fús til að vinna með þeim kostnaði sem nauðsynlegur er, þar sem peningar eru einfaldlega núverandi mælikvarði á árangur."

Svo ég spyr sjálfan mig: gætum við fundið ráðstafanir sem eru minna eitraðar? Vegna þess að það er í raun það: enginn vill safna peningum, þeir vilja bara vinna, svo ef við gætum skilið hvata þeirra betur fyrir almannaheill gætum við uppgötvað aðrar ráðstafanir sem myndu losa um meira fjármagn. Með því að rækta forvitni um sjónarhorn þeirra gætum við afhjúpað óvæntar lausnir frekar en að berjast og standa gegn öllu sem fyrir hendi er - mikilvægur þáttur íhugunarlífsins sem styrkir eitthvað frekar en að brjóta það niður.
Nú, eitthvað sem ég hef ekki rætt mikið er gleði. Mér finnst oft gaman að tuða; gleðin er kjarninn í þessari ferð. Of oft virðast framsóknarmenn ljótir; þetta skapar ekki mikinn áhuga meðal hugsanlegra nýliða! Þess í stað er ótrúleg gjöf okkar sú að við fáum að lifa þessu lífi saman; það eru ekki margir staðir sem bjóða upp á eins ótrúlegan fjölbreytileika og möguleika og heimurinn okkar gerir - finndu þinn sess með því að gefa lífgefandi tækifæri á meðan þú nýtur þess sem lífið gefur til baka.

Áhersla systur Simone á að ná jafnvægi milli íhugunar og athafna, ástríðu og forvitni, vinnusemi og leiks eykur dýpt og vídd við hugtakið Agape, hagnýt ást eða almannaást. Djúp hlustun er varanleg dyggð sem er undirstaða hvers kyns rómantísks sambands og systir Simone vísar ítrekað til hennar sem viðmiðunarpunkts síns fyrir að lifa innihaldsríku og ástríðufullu lífi. Hún býður upp á þessar línur af sjálfsmati sem verkfæri til að ákvarða hvort maður sé að æfa djúpa hlustun í hvaða aðstæðum sem er: "Er ég að bregðast rausnarlega við, af eigingirni eða virðingu? Slíkar spurningar gefa tækifæri til að byrja að taka skref í átt að því að verða virkur hlustandi.
Spurning 2: Að hve miklu leyti og á hvaða hátt gæti það að verða hið elskaða samfélag krefst daglegrar áreynslu og einbeitingar. Og sérstaklega, hvar ætti maður að byrja.

* * * Ég get ekki lokið hugleiðingunni með einni sögu sem lýsir ástinni fullkomlega, eða með einni rödd sem tjáir allt beint. Þess í stað býð ég upp á minningar og myndlíkingar að mínu mati.

Natalie Batalha, grípandi og ljóðræn stjarneðlisfræðingur, segir mér að ferill hennar í vísindum hafi breytt því hvernig hún lítur á ást. Fyrir hana er ástin eins og myrkt efni - ósýnilegt en ótæmandi afl sem gegnsýrir alla þætti heimsins okkar sem er enn allt of dularfullt til að við getum skilið eða nýtt okkur. Frá því að veiða plánetur fyrir búsetu -

viðleitni sem hún segir að ætti að hefjast fyrr en síðar - býður hún upp á eitt stórkostlegasta sjónarhorn sem hægt er á hvers vegna ást er grundvallaratriði: Það sem er gott fyrir mig gagnast líka öðrum - og því á alþjóðlegan mælikvarða. Jarðeðlisfræðingurinn Xavier Le Pichon hefur uppgötvað í skilningi sínum á jarðvinnu samlíkingu við skilning á umönnun í kjarna mannlegs samfélags. Hann var brautryðjandi flekahreyfingarinnar á sjöunda áratugnum og gegndi mikilvægu hlutverki á einu af þessum mikilvægu augnablikum þar sem vísindi gjörbreyttu ekki aðeins sýn okkar á veruleikann heldur breyttu því hvernig allir menn skynja hann. Hann hefur eytt áratugum með fjölskyldu sinni í umönnunarsamfélögum - til dæmis L'Arche samfélagi Jean Vanier í Frakklandi - með fjölskyldum sem þjást af fötlun eða síðar geðsjúkdómum. Hann er einhver sem hefur lifað lífi fullt af ást. Hann fullyrðir að hæfni til að laga sig að viðkvæmni sé hornsteinn lífsnauðsynlegra kerfa í þróun, hvort sem er jarðfræðileg eða mannleg. Við ákveðna hitastig leyfa jarðfræðilegir misgengi hreyfingu og sveigjanleika; hjá öðrum virka þeir eins og álagslokur sem losa um ofþrýsting; jarðskjálftar verða þegar ekki er hægt að tjá veikleika á réttan hátt, en stíf samfélög sem hunsa þá sem eiga í erfiðleikum hafa tilhneigingu til að vaxa ekki með tímanum; þegar þeir breytast er það venjulega í gegnum ofbeldisfullar umbrot eða byltingu.

Xavier Le Pichon hefur hafið persónulega rannsókn á Axial Age og skoðað eiginleika hennar sem gáfu tilefni til stærri mannlegra möguleika í gegnum söguna. Honum finnst furðulegt þegar við lýsum sögunni með tímamótum sem eingöngu tengjast færni og verkfærum, eins og neanderdalsmenn sem fundust á fornleifasvæðum. Fyrstu menn lögðu mikið á sig og fórnuðu til að sjá um þá sem voru slasaðir eða fatlaðir.

Hlustaðu á orðaskipti höfundarins og Xavier Le Pichon hér.

Að endurskipuleggja sig í kringum börn var lífsnauðsynlegt, rétt eins og hvert spendýr gerir, enn önnur þróun sem olli mannúðlegu samfélagi var uppgangur samtaka sem studdu fólk sem þjáðist af veikindum eða fötlun sem þurfti á stuðningi að halda - þetta varð það sem er almennt þekkt sem mannúðleg samfélög á frönsku; það var eitthvað mjög nýtt og sérstakt í þessu skipulagi: nýir snertipunktar voru kynntir þökk sé því að setja þá sem mest þurftu á því að halda í miðju samfélagslífsins.

Dorothy Day er einn mesti innblástur minn sem bæði blaðamaður og kaþólskur mannúðaraðili. Mér finnst dýrlingatilnefning hennar koma á óvart miðað við bóhemískan lífsstíl hennar mestan hluta ævinnar. En það hefur líka þótt athyglisvert að nafn hennar kemur oft upp meðal ungs fólks í dag sem leitar fyrirmynda víðsvegar um tíma og rúm. Átta ára gömul í Oakland, Kaliforníu þegar jarðskjálftinn 1906 lagði San Francisco í rúst, fann hún styrk og innblástur í gegnum Rosie de Gray þegar hún þoldi það með reisn. Næstu daga stóð hún aðgerðarlaus þegar fólk í Oakland aðstoðaði hvert annað og hjálpaði nágrönnum sínum frá San Francisco að fara yfir á bátum. Heilt yfir horfði þetta barn með athygli. Dorothy Day varpaði fram mikilvægri og viðeigandi spurningu sem hún lifði inn í í mjög mannlegu, sóðalegu og ævintýralegu lífi sínu: Af hverju getum við ekki lifað svona allan tímann?

Laðaðist að henni bæði vegna ástríðu hennar fyrir orðum og athöfnum. Í endurminningum sínum, The Long Loneliness, skrifaði hún á rólegan hátt um kaþólska verkamannahreyfingu - þar sem hún bjó á einum tímapunkti - en einnig hvernig stofnandi hennar Dorothy Day átti stóran þátt í að koma henni í gang í Ameríku.
Hún hjálpaði til við að koma af stað blaðamannaverkefni og félagslegri hreyfingu sem hún heldur áfram að styðja í dag: að fæða og klæða þurfandi fólk víðsvegar um bandarískar borgir.

„Við vorum bara að tala saman þegar raðir fólks fóru að safnast saman fyrir utan og hrópuðu: „Við þurfum brauð! Við gátum ekki einfaldlega sagt þeim: „Farið og látið ykkur verða.“ Ef það voru sex smábrauð með fiskum eftir af fórn dagsins, þá varð að skipta þeim á milli okkar svo að það væri alltaf nóg brauð." Á því augnabliki fór fólk að hreyfa sig á móti okkur úr öllum áttum. Við héldum áfram að tala þar sem samtal okkar var truflað af fleiri beiðnum. Leyfðu þeim sem geta tekið það, að taka það. Sumir fluttu út, sem leyfði fleiri að koma; þetta leiddi til þess að veggir stækkuðu. Þó gleðin komi stundum ekki auðveldlega, er það lykilatriði að hafa í huga gleðiskyldu sína. Sumir telja að megineiginleikar kaþólska verkamannsins felist í fátækt - eitthvað sem þarf að hafa í huga þegar þú hugleiðir að taka þátt. Samfélagið er í fyrirrúmi, að margra mati. Við erum ekki lengur ein; ástin hefur sett svip sinn á og mun alltaf gera það. Eftir að hafa þjáðst af einmanaleika í mörg ár varð ástin lausnin - ástin sem sameinaðist samfélaginu - eitthvað sem heldur áfram í dag."
Ást getur verið erfitt að ræða opinberlega, en þegar einhver með heilindi - eins og Leroy Smith eða Dorothy Day - talar um það sem skiptir máli í lífi þeirra, þá hljómar það. Við þekkjum það sem þeir lýsa. Þú gætir vísað á bug stórmennsku þeirra; öfgafullar kreppustundir kalla fram hetjulegar hvatir sem annars myndu haldast í dvala; þú gætir örugglega haldið því fram að opinber sýning á ást skilgreini ekki mannkynið; þú gætir tekið eftir því að Dorothy Day skapaði ótrúlegt líf í fórnfýsi, þar á meðal að lofa að lokum einlífi - eitthvað sem fá okkar gátu vonað eða ímyndað okkur að gera á lífsleiðinni eða þegar samfélagið eða fjölskylduþrýstingur var kallaður til þess!

Ég spyr oft vitra og kærleiksríka viðtalsaðila um þessi innri átök sem ég upplifi af og til. Rithöfundurinn Paul Elie rannsakaði til dæmis Dorothy Day þegar hann skrifaði ævisögu sína um Thomas Merton, Walker Percy, Flannery O'Connor og Day. Samkvæmt rannsóknum Elie á lífi Day komst hann að því að hún lifði af þeirri trú að ástrík góðvild þurfi ekki að takmarkast eingöngu við stórar kreppustundir heldur geti hún komið fram á hverri stundu; einhver einhvers staðar er að upplifa slíkt núna. Hlustaðu á þessa umræðu á milli Paul Elie og höfundarins, Paul Elie.

Fólk þarf einhvern þegar það er að ganga í gegnum eigin kreppur - að bíða ekki þangað til allar borgir brenna áður en það grípur inn í. Hún trúði því að samfélagið gæti breyst vegna þess að hún trúði því að við hneigðumst náttúrulega að ást; Sköpun okkar kallar okkur til að elska hvert annað; deilur og stríð eru aflögun þeirrar kærleika; frekar ætti það að beina inn á við að samfélagsást frekar en út á við til einstaklinga eða hver á móti öðrum. Hún var áhrifaríkur róttækur skipuleggjandi en tók alltaf skýrt fram að það sem kom kaþólskum verkamanni í gang var ekki vegna áætlunarlegrar viðleitni heldur var það fólk að gera það sem kemur af sjálfu sér: að elska hvert annað í samfélaginu - og tala svo um það á eftir.

Innsýn Anthony Appiah um siðferðisþróun í gegnum söguna og heiminn gefur mér von, hughreystandi mig með skilningi þeirra á því hvernig rótgróin vinnubrögð sem þykja ekki aðeins rétt heldur heiður geta breyst hratt með tímanum. Hjónaband foreldra hans á milli kynþátta á fimmta áratug síðustu aldar var ein af lykilsögunum Giska hver kemur í kvöldmat. Á einum eða öðrum tímapunkti í lífinu hefur hver kynslóð augnablik þegar við lítum undrandi til baka á eitthvað sem einu sinni var algengt og spyrjum okkur "Hvað vorum við að hugsa? Hvernig hefðum við getað lifað þannig?" Bæði í fjölskyldulífi sínu og fræðimennsku hefur Dr. Pemberton upplifað eitt slíkt atriði. Appiah rannsakaði hvernig fótabinding hætti í Kína; einvígi hættu að vera háttvirtur herramaður til að leysa deilur; þrælahald var afnumið sem hluti af breska heimsveldinu. Rannsóknir hans benda til þess að breytingar hefjist hægt í hjarta hvers manns áður en hreyfingar og leiðtogar koma fram til að taka í sundur mannvirki.

Þetta verk veitir leið til að útskýra hvað er að gerast í hjónabandi, ást og samskiptum kynjanna í upphafi tuttugustu og fyrstu aldar. Það sýnir okkur að lokum að horfast í augu við einelti; Ég myndi halda því fram að það veiti líka skilning á sanngirni þess að draga aðra til ábyrgðar.
Ástin er hornsteinn tilveru okkar; sama bakgrunn okkar eða aðstæður.

Uppskriftir Anthony Appiah fyrir daglegt líf eru hressandi einfaldar. Hann mælir með því að „sníða sér" að mismuninum, frekar en að ráðast á hann með lausnamiðuðum aðferðum eins og þeim sem Bandaríkjamenn hafa tilhneigingu til að hlynna að þegar þeir takast á við vandamál sem þeir telja vera vandamál. Siðferðileg breyting verður til í gegnum samtöl í gamaldags skilningi - mynda mannleg tengsl um hversdagslega þætti mannkyns okkar sem mynda okkur sem einstaklinga.

Innsýn John Paul Lederach - haiku-skrifandi ágreiningsleysi og umbreytingariðkandi með alþjóðlega frægð - að ímyndunarafl hefur tilhneigingu til að einbeita sér of þröngt þegar við reynum að skilja félagslegar breytingar hefur skilið eftir sig óafmáanleg spor í huga minn. Mikilvægur fjöldi - fjöldafundir, fylkingar leiðtoga og mikill fjöldi líkama á götunni - getur veitt róandi útrás til að ögra gömlum veruleika og ryðja brautina fyrir breytingar. En af reynslu hans af því að vinna með fólki sem hefur umbreytt átökum veruleika í tíma og heimsálfum, er nýr veruleiki ímyndaður og framkallaður fyrir og eftir þessa heillandi punkta - þolinmóð og jafnt og þétt í gegnum ár og áratugi - með nýjum eiginleikum sambands milli lítilla ólíklegra hópa af fólki. Við fyrstu sýn gætu þeir virst ólíklegir bandamenn; hver táknar mismunandi staði á samfélagssviðinu og deilir fjölbreyttum ástríðum og sjónarhornum. Samt þegar þeir stóðu frammi fyrir blindgötu andstæðra heimsmynda sem líf þeirra hafði fest sig í, tóku þeir skref af hræðslu til umönnunar - niðurstaða sem John Paul Lederach vísar til sem að skapa "mikilvægan ger".

Hér eru tilteknir eiginleikar sem hann hefur orðið vitni að umbreyta veruleikanum frá Norður-Írlandi til Kólumbíu til Nepal: þeir forðast að taka andstæða afstöðu með okkur á móti þeim nálgunum; eru búnir ást og hugrekki og nota siðferðilega ímyndunarafl með flókinni sköpunargáfu sem hluta af gjörðum sínum; verða þannig sjálfir listamenn.

Elskendur eru listamenn. Ég skrifa þessa setningu með ánægju og lýsi henni strax með varúð og afsökunarbeiðni. Öryggi ætti alltaf að vera í fyrirrúmi í lífinu.
Ég og faðir minn höfum verið fráskilin í nokkur ár. Þó að ég óttast að deila sannleikanum um bilun þess á þessum síðum, þá er nauðsynlegt fyrir okkur bæði að fyrirgefa þennan bilun í ástinni og okkur sjálfum; ástin lítur ekki alltaf út eins og við viljum eða ímyndum okkur að hún ætti að vera; stundum eiga sér stað aðstæður upp á líf og dauða þar sem ástin verður að vera framar öllu öðru; annars er ást bara hugsjónahugmynd sem við getum ekki gert raunverulega í reynd; í báðum tilfellum krefst ástin grimma hópa félagslegra listamanna og brúa fólk sem er tilbúið að standa með þeim sem verða fyrir átökum þegar nauðsyn krefur - stundum ást á almannafæri eins og í einkalífi þýðir að víkja.

Lífið getur stundum verið flókið og yfirþyrmandi en samt þekkjum við öll fólk í okkar nánasta umhverfi sem fer fram úr sjálfum sér til að hugsa um. Þó að þeir séu ekki dýrlingar eða hetjur - taktu eftir því að þegar þú sýnir fram á góðvild, jafnvel þótt þau séu einföld - þú finnur fyrir orku frekar en tæmdur - eitthvað sem vísindamenn sýna núna er satt! Góðvild getur bókstaflega breiðst út frá manni til manns - ástin er mest áberandi meðal þeirra allra - en getur þó oft veitt samstundis fullnægingu.
Sum okkar hafa það verkefni að þekkja og vera til staðar sem nágrannar, eitthvað sem ég líki við ástrík sambönd; slík sambönd mynda grunninn í sameiginlegu lífi og geta

brúað bil á milli okkar þar sem ástin fer yfir landamæri okkar á milli og færir léttir yfir hylur okkar á milli. Að standa frammi fyrir opnum rofum í borgaralegu lífi getur verið jafn ógnvekjandi en einnig flóknara vegna þess að þurfa að vera gestrisin gagnvart þeim sem móðga, skaða eða gera okkur brjálaða á hverjum degi - en það getur þurft að standa gestrisin með réttláta réttláta reiði okkar í garð annarra sem móðga okkur eða skaða okkur daglega - báðar áskoranirnar verða að mæta af fullum krafti!
Gestrisni er orð sem ljómar mjúklega; það veitir velkominn inngang inn í ást í verki. Við höfum tilhneigingu til að ímynda okkur að það sé einsleitni meðal annarra hópa sem við viðurkennum ekki innan okkar eigin, samt innan fjölskyldu, samstarfsmanna og vinahópa mun alltaf vera fólk sem við dáumst að og líkar ekki við, sumt sem við dáum og annað sem gerir okkur brjálaða; við finnum leiðir - ef mögulegt er - til að vera í samböndum, uppgötva hvað ást getur þýtt á mismunandi augnablikum og tímabilum lífs okkar; þeir sem eru okkur næstir vita venjulega þegar þeir eru ekki að fjalla um tiltekin efni eða hvenær á ekki að ræða þau á neinum tímapunkti á meðan á einhvers konar orðaskiptum stendur!
Með þeim sem okkur þykir mest vænt um er oft bara það að vera saman og ekki tala næg greind fyrir heiminn í kringum okkur. Hvað er ást? Svaraðu þessari spurningu með því að segja sögu um hvenær og hvar þú sást hana síðast. Og farðu svo að vera gagnrýninn ger!

Elizabeth Alexander hefur samið „Lofsöng fyrir daginn", lokaerindi hennar eru aðgengileg hér að neðan.

Barack Obama tók við embætti 20. janúar 2009.

Hlustaðu á þetta samtal milli rithöfundarins Elizabeth Alexander og Elizabeth Alexander

Sumir lifa á því að elska náungann eins og sjálfan sig.

Ekki skaða eða taka meira en nauðsynlegt er frá öðrum með því að iðka ofbeldisleysi og gefa aðeins það sem þarf fyrir sjálfa sig og hið meiri hagsmuni. Trúir þú að ást sé sterkasta vopnið sem við eigum?

Ást sem gengur yfir hjúskapar-, barna- og þjóðtengsl

Ást sem varpar sífellt stækkandi ljóshring er ófyrirsjáanleg sorg.

Bjartur skína dagsins, þetta vetrarloft, hefur smitandi hlýju.

Allt er hægt að búa til og skrifa, hvaða setningu sem er byrjað. Á brúninni, á brúninni eða á brúninni - allt er mögulegt!

Lofsöngur til að halda áfram í því ljósi.

Eitt sem mér líkaði við upphafsljóðið þitt „Lofsöngur fyrir daginn," eftir að hafa fullyrt í Ars Poetica að ljóð ætti ekki að snúast um ást er áherslan á því.

Þetta ljóð er frábært.
Ástin var kölluð inn í pólitískt augnablik, opinbert rými. Ég átti erfitt með að átta mig á því hvernig þetta hefði getað verið framkvæmt pólitískt á sama tíma og það hefði verið trúr fyrirætlunum sínum, samt einhvern veginn tókst þér það af snilld og af heilindum. Samt hafði það ótrúlega þyngd sem og undarlegt; Óvenjuleg nærvera hennar var kraftmikil en áhrifarík engu að síður - sérstaklega eftir fimm löng ár frá vígslu þinni þegar alls kyns brýn vandamál gera það að verkum að tal um ást virðist enn minna viðeigandi en það gerði þennan dag.

Jæja, þegar ég segi að ljóð sé ekki bara ást og rómantík, það sem ég er að vísa til er rómantísk ást þar sem við byrjum á orðum. Samt sem áður nær ljóðin yfir miklu meira en rómantíkina: edrúmennska, þyngdarafl og ábyrgð myndast þegar ljóð eru skrifuð.

Spurning þín var "hvað ef ástin væri æðsta aflið?"

Ljóðin mín setja þessa raunverulegu spurningu oft fram af sjálfsdáðum og þegar ég bjó mig undir að mæta í viðtal hugsaði ég um hversu oft ég spyr raunverulegra spurninga í ljóðum sem andlega iðkun. Stundum gerist þetta einfaldlega vegna fáfræði minnar; stundum vegna þess að ljóð bjóða upp á frábært rými þar sem hægt er að spyrja alvöru vandræða-y spurninga sem leiða mann niður vegi til að skilja eitthvað, en endar samt með raunverulegum spurningum á endanum.

Hvað ef ástin er máttugust?" er forvitnileg hugsunartilraun sem vekur þessa spurningu: getur ást í okkar mjög fjölbreyttu samfélagi og landi farið yfir ágreining og leitt fólk saman? Máttugur er svo einstakt orð - hvernig sem það ætti að þýða miklu meira! Getur það vera varanlegur kraftur til að elska sem mun sameina okkur öll eins og ég vona svo að verði?En ástin virkar ekki alltaf þannig.
Til að koma í veg fyrir kvörtun krefst kærleika sem fer yfir hjúskapar-, fjölskyldu- og þjóðtengsl - jafnvel á óvenjulegum þjóðlegum atburði eins og vígslu. Ást getur ekki bara snúist um fólk innan þjóðar okkar; ástin verður að ná langt út fyrir þennan merka atburð.

Ást virðist vera viðeigandi orð þegar við hugum að kynnum okkar við annað, sem er orðið svo aðalatriði í nútímalífi og fjölskyldusamböndum. Ég lendi oft í því að velta fyrir mér umburðarlyndi sem leið okkar til að takast á við það eftir sjöunda áratuginn; ástin krefst miklu meira.

Nú já; sérstaklega ef það er ást sem telur sig ekki þurfa að koma í veg fyrir kvörtun. Kærleikur sem þolir ekki bara mismun heldur tekur virkan á móti honum með því að sitja með, hlusta, samþykkja og viðurkenna hann frekar en að taka þátt í rökræðum.

Það eru margar árangursríkar aðferðir til að hjálpa þeim sem telja sig hafa beitt ranglæti til að koma sjónarmiðum sínum á framfæri. Við upplifum öll okkar hlut af kvörtunum; þegar þessar áhyggjur heyrast beint og brugðist við í samræmi við það, getur það gert mikið til að koma fólki áfram.

Að búa saman þó vandamál séu óleyst? Það ætti að vera markmið okkar?

Jæja, eitt sem ég er sérstaklega heillaður af er sambandið á milli þess sem er algilt og sérstakt, og hvernig smáatriði lýsa upp alhliða. Nýlega átti ég áhugaverðar samræður við yfirrabbína Stóra-Bretlands sem kom með áhugavert sjónarhorn: siðferðilegt ímyndunarafl byrjar á algildi og endar í sérstöðu - eitthvað mjög andstætt því hvernig vestræn menning túlkar oft fjölbreytileika: markmið okkar ætti að vera að ná jafnvægi þar sem allir viðurkenna hversu mikið líkt er í öllum menningarheimum á meðan fagnað er því sem sameinar okkur; samt notarðu hugtök eins og "fjölbreytileiki er ekkert nýtt".
Ljóðin þín geyma og varðveita dulspekileg "negra dulspeki, undarleika og sérkenni" sem ljóð þín skrásetja og geyma. Hvernig upplifir þú kraftinn í því að koma með einstaka svarta reynslu inn í daglegt líf okkar? Kannski er ég að spyrja að þessu á rangan hátt en vonandi skilurðu viðmið mitt.

Jæja, ég hef mörg svör. Sérkenni okkar hafa tilhneigingu til að koma fram þegar við tölum; það var satt í Grikklandi til forna eins og á Englandi í dag; sem gildir fyrir hvítt fólk eins og fyrir alla aðra. Við tölum út frá því sem við þekkjum og höfum upplifað; út frá þessu leitumst við að því að finna eitthvað algilt í því sem við deilum. En ég tel að menntakerfið okkar feli ekki fullkomlega í sér reynslu af Afríku-Ameríku sem hluta af frásögn sinni; þannig að fólk er minna meðvitað um að reynsla af Afríku-Ameríku veitir eina frásögn um bandarískt líf sem er ríkulega miðja. Enginn ætti að missa af Ameríku; það væri hörmulega misskilið af mörgum sem taka ekki ítarlega nálgun og fara ekki í gegnum það sjálfir. Kennarasjálfið mitt hefur miklu betri tök á þessu en ljóðskáldið mitt, sem starfar meira innsæi án nokkurrar fastrar áætlunar. Adrienne Rich lýsti því sem frægt er „að kafa í flakið“. Það er einmitt það sem skáldið mitt vill - ekki bara sögur heldur sjálft flakið sjálft! Sá hluti af mér einbeitir mér meira að þessu markmiði á meðan kennari minn heldur því eindregið fram að miðja reynslu Afríku-Ameríku innan bandarískrar menningar og stjórnmála.

Jæja, hér koma bæði bandarískar og mannlegar sögur við sögu.

Alveg, jákvætt. Viltu augnablik? Hlustaðu á þessi orðaskipti milli Xavier Le Pichon og höfundarins.

Dorothy Day, kaþólski félagsmálafrömuðurinn, upplifði af eigin raun hvað gerist eftir hamfarir þegar hún var enn ung í San Francisco í jarðskjálftanum. Fólk kom saman og sýndi áhyggjum sínum og umhyggju fyrir hvort öðru eftir að hamfarirnar dundu yfir - og hvatti Dorothy til að spyrja sjálfa sig "af hverju getur þetta ekki verið eðlilegt hjá okkur?" Lífið fer oft aftur í eðlilegt horf um leið og kreppan gengur yfir - hefurðu einhverja tilfinningu fyrir því hvað gerist þegar fólk veltir meira af lífi sínu í þessa nálgun og gerir þetta að eðlilegu? Kannski gætu fleiri fylgt í kjölfarið með tímanum en þú getur gert ráð fyrir?

Þetta er ákaflega viðeigandi fyrirspurn og ég lít oft á sjálfan mig. Ég hef þekkt nokkra einstaklinga sem ég tel örláta og opna, en hef samt orðið vitni að því að þeir loka sig smám saman, verða hræddir við utanaðkomandi afskipti, hjörtu þeirra farin að lokast eins og stífla. Hvers vegna þetta gerist er mér ókunnugt. Aðrir virðast meira og opnari. Ég hef kynnst ótrúlegum einstaklingum. Móðir Teresa og Jean Vanier voru merkilegt fólk; báðir búa yfir óvenjulegri getu til að komast í tengsl við aðra á opinn hátt, alltaf tengja strax við hluta sem kunna að hafa verið falin eða særð. Ég varð vitni að getu þeirra til að komast inn í nýtt líf sem virtist dýpka með tímanum - næstum eins og tvær aðskildar leiðir gætu verið til í einu! Nú virðist flestum vera einhvers staðar þarna á milli.

Fólk getur upplifað skyndilega vakningu þegar hamfarir dynja yfir - allt frá stríði eða stórslysum, til náinna harmleikja innan fjölskyldna sem leiða til breytinga. Stundum bregst fólk öðruvísi við og þú gætir orðið vitni að því að fólk breytist á þann hátt sem þú bjóst ekki við.
Óvissa í kringum sársaukafull sambönd er óumflýjanleg, samt sýnir reynsla mín að þegar við byrjum að ganga með þeim sem þjást í lífi okkar og sætta okkur við nærveru þeirra án uppsagnar eða höfnunar, þá fræðir og styrkir nærvera þeirra okkur smám saman - sýnir okkur nýjar leiðir til að vera.

Hjarta þitt fær menntun. Það er eitthvað sem ég dáist að.

Já, við verðum að læra hvert af öðru. Hjarta mitt er ekki hægt að mennta eingöngu af sjálfum mér. Nám kemur í gegnum sambönd. Með því að sætta sig við að vera fræddur af öðrum - hlusta þegar þeir lýsa því sem er að gerast fyrir þá eða sökkva þér inn í heiminn þeirra svo þeir geti nálgast okkar - þá fer eitthvað djúpt að gerast á milli fólks - við köllum þetta samfélag og þetta er eitthvað sem Jesús kenndi okkur um lífið sjálft - lærðu að mynda varanleg bönd á milli nágranna þinna eins og Jesús kallaði það og uppgötvaðu svo eitthvað alveg nýtt!

Hlustaðu á þessa samræðu Eve Ensler og rithöfundarins Jennifer Egan.

Ein af helstu innsýnum sem þú fékkst á meðan þú lifðir í gegnum krabbamein var um eðli kærleikans. Mér fannst reynsla þín af krabbameini mjög umhugsunarverð; eitt sem ég fékk mig til að hugsa um var frásögn þín af því hvernig ástin eins og við skiljum hana venjulega - rómantísk ást, hjónabönd og elskendur - kom ekki alveg í gegn hjá þér á þessu öfga augnabliki; fannst það ekki vera mjög verulegt og samræmdist samt ekki jöfnunni sem við gerum oft um slík sambönd - samt jafngilti það ekki minni ást - en það sem mörg okkar gera ráð fyrir eins og væntingar okkar gefa til kynna - og þó þú skildir að þetta var mikilvægur skilningur: þetta hafði ekkert að gera með það sem við gerum almennt þegar við ræðum slík efni samanborið við það sem venjulega myndi bæta við - það myndi ekki jafnast á við -
Líf þitt var fullt af ást, en einhvern veginn virtist það fjarverandi hjá þér. En við nánari skoðun fannstu það alls staðar - í samböndum, í náttúrunni, jafnvel sjálfur. Ímyndunaraflið þitt á þessu orði eða hlut hafði verið of takmarkað.

Rómantísk ást, algjörlega. Hins vegar virðist hugmynd okkar um ást mjög einföld og einföld: að þú hittir eina manneskju sem verður "sálufélagi þinn".

Ég hef alls ekki hitt neinn sem getur deilt þeirri reynslu; þó að það geti verið einstaklingar með langvarandi hjónabönd. En ég efast um að nokkur myndi halda því fram að þeir hafi enn fundið fullkomna maka sinn í mér; Gamlar hugmyndir mínar um ást hafa fyrir löngu horfið. Og svo núna í lífi mínu er ég svo spennt, vegna þess að þessar gömlu hugmyndir um ást hafa verið eytt. Þó að krabbamein gæti enn verið ásótt og lengi, hefur það veitt mér svo mikla gleði frá bata að við deilum þessu rými saman. Hvernig getum við losað okkur við svo mikið af ruslinu? Þú verður bara að halda áfram að hreinsa. En eftir að ég endurheimti heilsuna þá finn ég fyrir ótrúlegri ánægju að vera hér í dag í þessu rými þar sem ég er með ykkur öll. Í sumar eyddi ég dögum mínum í að dansa, synda, spjalla og njóta ógleymanlegra kvölda á Ítalíu með vinum mínum - hver stund var mér svo dýrmæt og kær. Uppfylling okkar liggur þar sem við veljum að hún ljúgi - ef sagt er að hamingju sé aðeins að finna hér þá gæti það orðið að veruleika þínum - í stað þess að halda að hún muni koma einn daginn, eins og "Ó, hún kemur bráðum; einn daginn þegar stóra ástin kemur ". En nú er nú þegar hér fyrir þig - njóttu hverrar sekúndu!

Þú nefnir að hafa upplifað daglega, fíngerða góðvild frá fólki í Lýðveldinu Kongó sem var að biðja fyrir þér og bjóða fram hjálp sína og ást. Þú nefndir líka að viðurkenna bænir þeirra sem ástarbendingar frá konum sem biðja fyrir þína hönd í DR Kongó. Algjörlega. Í gærkvöldi var eitt af þessum slæmu kvöldum þar sem hugur minn reikaði til baka í gegnum fyrri elskendur og eiginmenn sem og bilun ástarinnar í lífi mínu - til þessa. Ég gat ekki skilið það; plús hafði mín eigin nánd vandamál að takast á við eins og heilbrigður. Eftir að hafa áttað mig á því hversu mikið fallegt fólk hafði komið út fyrir mig, rann upp fyrir mér hversu margir studdu ferðina mína: Marie Cecil sem eldaði mér morgunmat á hverjum morgni þegar ég fór í lyfjameðferð; barnabarnið mitt sem myndi pakka töskunum mínum þegar ég ætla að hitta mömmu í síðasta sinn; þetta fólk gerði þetta allt mögulegt. Systir mín var með mér hverja stund í sófanum og bauð upp á huggunarþvotta til að róa ennið á mér og skapaði þá ótrúlegu stund þegar ég hugsaði: "Ó Guð minn góður! Líf mitt er svo ríkt; ást og paradís eru bæði hérna; paradís rétt fyrir framan okkur. Kapítalisminn framkallar vélræna þrá; hann ýtir undir löngun í okkur eftir því sem gæti gerst í framtíðinni - hann leitast alltaf að næstu vöru, næsta stóra hlut“.

Horfðu í kringum þig; föt sýna alltaf heitt, kynþokkafullt par sem klæðist gallabuxum sem tákn um ást. Allt um tælingu virðist tengt þeim; Þegar við vöknum lítum við ekki alveg eins fullkomin út en raunveruleikinn getur samt verið ljúffengur og sóðalegur og mannlegur á sinn hátt. Kannski berum við líf okkar of oft saman við frægðarmenningu svo hvernig sem líf okkar lítur út í raun og veru passar ekki almennilega við það sem við teljum vera paradís; sem gæti breytt hlutunum verulega til hins betra!

Hlustaðu á þessi orðaskipti á milli Marie Howe og höfundarins: Fyrir marga hafa ljóð þín um dauða Johns af völdum alnæmis verið gríðarlega áhrifamikil og lífseigandi. En einn þáttur sem kom mér í opna skjöldu þegar ég sökkti mér niður í verk þín var hversu samkvæmur stíll þinn hefur alltaf verið: þegar þú skrifar um persónulegar hörmungar þá notarðu oft sterkt orðalag með tilfinningaþrungnu innihaldi - eins og satt var með ljóðið hans "Allir vinir mínir eru dánir."
Ljóðin þín fjalla oft um fjölskylduna. Eða öfugt - ljóð eftir ljóð fjallar um fjölskyldutengsl eða fjölskyldurnar sjálfar.

Fjölskyldur eru kjarninn í lífi okkar; fæðingarfjölskyldu okkar, útvöldu okkar og þá sem við eignumst í gegnum vini eða börn. Fjölskyldulífið getur verið dramatískt; Ég ólst upp með 11 manns í nánustu fjölskyldu; hver dagur var fullur af einhverju að gerast; strákarnir spiluðu pool niðri á meðan systir mín hafði eftirlit með krökkunum mínum í bakgarðinum og gestir gætu komið allt að 50 sinnum á kvöldin! Nú hafa aðstæður mínar gjörbreyst; Ég er að ala dóttur mína upp ein í pínulítilli íbúð sem er með stöðugleika í leigu.

Það hefur bara alltaf verið einn.

Ein af henni og ein af mér búum saman í pínulítilli leiguíbúð í Greenwich Village sem gæti varla hæft sem herbergi í húsi upprunalegu fjölskyldu minnar, þar sem enginn fékk nokkru sinni næga athygli vegna alls þessa fólks, þar á meðal þeirra sem þjáðust af alkóhólisma sem olli glundroða á heimili okkar. Hlutirnir urðu oft ofbeldisfullir eða dramatískir fljótt - sem gerðist oft meðal forfeðra minna líka. Okkar var ekkert öðruvísi.

Mig langar til að spyrja um eina línu úr ljóðinu þínu sem heitir "Bréf til systur minnar."

Ó elskan. „Enginn sagði okkur" er satt, jafnvel þó að það sem við sögðum bara stangist á við þá hugmynd.

Jæja, í svona stóru húsi upplifði mismunandi fólk mismunandi hluti, eftir því hvar þú varst og aldri þeirra. Eitt sem ég man samt var einn mjög skýr þáttur.
Uppeldi mitt rótgróin mörgum sjónarmiðum og sannleika; þetta ljóð var ætlað sem staðfesting á systur minni sem var að upplifa áfall. Mig langaði að sýna hvernig alkóhólismi getur splundrað samböndum þrátt fyrir tilraunir til sameiningar; Jafnvel þó þú viljir hafa alla í einu herbergi í einu, brýtur eðli þess allan sameiginlegan skilning eða reynslu - þessar línur reyndu að koma þessari hugmynd á framfæri: ein systir að reyna að tala beint frá brotastöðu sinni.

List er ein leið sem þú hefur skrifað, eða kannski sagt í öðru viðtali, til að leyfa hjörtum okkar að opnast betur. Við höfum talað um æsku þína, fjölskyldulíf, upprunafjölskyldu og að verða skáld tiltölulega seint á ævinni áður en við urðum móðir sem fullorðin. Hvernig myndir þú útskýra hvaða áhrif listin hefur haft á að hjálpa opnum hjörtum - hvernig hefur það haft áhrif á mismunandi stig og stig í lífi þínu og annarra?

Jæja, list er kannski eina úrræðið okkar þegar lífið fer að verða óbærilegt. Fólk sem okkur þykir mjög vænt um mun halda áfram. Og einn daginn munum við sameinast þeim - skilja börn eftir okkur, plöntur eftir, sólargeisla fyrir ofan, regndropa sem falla og allt. Listin getur geymt þessa þekkingu sem minnir okkur á að við lifum og deyjum samtímis; Guði sé lof að það getur það, þar sem ekkert í fyrirtækja-Ameríku myndi veita þetta sjónarhorn til baka.

Fólk í dag upplifir ólýsanlegan sársauka sem var ómögulegt fyrir mig að þola; á þessari stundu er einhver pyntaður án ástæðu í fangelsum um allan heim; Ég veit ekki hvernig

ég gæti þolað það án þess að verða geðrof; Þegar John dó vissi ég annað hvort að láta dauða hans opna eða loka hjarta mínu enn frekar.
Open gerði mér kleift að sjá að það voru margir aðrir þarna úti sem þjáðust af því að missa einhvern nákominn. Það var frábært að vera hluti af samfélaginu þeirra.

Þegar hún var fjögurra ára, þegar hún bjó um rúmið sitt í Austin, Texas, spurði dóttir mín hvers vegna þau yrðu að gera það; mitt svar: Af því að ég sagði þér það. Á þeirri stundu komu öll systkini hennar hlaupandi á bak við rúmin sín. Ég sneri mér við, sá alla standa þarna aftur... og við hlógum öll saman að því sem hafði gerst. Það voru milljónir manna að klappa og ég tók þátt. Það var svo frábært að vera í svona frábærum félagsskap, ganga til liðs við aðra frekar en að vera einangruð af öllu sem er að gerast í heiminum okkar; annars gætum við haldið að þetta sé bara að gerast hjá okkur. Það væri hræðilegur og ónákvæmur lífsmáti, sem ég held að listin endurspegli okkur stöðugt - allt frá lestri Thomas Hardy, Doris Lessing, Virginia Woolf eða Emily Dickinson alla leið til ljóða Emily Dickinson - bara að sýna mannlegar sögur svo við gerum það ekki Mér finnst það ekki vera svo einangrað - það er sannarlega kraftaverk.

Kate Braestrup er unitarískur alhliða prestur til leikjavarða sem starfa í almenningsgörðum og skógum í Maine, lögreglufulltrúa sem eru kallaðir til í leitar- og björgunarleiðangri þegar hætta eða hamfarir dynja yfir.

Vinna hennar með þeim leiðir hana, í orðum hennar, til mikilvægra augnablika mannlegrar reynslu - þeirra þar sem líf breytist skyndilega á meðan önnur þróast óvænt.

Hlustaðu á þetta samtal á milli Kate Braestrup og höfundarins: Þú hefur tekið eftir því að tíbetsk heimspeki gefur til kynna að við eyðum stórum hluta ævinnar í að undirbúa dauðann, en samt sem áður eru mörg málanna sem þú tekur þátt í fólki sem gerir sér ekki grein fyrir þessum sannleika.
Enginn telur sig reiðubúinn að horfast í augu við dauða þeirra sem þeir elska, né að alheimurinn sé skynsamlegur þegar svona hlutir gerast.

Rétt, og það er einmitt þess vegna sem það er til bóta að við þurfum ekki að undirbúa okkur viljandi.

Það er líka sagan sem þú segir af Christinu og Önnu Love.

Það var eitt af nöfnunum sem ég hélt ósnortinn í bókinni minni.

Anna Love var ólíkleg lögreglukona sem þú hittir þegar þú veltir fyrir þér kraftaverkum og öllum tildrögum þeirra.

Christina var ung kona sem var rænt, nauðgað og myrt áður en hún var skilin eftir dauða í skóginum. Þetta krafðist margra mismunandi stofnana - þar á meðal varðstjóraþjónustunnar - til að vinna saman að því að endurheimta lík hennar ásamt því að safna og greina sönnunargögn gegn þeim sem bera ábyrgð. Í fyrstu var þessi reynsla ólýsanlega sársaukafull fyrir alla sem tóku þátt - sérstaklega fjölskyldu hennar. Þessi atburður reyndi á skilning okkar á því að búa í Maine, hvort börnin okkar og okkur sjálfir upplifum öryggi. Hvað getum við gert við illsku sem ræðst á fyrirvaralaust? Kraftaverk gerast hér þegar svo margt þarf að samræmast rétt til að ein ung kona hitti aðra unga konu á bílastæði klukkan 7 að morgni á hverjum morgni - það virðist ólíklegra en nokkurt kraftaverk sem ég get hugsað mér!

Þess vegna samanstendur skilgreining mín á kraftaverki ekki einfaldlega af einhverju sem var forsenda; allir hlutir verða að samræmast til að það gerist. Slæmir hlutir gerast líka - stundum mjög slæmir hlutir.
Þegar ég horfi á það frá öðru sjónarhorni - sem er hvernig ég lít á hlutina - þá leita ég ekki að Guði eða leita nærveru hans í daglegu lífi mínu.
Guð vinnur í lífi mínu á lúmskari hátt en galdra eða brellur; Hann sýnir sig í gegnum fólk sem elskar hvert annað og þjónustustörf sem ég verð vitni að á hverjum degi. Þessi atburður setti verk Guðs til skoðunar vegna þess að almennt séð verð ég ekki oft fyrir kynferðislegum rándýrum og morðingjum - ég hef tilhneigingu til að takast á við slys eða fólk sem hefur tekið lélegar ákvarðanir vegna áfengisneyslu en var aldrei viljandi illgjarn í hegðun sinni .

Þannig að ef við værum að leita að sönnunargögnum um ást í þessum aðstæðum, þá væri augljós staður í hjörtum og höndum strákanna sem reyndu hvað þeir gátu til að finna hana og gera hlutina rétta með fjölskyldu sinni, jafnvel með öllum sínum takmörkunum.

Þeir komust fljótlega að því að þeir gætu ekki snúið tímanum til baka eða gert hana á lífi aftur.

Láttu þennan ranga atburð hverfa.

Þeir gátu ekki lagað það. Og að þeir hafi enn brugðist við finnst mér sannarlega fallegt; Vilji þeirra til að bregðast við þegar þeir gátu ekki lagað eitthvað er hrífandi aðdáunarverður. Að vera Superman er mjög ánægjulegt þegar það gerist; þegar þeir finna krakka áður en síðasti andardrátturinn hefur farið úr líkama hans. Það er ótrúlegt fyrir mig; það sem kemur mér hins vegar á óvart er hvernig þessir lögreglumenn og leikjaverðir hafa hagað lífi sínu þannig að þeir verða að fara og gera hluti sem kunna að vera afskaplega sársaukafullir en hjálpa ekki endilega við að gera við eða afturkalla skaða eða illsku sem þeir sjá í kringum sig er sannarlega óvenjulegt og aðdáunarvert.

Og í þessu tiltekna tilviki var Anna Love fórnarlambið.

Anna var aðalrannsakandi í máli mínu. Hún er ákaflega alvarleg ung kona sem ég hafði þekkt í nokkuð langan tíma áður en ég vann saman að þessu máli.
Löngu áður var auðvelt að ímynda sér hana sem einkaspæjara; hún er klár, alvarleg og hefur hjartalaga andlit - sem gerir það auðvelt fyrir áhorfendur að sjá fyrir sér. Með rannsókn hennar á öllum þessum upplýsingum og með því að finna trúverðuga staði þar sem grunaðir gætu falið sig fundu þeir einn, sem krafðist þess að yfirheyra hann ítrekað auk þess að yfirheyra öll vitni sem komu að málinu áður en þeir fóru aftur með honum á vettvang glæpsins.

Og allt á aðeins þremur dögum?! Hún kláraði þetta mál með góðum árangri.

Hún gerði. En á milli allra þessara athafna smeygði hún sér inn á skrifstofu undirforingjans með brjóstdælu; hún hafði nýlega fætt barn og þurfti að senda flöskur heim með eiginmanni sínum (líka lögregluþjóni) svo hann gæti gefið nýfæddu barni þeirra mjólkina beint. Mér fannst eitthvað virkilega hjartfólgið við þá látbragð.

Í grein þinni var lögð áhersla á, „í fullkominni menningu myndu ungar stúlkur leika sér með Anna Love hasarfígúrur skreyttar merkjum og brjóstdælum.

Anna Love var á margan hátt kjörinn spæjari í þessu máli. Þverstæður eins og þessar er ekki hægt að leysa; þú verður einfaldlega að láta þá vera til sem aðskilda hluti. Annars vegar varstu með þennan hræðilega atburð sem var ekki sanngjarn og óréttlætanlegur á öllum stigum; samt svöruðu allir þessir krakkar, þar á meðal Anna Love sem mjólkandi móðir sem hefndi sín á þessum einstaklingi sem olli dauða Christinu; samt breytti ekkert af því neinu; bara að báðir aðilar hafi verið til samtímis - sem ég býst við að sé bæði nóg og ekki nóg?
Orð þín sýna eitthvað djúpt en samt einfalt á sama tíma: þegar kraftaverk endurheimta líf tímabundið, gætu þessi kraftaverk varað í stutta stund - oftast aðeins upprisa kærleika í stað líkamlegrar endurreisnar.

Ég og kristni erum oft á öndverðum meiði, mér finnst hún svara spurningum sem ég var ekki að spyrja um. Ef mikilvægasta gildið í lífi þínu er einfaldlega að anda og ganga um að borða samlokur og þess háttar, þá verður það svar þitt við öllu og dauðinn verður óviðkomandi - því það er sama hver er á lífi núna, þeir deyja allir á endanum og við verðum að setja fram öll þessi hugtök sem við gerum. 'ekki enn sjá eða tengjast;

samt sem einhver með hagnýta hagsmuni myndi þetta ekki fullnægja mér; Ég vil eitthvað áþreifanlegt, áþreifanlegt sem ég gæti séð og gripið beint til.

Þannig að ef ég heldur því fram að ástin sé mikilvægust, þá er það sem ég enda með heimur fullur af þjáningu, illsku og sársauka; þó hefi ég enn eitthvað sem vert er að sækjast eftir; eitthvað til að stefna að og eitthvað sem ég get lagt til. Persónulega séð virkar það betur.

Hlustaðu á orðaskipti John Powell og rithöfundarins Peter Thiel

Það var ákveðinn punktur þegar mér fannst ég vera ofviða með allt og var að tala við pabba minn, þegar mér fannst ég vera algjörlega stjórnlaus yfir öllu. Hann sagði mér að reyna ekki að gera allt á eigin spýtur en viðurkenndi baráttu mína með því að minna mig á að ég hefði Guð með mér; þó mistök mín hafi verið að reyna að skipuleggja sig í kringum hann frekar en sjálfan mig. Ég áttaði mig á mistökum mínum höfðu verið að fara ekki að ráðum hans þegar ég skipulagði mig í kringum Guð á sama hátt og hann. Svo...

Upphafsstillingin þín var hvít.

Alveg rétt; þess vegna tel ég að við ættum bæði að yfirgefa þægindahringinn okkar og vinna að því að losna við þá saman.

Samanlagt gera þessar fullyrðingar athyglisverða athugun í öðru viðtali: Meirihluti hvítra í dag kýs samþætt hverfi og skóla en þeir gerðu árið 1950; þó er óvíst hvað í þessu felst; burtséð frá því, heimur okkar og lýðfræði hefur breyst; hvítar enclaves bjóða lítið upp á andlega næringu og hafa orðið andlega spillt með tímanum." Þegar þú bættir við það nefndir þú hvernig flestir, hvítir, svartir, latínóar eða aðrir myndu vilja sjá hlutina öðruvísi "en vita því miður ekki hvernig eða jafnvel ímyndaðu þér að lífið sé eitthvað öðruvísi". Auk þess sagðir þú þessa fullyrðingu: "Ég held að flestir, hvítir, svartir latínóar eða aðrir myndu vilja eitthvað öðruvísi en vita ekki hvernig eða ímyndað sér annan veruleika."

Þú talar fyrir mig og marga aðra þegar þú segir að þetta sé það sem við stöndum frammi fyrir; Mér finnst fyrst og fremst að takast á við þessa vanhæfni til að sjá öðruvísi. Sagan þín um Oak Park nálægt Chicago var mjög gagnleg fyrir mig við að skilja þá sögu; venjulega gera menn ráð fyrir að sameining valdi því að húsnæðisverð lækki; í þetta skiptið lýstir þú mjög hagnýtri ráðstöfun sem gripið var til til að breyta ekki verðmæti húsnæðis - þessar litlu sögur eru jafn mikilvægar og stærri frásagnir.

Oak Park er staðsett í Chicago og eitt af mörgum aðskildum svæðum þess; Cook County státar af hæsta svarta íbúa í hvaða bandarísku fylki sem er og margar rannsóknir á aðskilnaði hafa farið fram þar. Oak Park stendur upp úr sem einstakt lítið samfélag sem stendur gegn aðskilnaði; því að gera Oak Park enn áberandi. Frjálslyndir hvítir voru viðstaddir og blökkumenn fóru að flytja inn, sem varð til þess að frjálslyndir hvítir létu í ljós áhyggjur af því að verðmæti þeirra gæti minnkað án þess að selja strax. Sveitarstjórnin lagði því til vátryggingarskírteini sem bætir upp ef verðmæti hennar minnkar - eitthvað sem að lokum var útfært og tekið upp sem vátryggingarskírteini.

Hvítir íbúar hafa ekki greitt eina stefnu. Hvítir fluttu ekki lengra í úthverfin. Og það hefur verið satt í 50 ár - sem gerir þetta að forvitnilegri athugun á mörgum stigum, þar sem þú gætir haldið því fram að þetta hvíta fólk væri kynþáttahatara; kannski að nota tryggingar sínar sem afsökun. En erum við tilbúin að taka þá á orðinu og faðma og virkja þá þar sem þeir standa? Fólk hefur kvíða, jafnvel marga í einu.
Íhuga Katrina; þessar sögur af hamförum sem hrjá okkur eru alls staðar í kringum okkur en við tölum ekki mikið um þær. Svartir voru fastir ofan á þök þegar vatnið fór að hækka. Það sem ekki hefur verið gert opinbert er sú staðreynd að allir Bandaríkjamenn, reyndar allir kynþættir, gáfu rausnarlega gjöf. Þetta var eitt stærsta borgaralega gjafaprógramm sem sést hefur í sögu Bandaríkjanna á milli íbúa; svo hvítir Ameríkanar, Latino Ameríkanar og Asíu Ameríkanar gáfu allir til að hjálpa því sem þeir álitu vera svarta Bandaríkjamenn. Fólk var að fullyrða að mannkyni okkar væri deilt, þar sem kynþáttapör væru ein af þeim lýðfræði sem vex hraðast. Ekki latínumenn heldur pör af kynþáttum og pör sem eru á milli þjóðarbrota sem eru í fararbroddi breytinga; fólk sem var þegar sjálft þá og þar að reyna að sjá fyrir sér aðra Ameríku með tjáningu alls staðar í kringum okkur ef við bara færum að leita. Þegar litið var, komu svipbrigði út um allt - oft óvænt.
Þeir eru sjaldan viðurkenndir, ræddir eða komið til móts við þá - það er kominn tími til að við tökum þeim og höldum þeim uppi!

Hlustaðu á orðaskipti milli Vincent Harding og höfundarins.

Nýlega hlustaði ég á BBC sem hefur fylgst með okkur úr fjarlægð. Áhugaverður samanburður var gerður við sjöunda áratuginn - annað tímabil félagslegs umróts og morða - en einn blaðamaður benti á að aðalmunurinn væri von: jafnvel á tímum mikils umróts og ofbeldis gæti fólk enn fundið fyrir því að það væri að taka framförum í átt að markmiðum, eitthvað vantaði núna. Hvað finnst þér um þessa greiningu?

Í kjarnanum er þetta mál svo flókið að ég get aðeins klórað mér í það með takmörkuðum árangri. Það sem ég hef fylgst með í þessu landi - hvert sem ég fer - virðist fólk starfa út frá von um von og möguleika: hvort sem það er Detroit, Atlanta, háskólasvæðið í Fíladelfíu eða kirkjur alls staðar eru fullar af konum og körlum sem starfa á um von og bjartsýni.

Mín tilfinning er sú að á sjöunda áratugnum hafi líklega verið meiri von sem allir gætu greint og einbeitt sér að. Ein af þeim djúpu umbreytingum sem nú eiga sér stað fyrir hvít samfélög víðsvegar um Ameríku er vaxandi óvissa varðandi eigið hlutverk, eigin stjórn og hvað það hefur í för með sér fyrir líf þeirra og frelsi.
Það hefur farið út fyrir þægindahringinn inn á óþekkt landsvæði sem það leyfði sér ekki að kanna áður.

Og það er þar sem við finnum okkur í dag; þess vegna er brýnt að við skiljum hvað Martin Luther King var að tala um þegar hann talaði um að búa til ástsælt samfélag og viðurkenndi að til þess að þessi draumur geti orðið að veruleika verða sumir að gefa eftir það sem einu sinni var eingöngu þeirra. Getur verið til ástkær þjóð? Við skulum gefa það tækifæri og komast að því.

Skrif þín vekja oft áhugaverða spurningu: "Er Ameríka möguleg?" Þegar þessari fyrirspurn er svarað, hvað kemur upp í hugann sem svör vonarinnar felast í?

Ein af stóru gleðinni við að lifa eftir 80 ára afmælið mitt hefur verið að hitta og eyða tíma með mörgu yndislegu fólki. Philadelphia, til dæmis, er þar sem ég eyði miklu af tíma mínum. Á norðvesturhlið þess hef ég verið náin tengd meþódistakirkju undir forystu einstakrar kvenprests sem hefur opnað hjarta sitt og faðm vítt og breitt fyrir ungu fólki sem oft er jaðarsett í öðrum kirkjum - og sýnt þeim allt sem þeir geta áorkað með starfi sínu.

Einhvern tíma í heimsókn sinni til Denver kom hópur Fíladelfíubúa að heimsækja verkefnið okkar og voru klæddir frá götum Fíladelfíu; hreyfing þeirra endurspeglaði þessa háttsemi þar sem þeir höfðu samskipti við mismunandi íbúa þar. Tveir ungir Fíladelfíubúar - einn karl og ein kona - stöðvuðu mig í aðeins augnablik: tveir ungir menn komu að mér hvor í sínu lagi og spurðu: "Gætum við talað aðeins í eina stund?" Þeir kölluðu mig Vincent frænda þegar og vildu vita hvers vegna ég elskaði þá svo. Það sem ég sá var að þeir höfðu vitund sem gerði þeim kleift að þekkja þessa ást frá mér; eitthvað sem marga Bandaríkjamenn skortir þegar þeir kynnast nýju fólki erlendis. Ég sá að þeir vissu að þegar þeir hittu nýtt fólk gætu þeir skynjað eitthvað mikilfengleika innra með þeim sem gerði þeim kleift að átta sig á því þegar þeir hittu einhvern eins og mig eða heyrðu þessar fréttir: að vita þetta.
Ást getur aðeins komið innan frá og allir ættu að gera sér grein fyrir því að þeir hafa vald og ábyrgð til að leggja eitthvað jákvætt fyrir samfélag sitt sem ekki hafði áður verið gert ráð fyrir.

Ég veit að þeir eru til vegna þess að ég þekki nokkra fullorðna sem vinna með þeim á stöðum eins og Greensboro, Norður-Karólínu; Detroit, Michigan; á pöntunum í Nýju Mexíkó og Los Angeles svæðinu - við höfum komið á tengslum milli ungs fólks og fullorðinna fóstra í þessum aðstæðum - vegna þess að þegar ég sé, finn, fæ ástúðlega umönnun þeirra, þá veit ég að þeir hafa það sem þarf til að byggja upp ástkæra samfélögin sem við allir leitast við að skapa.
Starf mitt felst í því að eiga samskipti við þá sem eru taldir vonlausir, gagnslausir og tilgangslausir - rétt eins og ég varð vitni að þeim í suðurríkjunum á sjöunda áratugnum - sem eru taldir afturhaldssamir og ófærir um að skapa breytingar fyrir þjóð sína. Að hugsa til baka á Torgi hins himneska friðar og Prag minnir mig á hvernig þetta sama fólk í Mississippi og Alabama, sem var vísað frá sem gagnslausum, gátu komið á breytingum á heimsvísu - ég sé að það leika stöðugt um þetta land með ungt fólk sem elskar hvert annað inn í nýja möguleika; þannig að ég svari: "Já svo lengi sem við gerum það mögulegt."

Kafli 5- Saga og þróun TRÚ

Þegar ég minnist trúar frá fyrstu ævi minni kemur það með ótta. Ekki bara ótti þó - söknuðurinn bjó þar líka.

Þegar ég byrjaði að lesa myndu biblíuþrautir veita mér samgöngustundir, þægindi og endurnærandi víðfeðma möguleika sem myndu styðja mig í gegnum skóla- og kirkjutónlist - þó ekki alveg í þessari mynd á þeim tíma! Að syngja sálma sem tengdu mitt litla líf við stórfengleika alheimsins og kristilegt drama þvert yfir rúm og tíma varð ein af fyrstu upplifunum mínum af því að anda, líkama-hugur og andi sameinuðust, lifandi fyrir bæði leyndardómi og veruleika í sátt við kunnuglegt og ókunnugt fólk. var ein slík stund; þessi reynsla hjálpaði til við að móta hvernig ég skilgreini trú í dag: það þýðir að trúa því sem þú trúir um sjálfan þig um sjálfan þig þegar þú talar um Guð eða talar fyrir sjálfan þig! chaudiere Hver er ég að tala fyrir Guð eða tala fyrir hans/hennar hönd; En þetta trúi ég:
Ef Guð er til - sem sjálft er ótrúleg ofureinföldun - þá þarf hann/hún ekki á okkur að halda; Hann/hún þráir og þarfnast okkar, sem gerir nærveru okkar þakkláta, gaumgæfilega og hugrakka í daglegu lífi.
Eins og ein af uppáhalds klassísku aðferðunum mínum við skilgreiningar Guðs er, ef Guð er "hugurinn á bak við alheiminn", heiðrar hann huga okkar; en sem „verugrundvöllur“ blessar hann heilleika okkar.
Æskutrúarbrögðin fyrir mig snerust allt um mælikvarða - um siðferðislega fullkomnun og eilífðarkostnaðinn af því að skorta. Nú felur trú fyrir mér í sér siðferðilega ímyndunarafl sem er aðgreint frá siðferðilegri fullkomnun; enn að reyna að ákvarða nákvæmlega hvað það þýðir og hvernig best sé að hlúa að því innra með mér og öðrum; glíma við hvernig þetta tungumál gæti komið fram í sameiginlegu lífi; niðurstöðurnar koma mér oft á óvart þar sem þær eru svo frábrugðnar opinberum trúarmyndum í manna minnum og langt frá því sem ég byrjaði; en með því að skilja þetta tungumál aftur verða miklar hefðir í allri sinni dýrð aðgengilegar aftur.

Trúin er kraftmikil; í öllum menningarheimum og æviskeiðum. Jafnvel þeir sem halda því fram að þeir trúi á Guð eða bæn gætu að lokum komist að því að þessar skoðanir gangast undir stöðuga endurskoðun þar sem minningar og reynsla móta hvernig við túlkum þessar grundvallarviðhorf með tímanum. Viskan felst í því hvernig við tökumst á við óvart og leyndardóma hversdagslífsins öfugt við stöðnandi stöðnun; þegar óvænt óvænt kemur á óvart sem ekki er hægt að draga saman eða útskýra í burtu; slík augnablik hafa kraftinn til að umbreyta okkur djúpt innan frá ef leyfilegt er. Vestræn kristni missti hluta af umbreytingarkrafti sínum þegar hún tengdist heimsveldi og síðar vísindum. Afi minn virtist óþægilegur yfir stórum og virkum huga sínum; það var einhver taugaóstyrkur þegar kom að því að samþykkja hluti sem Biblían fjallaði

ekki um eða gat ekki útskýrt; það var óttast að þeir gætu fallið fyrir guðlausri vissu vísindanna og glatast þeim sem trúa að eilífu. Hann gat aldrei séð fyrir að vísindi tuttugustu aldar myndu ná að því sem virtist vera lokamörk sín og muna síðan kjarnadyggð þeirra, auðmýkt, en taka á móti óvæntum tækifærum. Við uppgötvuðum, meðal annarra jarðskjálfta staðreynda, að útþensla alheimsins er ekki að hægja á heldur hraða; og, í gegnum útskýringar, að megnið af því samanstendur af öflum sem við höfðum aldrei búist við og skiljum enn ekki til fulls - "myrkt efni" og "myrkra orka." Þegar þessi öld hófst, reyndu eðlisfræðingar, heimsfræðingar og stjörnufræðingar ekki lengur að reka leyndardóminn á brott heldur hvöttu hann aftur inn. Strengjafræði og samhliða raunveruleiki hljómar enn eins og vísindaskáldskapur en eru í raun tilraunir til að gera sér grein fyrir hugsjón Einsteins um að búa til „kenningu um allt". , að samræma alla þætti hvernig heimurinn okkar virkar saman í yfirgripsmikla skýringu á öllu.
Eins og Einstein nefndi frægt er skilningur okkar á alheimsveruleika ekki í samræmi við virkni þeirra á örstigi, skammtasviðinu. Samt hefur skammtaeðlisfræðin - sem hann hafði einu sinni litið á sem "vúdú" af honum - veitt okkur farsíma og einkatölvur, tækni sem við notum á hverjum degi til að kanna netútgáfur af geimnum.

Yfirgripsmikil vísindadrifin reynsla endurvekur fornt innsæi manna um að línulegur veruleiki sé ekki allt sem til er; að það er sýndarveruleiki og netheimur fyrir utan, eins og Alice sem dettur niður kanínuholið; Netlíf okkar tekur okkur niður þessa kanínuholu eins og Alice; á hverjum morgni þegar við vöknum leggjum við leið okkar til Narníu í gegnum bakskápahurðir eða gervigreindarkortlagningu á heila - það verður alltaf yndislegra að meðvitund okkar virðist ótrúleg.
Sherwin Nuland, agnostic fæddur af Hasidic Gyðinga arfleifð, vitnaði oft í innsýn Saint Augustine um að maðurinn yrði að taka ábyrgð á sjálfum sér í lífinu og velja hvernig hann vill eyða henni.

Menn hætta sér út í náttúruna til að dásama gríðarlega hæð hennar, miklar öldur hafsins og ár sem þjóta fram hjá, gríðarstór víðátta alheimsins og stjörnur sem skína á hana - en fara samt oft fram hjá sjálfum sér án þess að gera sér grein fyrir því hvaða fegurð er framundan.

Á okkar tímum er orðið í tísku að kanna leyndardóminn sem er okkur af endurnýjuðri yfirvegun. Einstein sá lotningu fyrir undrun vera miðpunkt vísinda, trúarbragða og lista - eitthvað undrunarefni gerir okkur kleift að gera af mikilli vandlætingu. Velta er líka áhrifarík leið til að byrja að tala sameiginlegan orðaforða leyndardóms þvert á fræðigreinar með mismunandi vissu eða efasemdir; geðlæknirinn Robert Coles benti á þessa hvatningu á upptökum hennar í þroska barna sem og andlegum viðhorfum; Ég tók viðtal við Robert á bókfylltu heimili hans fyrir utan Boston á frumstigi útvarpsævintýrisins sem gaf því frábært samhengi fyrir frekari þróun síðar.

Hlustaðu á orðaskipti milli Robert Coles og höfundarins, Robert A. Coles.
Enginn vafi á því: við virðumst koma upp úr engu! Foreldrar okkar kynntust, eðlilega; þá kemur lífeðlisfræðilegur þroski okkar; á endanum byrjar sálrænt og andlegt sjálf okkar að koma fram í gegnum reynslu, menntun af ákveðnu tagi af foreldrum, nágrönnum, kennurum, ættingjum og okkur sjálfum - þetta ferli er enn endalaus uppspretta undrunar! Trúarhefðir bernsku gefa nægar vísbendingar um að sameining náttúrulegrar forvitni og trúarlegrar forvitni spilar stóran þátt í þessu þróunarferli - engin furða þá, mörg trúarbrögð þrífast hvert við hlið í dag!

Robert Coles rakst á þetta form tungumáls óviljandi sjálfur á tímum samfélagsbreytinga á sjöunda áratugnum. Sem ungur geðlæknir í New Orleans varð Dr. Christopher White vitni að fjölda fullorðinna sem var að grínast með Ruby Bridges þegar hún varð fyrsta afrísk-ameríska barnið til að afnema grunnskóla í suðrinu. Hann var dáleiddur af reisn hennar, varð vinur fjölskyldu hennar og hélt áfram að skrifa margverðlaunaðar bækur um sálfræðilegt, pólitískt og siðferðilegt líf barna. Seinna á ferlinum stakk Anna Freud upp á að hann myndi líta aftur yfir allar rannsóknir sínar til að sjá hvort eitthvað hefði runnið framhjá. Merkilegt nokk komst hann að því að athugasemdir hans voru fullar af trúarlegum og andlegum athugunum frá börnum sem hann hafði hunsað vegna fræðilegrar virðingar. Þessar athuganir voru grundvöllur þess sem er orðið þekktasta verk hans: Andlegt líf barna.

Robert Coles sér andlegt líf ekki með barnalegum augum: þegar hann talar um andlegt líf barna vísar hann ekki til úrvaxinnar yfirlætis heldur áframhaldandi og forvitnilegrar forvitni sem leiddi til mikilleika, sköpunar og seiglu á fullorðinsárum; eins og Dorothy Day eða William Carlos Williams eða Dietrich Bonhoeffer í þessum heimi. Róbert hefur ógleymanlega útvarpsrödd sem hentar fullkomlega fyrir útvarpsþætti eins og þáttinn hans: og er enn einn af þessum vitu en forvitnu einstaklingum á áttræðisaldri.

Hlustaðu á orðaskipti rithöfundarins Robert Coles og Robert Ollea.
Það er heillandi að þú hafir tekið eftir slíkum "spurningaanda" meðal barna af bæði trúarlegum og ótrúarlegum bakgrunni - jafnvel þeirra sem búa á heimilum þar sem hefðir voru stífari. Það sem þú uppgötvaðir með því að tala við og hlusta á börn sýnir meira en bara um æsku; það afhjúpar hlið trúarbragða sem við gætum gleymt með öllu.

Þetta er sannarlega hörmuleg atburðarás: þegar gyðingdómur er skoðaður, eru stórmenn hans meðal annars spámenn hans eins og Jeremía, Jesaja og Amos. Þessir spámenn spurðu einhverra dýpstu og óþægilegustu spurninganna og þorðu oft að standa fyrir utan mörk valds og forréttinda til að halda áfram að varpa fram þeim. Og svo kom Jesús frá Nasaret - sem varð kennari. Það mætti líta á hann sem farandkennara sem flakkaði um Ísrael til forna - sem nú heitir Ísrael, Palestína og Mið-Austurlönd - í leit að svörum, leitaði svara, spurði fólk sem hann hitti á leiðinni, þorði því að spyrja spurninga sem öðrum var bannað eða kennt. að spyrja ekki um ákveðin efni. Jesús var að leita að félögum sem hann gæti sameinast honum í andlegri leit sinni; við gætum kallað þá vini hans eða kunningja á okkar tali. Þetta var fólk sem var tilbúið að tengja vopn við hann í þessari leit að andlegri uppgötvun sem hann fann sig laðast að eða stunda.

Trúarstofnanir eins og gyðingdómur og kristni hafa að geyma reglusetu sem geta stundum virst allsherjar eða jafnvel kúgandi; en börn bregðast best við anda trúarbragðanna: spurningum hennar, fyrirspurnum og spennu um að finna svör í heiminum okkar.
Það sem ég tel að þú sért að fara í sambandi við börn og trúarbrögð hefur eitthvað að gera með áhugamál þeirra sem einstaklingar sjálfir.

Leyndardómur er svo óaðskiljanlegur hluti lífsins; Nærvera þess ýtir undir forvitni og fyrirspurn. Flannery O'Connor - áhrifamikill kaþólskur höfundur - var handan kaþólskrar trúar í andlegu tilliti; hún átti djúpar rætur handan kaþólskunnar. Einu sinni var hún að ræða hvað er góður skáldsagnahöfundur og vonaði að einn daginn gæti hún gengið í þeirra raðir en þorði aldrei að gera ráð fyrir því. Hún sagði fallega: „Verkefni skáldsagnahöfundarins er að dýpka leyndardóminn." „En leyndardómur getur verið skammarlegt fyrir nútíma huga, sem fær okkur til að berjast gegn henni til að leysa alla leyndardóma. Því miður verðum við að leysa það; við getum ekki látið það vera; né heldur fagna eða staðfesta nærveru þess sem hluta af lífinu þrátt fyrir að það sé hluti af lífinu sjálfu; samt sem áður er leyndardómur óaðskiljanlegur hluti sem ögrar og verðlaunar okkur bæði samtímis. „Já," sagði hún „leyndardómur getur verið frekar krefjandi en líka ómetanlegur félagi.

* Einu sinni nálgaðist ég dulúð sem eitthvað sem best var látið órannsakað; nú hugga ég mig við leyndardóm þess og lít á það sem tækifæri. Að heyra frá vísindamönnum að menn séu langflóknustu verur sem vitað er um í alheiminum (svarthol eru á vissan hátt útskýranleg en lífverur geta það ekki), veitir mér fullvissu um að lífið haldist endalaust vandræðalegt - eitthvað andlegt líf hjálpar við með því að viðurkenna bæði tilgang þess og hættur, fegurð þess og tjón.

Andlegt líf ætti að nálgast á raunsættan hátt og sem leið í átt að raunveruleikanum, án tilgerða um yfirgengi eða yfirgengi. Spirituality viðurkennir allar hliðar mannkyns; fegurð og ánægja samhliða sorg og sársauka sem og getu okkar til að standast það sem við viljum eða þörfnumst - það umvefur lífið að fullu!
Módernísk klassík Reinhold Niebuhrs, The Nature and Destiny of Man, byrjar fullkomlega: "Maðurinn er hans eigin örlög." Ég fagna Reinhold Niebuhr fyrir þessa

umhugsunarverðu yfirlýsingu um mannkynið um leið og ég skrifa stutta upphafslínu hans:
„Frumsynd“ hefur alltaf verið viðbragð afa míns þegar hann glímir við krefjandi vandamál; Kennsla hans um það var prentuð inn í mig eins og hún hefur verið í vestrænni menningu í gegnum aldirnar af trúarbrögðum eins og kristni. Samt eftir því sem tíminn leið og Oklahoma reyndist full af lífsbeygju ánægju, jafnvel innan um það sem ég áleit einu sinni vera syndsamlega hegðun, varð „synd“ minna um að fordæma athafnir og meira um að veita skýrleika fyrir sálrænan vöxt og andlegan skýrleika.

Þegar ég var 25 ára byrjaði ég að kanna trúarbrögð aftur, að þessu sinni anglíkanska. Ljóðalegt málfar og mannkynslýsing The Book of Common Prayer vakti strax áhuga minn. Thomas Cranmer skrifaði til Hinriks VIII konungs og benti á: „Við höfum gert það sem við ættum ekki,“ líking fyrir mannlegt eðli sem felur í sér allt sem er stórt í sögunni. "Og við höfum látið ógert það sem hefði átt að vera gert" - sem undirstrikar hversdagslega vanhæfni okkar til að sameina innri þrá við ytri veruleika. Misbrestur á að meta fegurð, láta hana setja hlutina á sinn stað, vera þakklátur reglulega, taka tíma fyrir ókunnuga í neyð eða gefa það sem ég veit til að hjálpa þjáningunum á meðal okkar, vera mitt besta sjálf með þeim sem ég deili lífi eða starfi með, fyrirgefa öðrum þegar þeir standast ekki staðla mína o.s.frv.
Margar menningarlegar athafnir sem við stundum deyfa okkur í fyrstu og hjálpa okkur að forðast að horfast í augu við okkur sjálf - sem ýtir undir sjálfsþekkingu og dýpri heilindi sem við þráum sannarlega. Marie Howe bendir á hvernig ljóð „sárir sig dálítið við inngöngu; það bæði róar og dýpkar okkur á meðan það særir í einu“. Eins og þættir sem gefa sálinni rödd: þögn, söngur, samfélagssiðir og hlustunarupplifun sem og samúðarfull nærvera eins og hlustun og samkennd (eins og hugtök búddisma fyrir andlega lýsingu). Samt gefur hvert augnablik okkur valið á milli þess að velja truflun eða fara dýpra í sjálfsþekkingu eða dýpri heilindi; allir möguleikar eru fyrir hendi sem hjálpa til við að forðast þessa sársaukafullu uppgjör sem felst í.
Erfðasynd er hægt að skilja á mismunandi vegu: kannski sem ósjálfráða toga til að láta undan freistingum og gefa eftir vanalega eftirlátssemi við hana. Þetta fyrirbæri tekur á sig ýmsar myndir; hér birtist það sem löngun mín, með hverri setningu á þessari síðu, til að svara bakgrunnssímtali tækninnar og verða annars hugar frá þessari fyrirspurnarleið af endalausum kröfum tækninnar; í Berlín á kalda stríðsárunum varð þessi framkvæmd enn dramatískari: Sérhver truflun hafði geopólitíska þýðingu - geislaði af landstjórnarmálum við hverja aðgerð eða aðgerðarleysi - á meðan ég varð vitni að diplómatum með allar sínar flóknu aðferðir í leik - og gerði þetta að verkum. reynsla sem var spennandi en í návígi færði diplómata sem aldrei fyrr hvað varðar landstjórn - allt öðruvísi en núna
Blaðamenn, stefnumótendur og blaðamenn sem helguðu alla sína persónulegu orku í að rækta öflugt ytra líf. Ég notaði ekki slíkt tungumál á þeim tíma þar sem ég var líka aðallega pólitískur í eðli sínu - samt voru þeir vanþróaðir andlega, óvanir því að rækta

innra landslag fegurðar sem myndi festa og viðhalda því fyrir utan vinnu - sérstaklega innilegu rýmin sem við öll búum í handan vinnu. - Einn sendiherra sem ég vann með var frægur kjarnorkuvopnasérfræðingur sem hélt frábærar ræður sem dáðu áheyrendur á meðan hann stóð frammi fyrir Sovétleiðtogum; enn heima sendi hann stutt og óþægileg skilaboð í gegnum starfsfólk til konu sinnar uppi sem var uppi.

Börnin okkar vilja að við hættum að vegsama þetta mynstur óviljandi sjálfseyðingar: að auðga að utan en fátækt innbyrðis. Þeir hafa kynnt orð eins og „gagnsæi, áreiðanleika og heilindi" í borgaralega orðaforða okkar sem tilraun til úrbóta; Slík brothætt hugtök hafa hætt við ofnotkun eða einföldun, en samt heyri ég í þeim þráláta synjun frá okkur öllum að aðskilja ekki það sem við vitum frá því hver við erum, hvaða skoðanir leiðbeina því hvernig við lifum lífi okkar eða hver önnur eru; á bak við þessi brothættu orð eru hjartnæm en samt heilög þrá innanfrá - viðleitni til að færa okkur frá greind í átt að visku innan frá okkur sjálfum - sem gerir flutninginn frá greind í átt að visku innan frá okkur sjálfum.

Spirituality hefur alltaf verið eitthvað sem ég nálgast af varkárni í lífi mínu, hræddur við víðtæka túlkun þess og yfirborðslega beitingu á þarfir og áhyggjur hvers og eins. En ég hef fylgst með menningarmótum okkar af andlegu - og tengslum þess við trú og menningu - þróast á verulegan hátt á síðustu áratugum. Það sem ég veit með vissu er þetta: engin ein greining getur gefið fullkomna og örugga spá fyrir hvernig hlutirnir munu spilast. Nú er algengur hluti af félagslegu orðalagi, "andlegt en ekki trúarlegt" táknar aðeins hluta af því sem hefur breyst verulega í gegnum tíðina. Kynslóð okkar sker sig úr því að vera meðal þeirra fyrstu sem erfa almennt ekki trúarkennd með fjölskyldu- eða ættbálksaðild, eins og hárlitur eða staðsetning getur ráðið slíku. En fljótandi lífsins - með öllum valmöguleikum þess til að velja og greina persónulegar andlegar leiðir - leiðir ekki til andlegrar hnignunar heldur endurvakningar þess. Við erum að breytast sameiginlega þar sem trúarbrögð eru endurnærð menningarlega á óvæntan hátt. Ég hitti mun fleiri trúaða á hverju ári en áður!
Vísindamenn sem vísa til „trúarbragða án andlegrar trúar" - viðhorfs virðingar fyrir helgisiðum í mannlífi og samfélagsgildum án áherslu á eitthvað yfirnáttúrulega yfirskilvitlegt - vísa oft til þess sem er þekkt sem nýhúmanismi sem siðferðilegt ímyndunarafl og siðferðileg ástríður sem nauðsynlegir þættir .

„Engin," eins og það er reiknað með skoðanakönnunum, táknar einn hraðast vaxandi hluta andlegrar auðkenningar. Frá því snemma á þessum áratug hafa skoðanakannanir skráð að 15 prósent íbúa Bandaríkjanna og þriðjungur fólks undir þrítugu hafi svarað með „engu" þegar þeir svöruðu fjölvalsspurningum um trúarbrögð; Umfjöllun í lofti og á prenti hefur beinst að þessari mótmenningarhreyfingu sem ögrar sögulegum sjálfsskilningi Bandaríkjanna sem kristinnar þjóðar.

Ungu fólki sem fæddist á níunda og tíunda áratugnum virðist trúarbragðayfirlýsing ekki koma á óvart, enda komin til ára sinna á tímum þar sem trúarraddir eins og Jerry Falwell og Pat Robertson urðu eitruð öfl í bandarískri menningu. Fígúrur eins og Falwell og Robertson fengu óhóflegan útsendingartíma sem dæmigerðar tölur „trúarbragða“, jafnvel eftir að þær voru ekki lengur fulltrúar flestra evangelískra, bókstafstrúarmanna eða trúarfólks - miklu síður allt kristið fólk eða fólk með trú. Nánar tiltekið: hinn stækkandi heimur Nones - hins nýja trúlausa - er eitt andlega líflegasta og umhugsunarverðasta rými nútímalífs. Ekki staður án andlegs lífs heldur staður sem þolir trúarofstæki og grunnt. Stórir hlutar heimsins okkar iða af siðferðilegri sannfæringu og fróðleiksfúsri guðfræðilegri forvitni, sem birtist á óvæntum stöðum og leiðum. Nathan Schneider stendur upp úr sem nýstárlegur opinber menntamaður, sem spannar blaðamennsku, fræðimennsku, félagslega virkni og trúarbrögð. Hann skrifaði óhefðbundna en sannfærandi blaðamannaskýrslu um uppruna Occupy Wall Street hreyfingarinnar eftir fjármálahrunið 2008 innan úr röðum hennar, og benti á andlega krafta sem aðrir fréttaskýrendur litu fram hjá.

Hlustaðu á þessi orðaskipti milli rithöfundarins Nathan Schneider og Nathan Schneider.
Ungt fólk í Occupy Wall Street sneri sér að kirkjum þegar þau byrjuðu að mótmæla fyrir utan þau; ekki vegna þess að þeir væru ósammála því sem þessir tilteknu söfnuðir sögðust trúa heldur oftar sem gremju: þessir mótmælendur sögðu: "Kirkja, hagaðu þér eins og kirkja!" Margir höfðu aldrei upplifað kirkju eða neins konar trúfélag áður eða upplifað firringu ef þeir gerðu það áður; Almenn sjálfsmynd þeirra er engin.

Nathan Schneider lifir óhefðbundnum 21. aldar lífsstíl. Hann er alinn upp af foreldrum sem afhjúpuðu hann fyrir ýmsum andlegum hefðum á sama tíma og hann hvatti hann til að búa til sína eigin, hann hefur fjölbreytta reynslu sem stangast á við flokkun. Hann kannaði bæði vitsmunalega og upplifunarlega alla unglingsárin - þar til hann var átján ára skírður inn í kaþólsku kirkjuna. Nú þegar menn hafa ekki lengur erft kirkjudeildir með erfðafræðilegum arfleifð, er okkur frjálst jafnvel að velja rétttrúnað sem hentar okkur best. Nathan hefur skrifað aðra bók þar sem hann kannar leitina að sönnunargögnum um Guð „frá fornum mönnum til internetsins,“ nálgun sem mér finnst svo einkennandi fyrir vitra leitendur í nýjum kynslóðum. Nathan stingur upp á því, sem vitnar í orðalag mitt, að við þurfum að leiðrétta þegar rætt er um gildi trúarbragða í samtímasamfélagi, stað þeirra innan þess og allar breytingar sem þau eru að upplifa.

Hlustaðu á þegar Nathan Schneider deilir þekkingu sinni.

Þegar ég varð eldri og fór að læra trúarbrögð formlega varð mér eitt ljóst: margar af baráttu okkar eru vel þekktar af sumum af stórhugsuðum og frumkvöðlum úr

trúarhefðum sem við reynum nú að stjórna og innihalda. Þetta var sérstaklega áberandi eftir 11. september þegar nýir trúleysingjar voru að koma fram.
Eru trú og ofbeldi raunverulega aðskilin einingar, eða veldur trúarbrögð ofbeldi milli fylgjenda sinna? Ég fór að kanna umhverfi mitt eftir svörum við brennandi spurningum mínum um trúarbrögð: Eru trúarbrögð og ofbeldi raunverulegt; Hvert er samband þess við ofbeldi; Er Guð til/er til þarna eitthvað; Þegar ég byrjaði að kafa dýpra í hefðbundnar nálganir sem höfðu reynt að svara þeirri spurningu áttaði ég mig á því að flest rök sem sett voru fram til að sanna að Guð væri til snerust meira um að mynda tengsl sem tjáðu Guð með frásögn af mannlegum samskiptum en að svara þeirri tilteknu fyrirspurn beint.

Þín kynslóð, þessi öld núna, hefur gefið tilefni til þessa fyrirbæri sem er þekkt sem „Nones". Ég trúi því að það sem þú og þeir eru að ræða hér sé ekki svo mikið að reyna að skilgreina Guð heldur séu þeir að leita að skilningi á þessum hefðum í kjarna sínum í tíma og rúmi og hvernig þær tjá það best.

Í fyrstu, þegar ég varð rómversk-kaþólskur, laðaðist að mér bæði miðalda íhugunarhefð hennar sem og hefð hennar fyrir hugrökkum félagslegum vitnisburði sem kaþólski verkamaðurinn Dorothy Day og mörg önnur slík dæmi í gegnum söguna og um allan heim. En þegar ég heimsótti kaþólskar kirkjur tók ég fljótt eftir því að margir fundarmenn voru ekki meðvitaðir um slík mál eða hefðir þeirra - héldu bara áfram án þess að skilja í raun hvers vegna þeir voru þarna í mörgum tilfellum; það var einhver tregða í mörgum tilfellum þó ekki endilega í öllum tilvikum.

Hins vegar var fólk sem ég hitti fyrir utan þessar trúarstofnanir mjög áhugasamt um þessi mál og hafði áleitnar spurningar sem það var að glíma við sjálft. Þó að þeim fyndist kannski ekki að þeir gætu skuldbundið sig að fullu til einhverrar stofnunar á þessum tíma, voru þeir áfram forvitnir og vildu skilja.
Það hróp frá Occupy hljómaði sterkt hjá mér; "Láttu þér eins og kirkja." Enn þann dag í dag, þegar ég fer inn á samfélagsmiðlasíðurnar mínar eins og Facebook eða Twitter í farsímanum mínum, sýnir bakgrunnsskjárinn minn mynd frá eftir fellibylinn Sandy þegar hernámsliðar fylltu kirkjur með hjálpargögnum til að aðstoða náunga sína.

Og það var það sem leiddi til Occupy Sandy. Því miður var þessi saga ekki fjallað eins víða eða þekkt meðal fólks - fáir vita um rætur hennar sem eiga uppruna sinn í Occupy Wall Street - svo geturðu deilt einhverju af þeirri sögu hér?

Um leið og fellibylurinn Sandy skall á New York og nærliggjandi svæðum ákvað lítill hópur aðgerðasinna Occupy Wall Street að þeir ætluðu að skipuleggja einhvers konar hjálparstarf. Innan nokkurra klukkustunda stofnuðu þeir fyrstu vefsíðuna, settu upp staði þar sem fólk gæti skilað vistum - kirkjur - og gegnt mikilvægu hlutverki í fyrstu stigum hjálparstarfsins.

En það var heillandi að fylgjast með, í þessu ferli, þegar þessi hópur - sem margir hverjir voru ekki sáttir við hefðbundnar trúarstofnanir - vinna með trúarfólki og trúarfélögum. Annars vegar myndu þeir verða vitni að styrk og seiglu þessara trúfélaga sem hreyfingu þeirra hafði ekki tekist að skapa; á hinn bóginn myndu þeir sækja innblástur frá þessum hugmyndum um þessar hefðir - sérstaklega með því að viðurkenna að það væri eitthvað raunverulegt á bak við trúarbrögð sem tengdust gremju þeirra yfir samfélaginu í heild. Hugtakið júbilee varð eitthvað sem þeir byrjuðu að ræða á meðan þeir áttuðu sig á að það væri eitthvað raunverulegt sem tengdi þá alla þrátt fyrir þennan árekstur milli veraldlegrar Ameríku og trúarsamfélaga í kringum þá. Nýlega heimsótti ég Suður-Ítalíu þar sem tækniaðgerðasinnar - aðallega tölvuþrjótar frá Evrópu - höfðu verið að safnast saman. Hér varð ég vitni að því að þeir ættleiddu og léku sér með vélbúnaðartæki frá alls kyns stöðum í Evrópu.
Að hakka St. Benedikt. Þessir frumkvöðlar eru að aðlaga reglu heilags Benedikts sem grundvöll vestrænnar kristinnar munkamála sem innblástur til að skapa sjálfbær samfélög. Klaustur fluttu siðmenninguna í gegnum hina myrku miðaldir en vernduðu ritlist eins og handrit. Nú eru þessir aðgerðarsinnar að nota trúarhefðir sem leið til að byrja frá grunni; að íhuga hvers konar breytingar væri hægt að gera á samskiptum tækni sem notuð er í dag og lífsstíls, eins og munkar gerðu fyrir öldum.

Aftur, þessir einstaklingar tengjast ekki neinum trúfélögum sérstaklega; enn eitthvað innan þessara hefða dregur þær að sér. Viðurkenna eitthvað þar en finnst þeir ekki hafa aðgang að núverandi stofnunum í könnunarskyni; svo þeir eru að kanna það sjálfstætt.

Monasticism birtist sem undirstraumur í andlegu landslagi. Mér finnst tengsl hennar forvitnileg: Eyðimerkurfeður og mæður, Benedikt eða Frans eða Ignatíus frá Loyola komu upp sem hugsjónamenn á ýmsum stöðum í langri sögu kaþólsku trúarinnar - þeir komu allir fram í fjarlægð frá kirkju sem þeir upplifðu sem heimsvalda, utanaðkomandi, köldu, úr sambandi við andlega kjarna þess.

Ungir kristnir menn – frá trúboði til annarra trúfélaga – eru líka að breytast til að bregðast við Nones-hreyfingu þessarar kynslóðar, sem í auknum mæli hrekjast af ströngum tilbeiðsluaðferðum hennar, en eru staðráðnir í að endurbæta þá í staðinn. Ein áhrifamikil hreyfing, lauslega tengd klausturhlífinni, er þekkt sem New Monasticism; Shane Claiborne er nú meðal leiðarljósa þess og öldunga á fertugsaldri. Hann fæddist í Tennessee á hátindi siðferðislegrar meirihlutahugsjóna og eyddi stórum hluta æsku sinnar í að vinna fyrir Dan Quayle sem varaforseta. Hann er karismatísk, karismatísk dreadlocked mynd sem lítur út fyrir að tilheyra eyðimerkurfeðrum og

-mæðrum. Meðan hann var í Eastern University fyrir utan Fíladelfíu - evangelískum háskóla sem er þekktur fyrir félagslegar aðgerðir - tóku hann og nokkrir vinir virkan þátt í að styðja og annast stóran hóp heimilislausra einstaklinga og fjölskyldna í umsjá þeirra.
Fólk sem bjó á götunni hafði leitað skjóls í yfirgefinni kirkju í Norður-Fíladelfíu og stóð frammi fyrir nauðungarflutningi. Kaldhæðni þeirra var ekki týnd hjá þeim: Þeir fóru að velta því fyrir sér hvort Jesús myndi kannast við það sem væri að gerast þar og í öðrum kirkjum sem þeir sóttu sem börn. Hann deilir reikningi sínum í langri Tennessee baráttu sinni:

Hlustaðu á þessa samræðu milli Shane Claiborne, rithöfundar, og mín, varðandi ritun fræðilegrar ritgerðar.

Þegar ég las í gegnum orð Jesú, velti ég fyrir mér hvort einhver trúði þeim enn í dag. Ein manneskja sem kom strax upp í hugann sem virtist hafa þessar kenningar Krists svo ljómandi vel í hendi var Móðir Teresa; Líf hennar lýsti svo fullkomlega einföldum orðum hans og kenningum að við skrifuðum henni bréf. Við sendum tölvupóst, "Hey, veit ekki hvort þú býður upp á starfsnám í Kalkútta en við viljum gjarnan koma að vinna," en aldrei heyrt aftur; hún hlýtur að hafa fengið fullt af pósti. Þannig að við hringdum í Kalkútta í staðinn og bjuggumst við kurteislegu "Missionaries of Charity, hvernig getum við aðstoðað þig?" heyrði í staðinn gamla rödd segja: "Halló? Halló?" Og ég hafði áhyggjur af því að ég væri með rangt númer; hver mínúta kostaði $4. Svo ég byrjaði að tala hratt: Ég sagði henni að við vildum ná til kærleikstrúboða móður Teresu þarna úti; þegar hún svaraði sagði hún að þetta væri Móðir Teresa og "Jæja, þetta er Móðir Teresa og þetta er Móðir Teresa - komdu, komdu." Strax bauð hún okkur inn! Og við gætum komið út! Hún sagði okkur að við gætum verið með. Svo það var frábært - komdu með!

Á þeim tíma lærði ég svo mikið. Við lentum í áhrifamikilli hreyfingu fyrir félagslegt réttlæti sem fólst í því að fara út og mótmæla óréttlæti á meðan við vorum handtekin - við vissum hverju við vorum á móti; hvað við vissum ekki fyrir hvað. Þegar ég heimsótti holdsveika nýlendu í Kalkútta uppgötvaði ég leiðbeiningar frá fólki sem neyddist af samfélaginu til að búa til eitthvað öðruvísi innan þess sem einu sinni hafði verið þeirra gamli heimur - augnablik þar sem framtíðarsýn mín um eitthvað betra kom fram þegar hetjan mín Dorothy Day sagði: „Við skulum byggja eitthvað saman!" Byggja upp samfélag þar sem auðveldara er fyrir fólk að vera góð hvert við annað. Shane og vinir hans sneru heim frá Kalkútta með það fyrir augum að búa til The Simple Way samfélag, ekki sem hefðbundna klausturreglu heldur sem viljandi samfélag sem sækir einhverja klausturvisku til að byggja upp lífið saman í takt við hvert annað og með borgarlífinu í heild. . Með tímanum hefur það vaxið úr einu húsi í sex með ýmsum verkefnum og ráðuneytum sem fara fram innan þeirra og þjónar sem pílagrímsstaður fyrir ungt fólk af ýmsum uppruna; þjóna sem regnhlífarsamtök sem tengja hópa saman á mörgum stöðum en um leið endurskipuleggja andlegt líf kirkjunnar að nýju.

Hlustaðu á þessa umræðu milli Shane Claiborne og höfundarins.

Einn daginn ákvað hópur okkar að prófa að sinna kirkju eins og þeir voru vanir: við lásum í Postulasögunni að allir trúuðu skiptu öllu jafnt á milli sín; enginn gerði tilkall til eignarhalds á neinu sem þeir áttu og það var enginn þurfandi maður á meðal þeirra. Þó að mörg okkar hefðu reynslu af ýmsum tegundum kirkju (að jafna evangelískum og óheilsulausum kaþólikkum), ákváðu þeir að í stað þess að kvarta yfir því lengur, myndu þeir reyna að búa til draumakirkjuna sína úr því sem áður hafði komið.

Engin stórsýn fyrir hverfið okkar var í huga; frekar, við nálguðumst á hverjum degi sem nemendur og opnuðum dyr okkar fyrir öllum í neyð. Markmið okkar var einfaldlega að elska Guð, elska fólk og fylgja Jesú. Ef við gætum fundið það út saman þá hefði vinnan okkar skilað árangri; þannig að við hittum marga heimilislausa einstaklinga sem komu í gegnum húsið sem og börn sem þurftu aðstoð við skólastarf. Þar af leiðandi komu margir heimilislausir í húsið; auk fjölda barna sem þurftu á stuðningi að halda við fræðileg málefni.
Allt sem við gerðum leiddi af því. Norður Fíladelfíu er staður fullur af baráttu, en líka fullt af von; Markmið okkar var að gefa hvort öðru von á sama tíma og hjálpa til við að endurheimta yfirgefin rými. Því miður missti ég af allri garðvinnunni í dag. Hverfið okkar er að grípa til aðgerða til að endurheimta tvær lóðir, áður fylltar af rusli og nálum, með því að búa til garða í því rými og reka litlu tískuverslunina okkar þar. Bráðum fer ég héðan og matarbankinn okkar mun dreifa 50 pokum til þeirra sem þurfa aðstoð. Að frumstilla samfélag okkar þýddi að bregðast við kreppu. En eins og Dr. Martin Luther King orðaði það svo mælskulega, þá kemur að lokum tími fyrir okkur öll að stíga upp sem „miskunnsamir Samverjar", lyfta öðrum úr erfiðum aðstæðum - að lokum skynja að Jeríkó sjálft þarf að breytast í þágu allra.

Það er eitthvað óeðlilegt við nálgun þína - ekki aðeins til kristinnar trúar heldur einnig um allan heim. Heildræn sjónarmið þín virðast einstök meðal kristinna samfélaga í dag; til dæmis, ef þú tekur gamla máltækið að það að kenna einhverjum að veiða mun leyfa þeim að borða fyrir lífið sem dæmi, þú segir að við verðum líka að spyrja hver á tjörnina og hver mengaði hana áður en við spyrjum „Við þurfum líka að spyrja hver á og mengaði það; kannski hafa manneskjur aldrei lifað á tímum þar sem svona hugsun var möguleg svo sannarlega hafa kynslóðir áður en uppi var á fyrri tímum hugsað nógu djúpt um kynslóðasögu sína? Hefurðu hugsað þér að hugsa í þessu sambandi eða þína kynslóð og þetta skipti?

Hvar sem ég fer er ég hvattur af spurningunum sem fólk varpar fram, jafnvel innan evangelískrar kirkju sem oft forðast að spyrja slíkra fyrirspurna. Flest ungt fullorðið fólk sem ég hitti innan þessarar evangelísku hefðar fara yfir vinstri/hægri hugmyndafræði í því að leita leiða til að skapa betri heim og skilja að viðkvæm tilvera okkar krefst þess að við búum öll öðruvísi saman og með meira ímyndunarafl en áður. Þeir segja að það sé undir okkur öllum sem einstaklingum komið að finna leiðir til að lifa á annan hátt sjálf á sama tíma og vera trú því sem við erum sem einstaklingar og sem kristnir.
Sköpunargáfa gerir okkur kleift að víkka út fyrir persónulega vinanet okkar.

Það er uppörvandi fyrir mig og ég trúi því að ef kristin kirkja missir þessa kynslóð mun það ekki vera vegna þess að okkur tókst ekki að skemmta henni heldur frekar vegna þess að við ögruðum þeim ekki með sannleika um lífið og tilveruna. Ekki vegna þess að við gerðum fagnaðarerindið of krefjandi, heldur frekar vegna þess að við gerðum það of auðvelt - einfaldlega að spila leiki með börnum frekar en að hvetja þau til að íhuga hvernig lífsstíll þeirra hefur áhrif á aðra. Það sem ég dáist mest að við margt af því sem er að gerast meðal yngri kynslóða er að átta sig á því að allir menn búa yfir mótsögnum og engin þörf á að trúa því að við séum með allt á hreinu. Fátt heillar mig eins og að fara í kirkju sem virðist trúa því að þeir hafi allt saman, eins og heimabæjarkirkjan mín, sem virtist vera það. Það er eitthvað sannfærandi við að sameinast með eins hugarfari einstaklingum sem segja: „Hæ, við erum ekki með þetta allt á hreinu ennþá; við skulum öll treysta á hvort annað."

Nútíma neinar eru oft einkenndar sem innifalið, húmanistar og transtrúarlegir; enn í röðum þeirra eru andlegir uppreisnarmenn og leitendur sem stefna að því að endurheimta hefðina aftur í ótemjanlegan, gagnmenningarlegan kjarna hennar á sama tíma og þeir sækjast eftir þjónustumiðuðu ágæti.

* * * Trúarbrögð þess gera meira en að veita líf. Í mannkynssögunni og nútímanum geta trúarbrögð gegnt auknu hlutverki bæði gott og slæmt - magnað hvort tveggja. Ótti og reiði - alltaf tengdar, tvær hliðar á einum tilfinningapeningi - getur verið sprengiefni þegar blandað er saman við kosmíska heimsmynd og orðaforða sem tengir ranglæti við illsku eða fordæmingu. Ofbeldi framið í nafni íslams, næststærstu trúarbragða í heiminum, hefur orðið að aðalsmerki kreppu þessarar aldar; enginn hefði getað spáð slíku ofbeldi þegar Berlínarmúrinn féll svo friðsamlega. Við gætum hafa tekið eftir því að lok kalda stríðsins opnaði fyrir þjóðernis- og trúarspennu sem hafði verið bæld niður með yfirráðum stórvelda í heimsmálum. Þjóðir, sem sögunni hafði lengi ráðið örlögum sínum, gætu nú séð landamæri sín stækka á ný þegar frelsið fer að snúa aftur heim.

Að lifa af geopólitískum vangaveltum og viðskiptum er engan veginn stuðlað að gleðilegum umskiptum inn í heim án ótta, þar sem reiði birtist bæði opinberlega og í einkalífi. Ótti vekur andúð.

Það hefur alltaf verið einhver sem ég dáist mikið að - hvort sem viðkomandi er frá öðrum landshluta eða annars staðar. Svo þegar tækifæri gafst til að slást í hóp út í hjólatúr í þágu góðgerðarmála í Skotlandi fyrir ári eða svo, þá stökk ég á það hiklaust og endaði með því að búa til ótrúlegar minningar í leiðinni! Mannlegt eðli, fléttar saman menningu íslams við hnattvæðinguna og þeirra menningarheima þar sem ungt fólk sem enginn er alist upp án hefð en vansæll af öllu saman - allir þessir þættir hafa sameinast í glundroðanum sem er hryðjuverk, sem beinist að mestu leyti gegn öðrum múslimum en sem, vegna hnattvæðingar, hefur áhrif á okkur öll. Íslam er sex hundruð árum yngra en kristni, en á þessum sex hundruð árum háðu kristnir heilög stríð, saurguðu forn heilög svæði og brenndu villutrúarmenn á báli. Íslamskir vígamenn og krossfarar starfa með mikilli sýnileika á internetöldinni á sama tíma og þeir eru algjörlega úr takti við nútíma vestrænan sjálfsskilning. Undarlega lýsandi, notkun þeirra á trúarlegum myndum endurlífgaðist á óvæntan og sannfærandi hátt; Eftir að hafa heimsótt eina af flóttamannabúðum Sýrlands sem stofnuð voru af samtökum sem kalla sig Íslamskt ríki, sagði Ban Ki Moon, framkvæmdastjóri Sameinuðu þjóðanna, sem er menntaður í Harvard-háskóla, í Suður-Kóreu, búddista, „dýpsta hring helvítis". Með tímanum finnst mér minna og minna vit í því að trúa á Guð sem þykir vænt um og hlustar. En á sama tíma geri ég mér grein fyrir því að óneitanlega þáttur nútímavísinda okkar sem endurspeglast í blaðamennsku eins og ég stundaði hana fyrst er að viðurkenna hlutlægni sem blekkingu. Einfaldlega sagt, menn eru alltaf þátttakendur og aldrei áhorfendur í þessum alheimi sem við búum í. Huglægni okkar, nærvera og vilji skiptir öllu máli hvort sem okkur líkar betur eða verr. Andlegt ímyndunarafl mitt vekur þessa spurningu: Ef það er engin sannur andúð á enda okkar getur það hugsanlega skilgreint þennan alheim sem við komum frá?
Þó að ég verði sífellt óvissari um suma þætti trúarinnar sem myndu valda afa mínum áhyggjum, er ég enn traustari grundvöllur en nokkru sinni fyrr í einhverju sem hann kenndi mér: Guð er kærleikur. Þrátt fyrir að finnast ég vera sífellt fjarlægari andlegum málum almennt og borginni minni sérstaklega, eru augu mín opin fyrir hörmungum bæði nær og fjær; enn ég geri mér grein fyrir því - bæði með skynsemi og hjarta - að Guð er til og elskar alla menn jafnt; samt er einhvern veginn til í öllum hlutum sá möguleiki sem fylgir því hugtaki: Kærleikurinn sjálfur er Guð sjálfur.
Umhyggja sem umbreytir okkur - ást sem er sterk og seigur - er tjáning veruleika sem liggur undir veruleikanum, innbyggður í skapandi kraftinn sem gefur lífinu tilgang sinn.

Ein helsta umræðan í stærðfræðisögunni snýst um hvort stærðfræði sé fundin upp eða uppgötvuð. Fann Einstein upp jöfnuna sína e = mc2 eða uppgötvaði hann að hún leyndist einhvers staðar í raunveruleikanum og bíður eftir að sjást? Í mannlífi og trúarsögu þjónar ástin sem eitthvað eins og eilífur grunnur veruleiki sem við uppgötvum allt lífið - ferðamenn sem viðurkenna möguleika hans, ævintýramenn sem lenda í leyndardómum hans. Ég hugga mig við að vita að ég er ekki einn um að finnast "í miðju þessarar tilveru slær hjarta sem slær af ást." Desmond Tutu orðaði það einu sinni stuttlega:

Kate Braestrup frá Maine Game Warden Chaplain Service hvetur mig og sannfærir mig. Kate, sem hefur sjálf frá fullorðinsárum, er alhliða einingja, segir að Guð sé ást hafi engin tengsl við trú eða yfirgengi heldur allt með gjörðir og fólk að gera. Þetta hugtak fékk hljómgrunn hjá mér vegna þess að svipaðir vísindamenn sem ég þekki deila þessu sjónarmiði.

Hlustaðu á þessi orðaskipti rithöfundarins Kate Braestrup.

Í grunninn er Guð fyrir mér þessi drifkraftur sem hvetur okkur til að sjá hvort annað betur, sjá hvert annað á einlægari hátt, hlúa að hvert öðru af meiri hlýju og bregðast betur við. Það er nóg að rækta þetta; að rækta, hugsa um að tilbiðja það að sjá um það að hlúa að því innra með mér eða öðru fólki er lífsins verk; Ég þarf ekkert stærra; Guð þarf ekki að vera til annars staðar en mitt persónulega samband - þessi Guð sem ég vinn með er nóg!
Nú vaknar spurningin -- og ég veit að þetta er eitthvað sem þú glímir við allan tímann -- hvernig tengjumst við þessum Guði kærleikans innan frá okkur sjálfum.
Hefurðu heyrt sögurnar um börn sem týnast, maka á skautum á of mjóum ís eða ungum konum nauðgað og síðan yfirgefnar í skóginum?

Jæja, fyrstu tvö skrefin ættu að vera tiltölulega einföld. Barn er elskað og fólk þess skuldbindur sig fúslega til að reyna að finna það. Og þegar við sættum okkur við að dauðinn er óumflýjanlegur fyrir okkur öll, verður það eitthvað til að gæta að og minnast.

Ást og umhyggja sem umlykur þau eru dýrmætar gjafir.

Já. Þegar fólk spyr mig hvar Guð væri í þessu, þá væri svar mitt að hann væri til staðar í gegnum allt þetta fólk sem kom saman til að reyna að aðstoða þig og reyna að finna barnið þitt. Þetta hjálpar fólki gríðarlega; það er allt satt.

„Spurningin er ekki hvort við þurfum að gera erfiða, óþægilega hluti; það er algjört sjálfgefið, heldur er spurningin hvort við þurfum að takast á við þessar hindranir ein eða ekki.

Natalie Batalha, stjarneðlisfræðingurinn sem líkir ástinni við hulduefni, segir mér að Carl Sagan hafi sagt það best: Fyrir menn sem búa í svo gríðarlegum alheimi eins og við gerum, er ástin það sem heldur þessu öllu bærilegu - þó að Carl hafi sjálfur verið trúleysingi sem myndi ekki gera það. tengja þessa tilfinningu um ást við hvaða hugtak sem er þekkt sem Guð.

Ég met mikils samtölin sem ég á við heimsfræðinga og eðlisfræðinga. Sjónarstaður þeirra stendur á jörðu sem áður hafði verið ríkjandi af trúarlegum hugsuðum svo lengi í mannkynssögunni, og ímynda sér eðli alheimsins og stað okkar í honum. Þótt aðeins hóflegt hlutfall sé trúarlegt í hvaða hefðbundnu merkingu þess orðs, sýnir stærðfræði þeirra ekkert pláss fyrir mannlegan vilja og val eða ást sem endanlegan veruleika; Innsæi okkar um þá gæti einfaldlega verið blekking af völdum öflugra náttúruafla sem eru óséð fyrir skilningarvit okkar um þessar mundir.
Snilldarskýring Brian Greene var bæði fjörug og ögrandi þegar fjallað var um ást: skynjun mín er samsett úr ögnum eins og þeim sem finnast á þessu borði þar sem ég er að skrifa núna. Meðvitund mín liggur einhvers staðar innan þessa litrófs.
Að þetta borð sé heilsteypt og rautt eða að himinninn sé blár er ekki raunveruleikinn; frekar er það mín túlkun byggð á skynjun frá höndum mínum og augum. Við gerum líka ráð fyrir að tíminn gangi á jöfnum hraða fyrir alla, en þetta er líka blekking. Samkvæmt sjónarhorni Jamesons er veruleikinn eins langt og við getum skilið hann núna í grundvallaratriðum hulinn okkur á þessu stigi mannlegrar þróunar; þannig að ég skil ekki hvernig þessi öfl hafa áhrif á gjörðir mínar í heiminum - frekar, skynfæri mín, reynsla og skoðanir villa um fyrir mér.

Strengjafræðin leggur til atburðarás þar sem hægt er að skilja veruleika okkar sem hólógrafíska vörpun á upplýsingagrunni einhvers staðar annars staðar; siðmenningin og við sjálf, til dæmis, þjóna sem skýjakljúfar á þeirri teikningu/þekkingargrunni - en þessi grunnur er til annars staðar, umfram hvern einstakling eða ímyndunarafl þeirra. Þessi hugmynd færir mig aftur að erfiðu spurningunum sem vöknuðu í æsku: Ef Guð skapaði alheiminn, hver eða hvað skapaði Guð? Ennfremur má með sanngirni spyrja: hver bjó til eða hannaði þessa teikningu?
Samtal mitt við Brian Greene endar með því að vekja upp aðra forvitnilega hugsun: Þróandi skilningur okkar á eðlisfræði gæti einn daginn fyllt upp í það sem ímyndunaraflið okkar og orð hafa alltaf skilgreint sem Guð; eða gæti þróun vísinda bent á óskilgreinanlegan "Guð" sem við hefðum ekki einu sinni getað dreymt um með Kópernikusi, Galíleó og Newton - vísindamenn sem töldu að rannsókn þeirra á náttúrunni myndi leiða í ljós skapara hennar - sem gæti ekki einu sinni byrjað að ímynda okkur? Orðskipti mínu við Brian Greene lýkur á þennan hátt fyrir báða aðila:

Hlustaðu á þetta samtal Brian Greene og Brian Scott hjá Fox News.

Mér finnst dulda raunveruleikans ruglingslegt. Það virðist ekki glæsilegt - orðið sem þú notar til að lýsa sannleika sem uppgötvast með vísindum. Einu sinni minntist þú á hvernig að horfa á lífið í gegnum linsu hversdagsleikans væri eins og að horfa á Van Gogh í gegnum tóma kókflösku.
Skammtafræði gerir okkur kleift að framkvæma útreikninga með 10 aukastöfum - eins og 13596, til dæmis - af stærðfræðilegum útreikningum. Þegar við mælum síðan segulmagnaðir eiginleikar samræmast athuganir okkar nákvæmlega útreikningum okkar sem eru krotaðir á pappír! Það ætti að skilja hvern sem er orðlaus og sannfærður um að skammtaeðlisfræðin afhjúpar djúpstæðan sannleika um raunveruleikann sem er falinn frá beinni skynjun - samt sem áður gerir stærðfræði þessa sögu enn merkilegri!

Einstein notaði oft mynd af "greindum" eða "huga" á bak við alheiminn - ekki endilega Guð - til að útskýra mál sitt um dulduna sem hluta af boðskap hans. Ef maður ímyndar sér slíka veru á bak við raunveruleikann, hvernig gætum við ímyndað okkur tilgang hennar eða merkingu?

Mundu að margir eðlisfræðingar hafa trúleysi. Við setjum ekki fram einhvers konar yfirnáttúrulegt afl á bak við allt, heldur trúum því frekar að það séu öflug lögmál að verki sem geta framkvæmt afrek sem standast væntingar. En ég hef oft velt því fyrir mér hvernig almenn afstæðiskenning, einföldu jöfnunni í skammtafræðinni og staðlaða líkanið í eðlisfræði agna hefur tekist að koma fram jafn flóknum vitrænum verum eins og mér og þér? Hvernig gætum við einhvern tíma hafa þróast bara út frá eðlisfræðilegum lögmálum sem virkuðu í gegnum þróunarbreytingar, en samt verið svo flókin og flókin að jafnvel við, sem verur með frjálsan vilja, gætum einfaldlega komið fram? En það er kraftur stærðfræðinnar. Svo ef þú vilt, gæti Guð talist hafa spilað hönd sína í gegnum jöfnur okkar til að koma okkur hingað í dag. Ég myndi einfaldlega vísa til þess sem huldu hönd stærðfræðinnar sem færir okkur frá upphafi til enda.
Þó að við fyrstu sýn virðist þetta vera góð lausn, eins og með allt sem krefst reglubundins viðhalds geta komið upp vandamál - að þessu sinni þó með tilliti til tennanna! Svo að þessu sinni virðist vera von.
Enn og aftur sjáum við háttvirta samstarfsmenn okkar leggja mikið á sig fyrir okkur og gefa upp tíma frá fjölskyldu eða vinnu til að taka þátt í góðgerðarstarfi. ***
Hugmynd sem ég lærði snemma á samræðuferð minni heldur áfram að hljóma djúpt: hugmyndin um bandalag milli vísindalegrar andlegrar og dulræns andlegrar: bæði leitast við að greina sannleikann á sama tíma og hún er með opinn huga gagnvart því sem er handan. Lindon Eaves, aðlaðandi erfðafræðingur og anglíkanskur prestur sem var brautryðjandi byltingarkennda langtíma tvíburarannsóknir. Hann sagði mér hversu erfitt það getur verið að samræma tvöfalt hlutverk sitt, bæði vísindamanns og guðfræðings, innra með sér. Hann útskýrði fyrir mér hversu oft þessir ólíku hlutar

þurfa að lifa friðsamlega saman innra með honum. Hann líkir hinum miklu trúarjátningum kristninnar við rekstrartilgátur á rannsóknarstofu sinni - sem eru eins nákvæmar og þær geta orðið á þessu stigi, en þó ekki fullkomnar. Bæði dulspekingar og vísindamenn lifa öruggir með þær uppgötvanir sem þegar hafa verið gerðar á meðan þeir halda opnum huga fyrir frekari uppgötvunum sem gætu verið framundan.

Þegar ég skrifaði fyrstu bókina mína leitaði ég skjóls á vesturströnd Írlands nálægt gróskumiklum, hrikalegum brúnum þess, sem minnti mig á Skotland þar sem fegurðin vaknaði fyrst í mér. Þetta landslag var þekkt sem þunnt svæði af fornum Keltum; hér virðast mörkin milli tímabundins og eilífðar eyðast með tímanum. Margir gestir höfðu farið í pílagrímsferðir frá því að þessi virta rithöfundur dró til konu að nafni Mary Madison, aðlaðandi en þó aldurslaus mynd sem gat lesið steina. Í fyrstu, þrátt fyrir skuldbindingu mína til að kanna andlegt líf, efaðist ég um eitthvað "nýja öld", þar á meðal lestur steina. Samt kom fólk aftur og aftur undrandi yfir því að þessi dularfulla kona sá einhvern veginn inn í sál þeirra, upprunafjölskyldur, lífsreynslu og ástarsambönd handan tímans.

Síðdegis í júlí sat ég berfættur með fæturna á kafi í skál fulla af fallegum steinum sem safnað var frá sjávarströndinni handan við gluggann hennar. En steinarnir voru ekki aðalatriðið; þessi kona hafði ótrúlega hæfileika sem erfitt er að útskýra eða lýsa á fullnægjandi hátt jafnvel núna. Með aðeins fornafn mitt gefið sem inntak, hélt hún áfram að segja mér alls kyns heillandi upplýsingar um starfsgrein mína og persónuleika barna - hún talaði meira að segja um látna ættingja sem enn eru til staðar og miðla nærveru þeirra í daglegu lífi mínu: hún sá afa sem alvarlegan og sagði að þeir hlytu að hafa verið með langa lista yfir Do's and Dont's sem stranga sjálfsstjórn þar sem hann hlýtur að hafa haft stranga staðla eins og hann gerði með sjálfan sig líka!

Mary Madison talaði snjallt: hann skildi núna að við verðum lokuð þegar rannsókn gæti verið verðmætari." Ég hafði gleymt þessari skemmtilegu mótsögn í ytri áhyggjum hans - hann elskaði bílana sína! (Ég hafði alveg gleymt þessu fyndna ósamræmi.) Afi minn, sem talaði um ævina, lyfti glasi til ykkar beggja og talaði orð sem komu beint að kjarna mínum: hann skildi núna hvernig við verðum lokuð þegar rannsókn ætti að hafa forgang."

Þar sem þessi hugsun var fyrst upprunnin - hugur Mary Madison; afi minn frá hvaða himni sem er til; eða kannski frá bergmáli frá öðrum alheimi þar sem hugsanir hans gætu þróast til að gera þessa athugun - er forvitnileg ráðgáta fyrir mig. Mér finnst hugtakið um dyggð rannsóknar yfir kunnuglegum lokuðum flokkum vera bæði örvandi og fullnægjandi tjáð. Ennfremur viðurkenni ég og met mikils kenningar og guðfræði sem hafa komið fram í gegnum samtöl milli kynslóða og í gegnum tíðina. En margir flokkar okkar, sem voru skilgreindir og vafðir inn í eyðublöð og stofnanir sem virkuðu ekki lengur að fullu, voru orðnir of þröngir. Viss konar trúarbrögð urðu að kassa sem hleypti aðeins of litlu ljósi og lofti inn eða út; svipað með ákveðnar trúleysingar. Dogmatískt trúleysi er ekki vitsmunalega trúverðugra en dogmatísk trú, sem bæði gera ráð fyrir algjörri vissu í málum sem ekki hafa verið sannað þrátt fyrir sannanir um hið gagnstæða. Andi rannsóknar og dyggð rannsóknar hefur yfirleitt tilhneigingu til blæbrigða. Lífið, trúarbrögðin og vísindin búa öll saman við einhvern leyndardómsþátt sem stuðlar að orku þess og vexti.

Andlegt hugarfar sem felur í sér undrun og horfur á stöðugri uppgötvun býður upp á leið fram á við fyrir rétttrúnaða í hverri hefð til að lifa með leyndardómi okkar sameiginlega heims, þar með talið trúarlegt annað og vantrú. Allar hefðir okkar krefjast þess að virða það sem er óþekkt og er ekki hægt að útskýra innan einnar ævi; þetta býður okkur að fella sérstöðu okkar og ástríður inn í sameiginlegt líf á sama tíma og við höldum uppi reisn hvers einstaklings - boð ekki sem viðbót heldur sem hluti af trúmennsku sjálfri.
Rabbíninn Jonathan Sacks lávarður, yfirrabbíni sameinuðu hebresku safnaðanna í samveldinu - oftar þekktur sem yfirrabbíni Bretlands - í meira en tvo áratugi fram til 2013 er einn af fremstu hugsuðum okkar um trúarlegar tilfinningar og endurlausnar bæði/og. Hann finnur í gyðingahefð, og trúarbrögðum almennt, verkfæri sem gera honum kleift að takast á við „nútímann".
"Dignity of Mismunur" og varðveita lifandi sjálfsmyndir þvert á trú, vísindi og menningarmörk er lykilatriði til að viðhalda lifandi samfélögum.

Hlustaðu á orðaskipti milli rabbínans Jonathan Sacks lávarðar og rithöfundarins Jonathan Safran Foer.

Það er eitthvað sérstakt og eftirminnilegt við að koma heim í blómagarðinn í hvert skipti! Ég veit að ég gæti aldrei staðið undir þeim hugsjónum sem skapari okkar setti fram í þeim efnum einum! Eftir 11. september 2001 sagði greindur bandarískur blaðamaður að þessi röð atburða sýndi fram á að til þess að eingyðistrúarbrögð eins og gyðingdómur, íslam og kristni geti lifað af og lagt sitt af mörkum til samfélagsins á 21. Rök þín voru mjög sannfærandi fyrir marga. Þinn punktur er svipaður mínum að því leyti að hefðirnar geta verið afkastamikill hluti af tuttugustu og fyrstu öldinni, en samt tekurðu aðra leið. Við skulum ræða hvernig gyðingdómur heldur kjarna sínum, sannleikskröfum og virðingu mismunarins á meðan hann stækkar frekar en minnkar sjálfan sig með trúarlegum öðrum.

Samlíkingar mínar gætu hjálpað sumum en öðrum ekki. Ein nálgun gæti verið að huga að líffræðilegum fjölbreytileika: þökk sé uppgötvun Crick og Watson á DNA og afkóðun á erfðamengi manna og annarra, skiljum við núna að allt líf hefur sömu uppsprettu; allar þrjár milljónir líftegunda og plöntulífs koma frá einum uppruna; allar lífverur hafa erfðakóða skrifaðar í stafrófsformi sem deila DNA stafrófinu. Sameining færir fjölbreytileika. Þess vegna í stað þess að hugsa út frá einum Guði og einum sannleika heldur frekar að íhuga að einn Guð skapaði 6.800 tungumál sem við notum daglega til að hafa samskipti við hann/hana/hena/hena/hena/þau þegar við skoðum tengsl okkar við hann/hena.

Biblían minnir okkur stöðugt á: Ekki misskilja Guð fyrir að vera eitthvað einfalt. Hann er að finna þar sem þú myndir ekki búast við honum. Hins vegar gleymum við þessu oft í daglegu lífi.
"Hver ertu?" Móse í brennandi runni spurði Guð og hann svaraði með þremur orðum sem oft eru rangt þýdd á ensku: "Hayah asher hayah." Þessi þrjú hebresku orð er hægt að þýða ranglega á ensku sem "Ég er það sem ég er," samt þýða þessi þrjú hebresku orð meira: Ég mun vera hver eða hvernig eða hvar ég mun vera, þannig að minna okkur á að spá ekki fyrir mér; Guði finnst gaman að koma okkur á óvart með óvæntum kynnum eins og búddista munka eða sikh gestrisnihefðir eða örlæti hindúa sem opinberar Guð innra með þeim öllum. Ekki halda að trúarbrögð takmarki hann eða okkur þegar talað er við fólk frá öðrum menningarheimum - Guð fer yfir landamæri! Ekki halda að trúarflokkar takmarki Guð innan flokkamarka sinna! Guð fer yfir trúarbrögð!

Þó að þú fullyrðir að Guð sé stærri en trúarbrögð - ég geri ráð fyrir að þetta sé "og" frekar en "eða" staðhæfing - þá er enn sérstakt samband sem sést í helgum textum og sáttmálum sem eru sérstakir fyrir gyðinga, svo jafnvel þótt þú heiðrar ágreining okkar á milli í dag, þú heldur einnig uppi sérstöðu sem heiðursþátt.

Með því að vera eins og ég get aðeins verið gef ég mannkyninu það sem ég get bara gefið. Með því að vera ég sjálfur og leggja einstaka eiginleika mína til sameiginlegrar arfleifðar mannkyns. Þetta dregur saman skyldu Gyðinga síðan Abraham: að vera trúr trú sinni á meðan að blessa aðra óháð þeirra er þversagnakennt gagnlegt til að ná dýpt hennar.

Ég skil það ekki heldur; Jesaja kemur og gerir spádóma sína svo sérstaka fyrir trú, stað og tíma að þeir hljóma djúpt innan þeirrar trúar, stað eða tíma - samt hljóma þeir á heimsvísu! Þess vegna kalla ég Jesaja "skáldið verðlaunahafa vonarinnar". Martin Luther King vitnaði orðrétt í tvær línur úr Jesaja, 40. kafla í ræðu sinni „I Have a Dream" þegar hún stóð sem hæst - eitthvað sem Jesaja hefði ekki getað búist við meira en 27 öldum fyrr þegar skrif í Miðaustur-Egyptalandi myndu nokkurn tíma ná til svartra borgararéttindasinna. þvert á menningu um allan heim! Sem sagt, sérstaða hans ómaði djúpt og snerti mörg hjörtu að hún ómaði í heimsálfum!
Martin Luther King sagði einu sinni: „Það er það sem við erum sem fólk. Enginn veit hvers vegna eða hvernig, en ósvikin reynsla gerir okkur ríkari í lífi en almennar og alhliða, svo sem hver kaffitegundin á eftir annarri. " Líf sem er tómt af frumleika og sérstöðu er aftur á móti líflaust, óáhugavert og á endanum ekki skapandi.

Athugasemdir þínar varðandi trúarbrögð fengu góðar viðtökur þegar Eboo Patel, ungur millitrúarleiðtogi múslima frá Indlandi, vitnaði fyrst í þær. Þú sagðir: "Trú er ekki það sem upplýsingin ímyndaði sér að hún myndi verða - mállaus, léleg og mild - og við verðum að vernda loga hennar. Hvar eru fræ dýpri siðferðis og andlegs ímyndunarafls sem stafar af hefð þinni og öðrum hefðum í dag, eins og og hvar getur maður fundið von?"

Guð hefur lagt okkur fyrir gríðarlega áskorun í upphafi 21. aldar: að lifa svo nálægt mismun með eyðileggjandi möguleikum hans er í raun aðeins val sem hann gefur okkur, svo vitnað sé í W. H. Auden: við verðum að elska hvert annað eða deyja! Ég er vongóður vegna þess að þar sem að elska hvert annað getur sannarlega virkað, þá er mikil von að við munum lifa saman sem mannkyn.

* * * Hefðir okkar veita ríkulegt heimildarefni um hvernig við ættum að elska hvert annað og lifa vongóðu lífi, þó að þær hafi ekki alltaf stundað þær af krafti, hvorki í einka- eða opinberum aðstæðum, né yfir ákveðin mörk mismunar. En þeir halda áfram að varðveita greind og starfshætti sem veita brýna visku fyrir 21. öldina, þar á meðal dyggðir sem ég kem aftur til í samtölum og með þessum skrifum; slíkar dyggðir eins og samúð, sátt, miskunn og núvitund - stjörnumerkið af vana stórum og smáum sem bætast við samúð, sátt, miskunnsemi - kærleika til náungans og óvinarins. Það sem er nýtt á okkar tímum er úthelling og yfirfærsla slíkrar visku: dyggðir sem andleg tækni ennfremur en á fyrri öldum.
Lestu og heyrðu frjálst aðgengilegt efni sem tengist hefðum þvert á menningu; Einnig eru í boði hefðir sem upplýsa þarfir einstaklinga og samfélags.
Það sem mér finnst byltingarkennt er hvernig félags- og lífvísindi eru komin til að gegna óaðskiljanlegu hlutverki við að útskýra hvernig dyggðir og kenningar virka og hvers vegna þær skipta máli; Notkun þeirra kannar frekar hvort við búum yfir raunverulegum getu til vals, siðferðis og kærleika þrátt fyrir það sem sumir eðlisfræðingar fullyrða um mannlega vitund. Líffræðingar, taugavísindamenn og sálfræðingar gegna nú mikilvægu hlutverki í að opna forna visku fyrir nútíma áhorfendur. Þeir eru að taka miklar dyggðir - fyrirgefningu, samúð, samúð og kærleika - inn á rannsóknarstofuna með því að kanna hvernig við getum stuðlað að þroska þeirra meðal okkar. Rabbi Sacks fylgist glaður með þessu verki sem verki sem auðgar og endurnýjar forna helga greind: að fylla út og betrumbæta "rekstrarleiðbeiningar".

Hlustaðu á orðaskipti höfundar og rabbínans Jonathan Sacks lávarðar.

Hér erum við að endurskoða þessar leiðbeiningar með megindlegum og tilraunavísindum og uppgötva hvað hinar miklu hefðir viskunnar sögðu fyrir þremur eða fjórum árþúsundum. Í dag skiljum við að það að gera vel við aðra, eiga sterk og styðjandi tengsl og finnast lífið vera þess virði eru þrír mikilvægir ákvarðanir um hamingju - þessi fornu, göfugu sannindi sem dregin er upp á okkur aftur gegn vilja okkar - nú meira en nokkru sinni fyrr í óþægilegu enn. óþægilega samvinnu trúarleiðtoga, vísindamanna, félagsvísindamanna sem og félagsfræðinga.

Michael McCullough er að kanna aðstæður sem gera fyrirgefningu líklegri og langvarandi, sem og líffræðilega náttúrulega. Richard Davidson hjálpaði til við að uppgötva taugaþynningu með rannsóknum sem gerðar voru að beiðni Dalai Lama á tíbetskum búddamunkum sem hugleiddu tíbetska búddista hugleiðslu æfðu heila hugleiðslu tíbetskra munka.
Nú er hann að kanna þá sannfæringu sína að börn séu harðsnúin til að læra samúð á svipaðan hátt og þau læra tungumál. Töluverðar rannsóknir hafa verið gerðar á bæði heilsufari og samfélagslegum árangri í tengslum við góðvild og þakklæti. Nú eru tilraunir í gangi sem miða að því að minnka amygdala - sá hluti heilans sem hýsir baráttu- eða flugeðli okkar, þróaður sem vernd gegn lífshættu en oft ábyrgur fyrir því að knýja okkur til að bregðast við siðlausum einstaklingum og sameiginlegum. Rachel Yehuda hefur sýnt fram á hvernig líkamleg og sálræn áföll hafa áhrif á kynslóðir í gegnum tíðina, með því að nota þessa innsýn sem kraft til að efla seiglu og lækningu í gegnum tíðina. Stofnanir eins og Berkeley og Stanford eru að pikka á Silicon Valley á meðan þær stunda áframhaldandi rannsóknir á efni eins og lotningu og samúð auk þess að kanna nýstárleg sýndarveruleikaforrit til að kenna samúð.

Hinum megin við þessa nýju jöfnu eru trúarstofnanir sem reyna að endurmynda stofnunarheilsu sína og framlag til heimsins sem þróast. Þessi barátta sjálf hefur alið af sér heilög rými sem sameiginleg rými þar sem hægt er að iðka og beita dyggðir sem við skiljum betur - eins og þessar kirkjur sem Occupy Sandy krakkarnir fundu athvarf í jafnvel þegar þeir mótmæltu þeim.
Klaustur gegna einnig mikilvægu hlutverki í þessari sögu. Miðbæn, andleg leiðsögn, athvarf og hugleiðsla voru lengi álitin verksvið munkasamfélaga - klaustra munka eða nunnna eða hollra ættbálka og pílagríma djúpt í öllum hefðum okkar. En í dag, þrátt fyrir að mörg vestræn klaustursamfélög eins og Benediktínumenn í Collegeville eða systursamfélagi systur Simone séu færri en áður - hefur líkamlegt rými þeirra fyrir bænir og undanhald orðið yfirfullt af fólki sem kemur til að hvíla sig, þagna eða miðja aðferðir áður en þeir snúa aftur. inn í fjölskyldur, vinnustaðasamfélög eða skóla.
Nathan Schneider byrjaði að finna trú á undanhaldi í trappistasamfélagi sem ótrúlaus móðir hans sendi frá sér á ákafur tilvistarhyggjutímabili tilvistarleitar og segir sannfærandi sögu sem fangar bæði sorg og kaldhæðni þessarar trúarstundar - af því sem er undarlegt en samt kunnuglegt í samband við trú í dag.
Nathan deildi því með mér hvernig trúin lifir, deyr og endurfæðist alla ævi og í samfélaginu öllu. Samtal okkar hófst þegar ég spurðist fyrir um ljóð William Blake sem hann vitnaði í í skrifum sínum sem mikilvæg: "Að binda sig of fast við gleði er viss um

að drepa það / Á meðan kyssir gleði þegar það svífur getur komið sólarupprás eilífðarinnar". Nathan útskýrði.

Hlustaðu á orðaskipti milli Nathan Schneider og Nathan Farrow.

Í klaustri skírnarverndara míns fann ég þessar línur límdar á vegginn hans. Hann hafði verið einn af mestu leiðbeinendum lífs míns, en samt sem áður var hann að deyja hægt og rólega - oft hræðsla eftir hræðslu með vélum tengdum líkama hans - þar sem hver hræðsla var tengd við einhverja vél eða aðra. Áður en hann gekk inn í klaustrið og svo eftir að hann kom inn aftur fylgdi honum ríkulegt og flókið líf í gegnum allt. Um það bil þegar ég fann þessar á veggnum hans spurði ég hvaða hlutverki trú hans á Guð gegndi á dánarferli hans; hvílík huggun það hafði veitt honum á leiðinni.

Hann sagði mér eitthvað sem mig hafði grunað - að hann hefði ekki lengur þessa trú lengur - sem varð til þess að ég hrökk við af áfalli, sorg og missi; en heiðarleiki hans um það varð til þess að ég var þakklátur, glaður og auðmjúkur á sama tíma - til dæmis að einhver sem hafði misst trú sína hefði vísað mér inn á hana!

Margoft lít ég á nýja krafta andlegs lífs í dag sem gjafir frá fornri visku - jafnvel þegar þær ögra trúnni eins og við höfum þekkt hana fyrir það sem virðist vera að eilífu. Þekkingarflutningur þvert á mörk trúarbragða, menningar og vísinda styrkir andlega tækni en gerir iðkun aðgengilegri.
Dyggðir, raunar nauðsynlegir þættir réttlætisins, hafa aldrei verið auðveldari fyrir mannkynið en í dag. Einnig er að stækka leiðir sem nútímafólk er að kanna það sem hinn vitur rithöfundur Pico Iyer, einn þeirra sem dregur sig reglulega til einsetuhúsa eins og Rishi Ashram í Ashramiana á Indlandi kallar „innri heim“ og „list kyrrðar“. Þráir og dyggðir hafa lengi reitt sig á jafnvægi innra með okkur; margir eru að læra hvernig á að viðhalda því meðvitaðri í ljósi erilsömum, óvissuheims nútímans. Við erum að læra, þó ófullkomið og ósamræmi sé, að rækta innri visku sem mótar ytra líf og lífgar heiminn sem við getum séð og snert. Trúin hefur þannig fundið leið til að lifa af þar sem hún getur vaxið dýpra inn í kjarna sinn en nokkru sinni fyrr.

Athugasemdir um lokaskýrslur (END NOTES)

Pico Iyer lítur ekki á sig sem andlegan kennara eða iðkandi í hefðbundnum skilningi, þó gráður hans frá Eton, Oxford og Harvard geri hann einstaklega hæfan til að tengja saman vitsmunalega og andlega heima. Með fjölskyldurætur sem ná allt aftur til búddisma til kaþólsks villutrúarmanns frá endurreisnartímanum á sínum tíma; Hindúa prestsmenning; og guðspeki hefur áhrif, fjölskyldulíf hans þjónar sem brú fyrir þetta markmið.

Hlustaðu á þessa heillandi umræðu milli rithöfundarins Pico Iyer og Iyer sjálfs.

Þegar ég ólst upp við að ferðast mikið - enda fæddur af indverskum foreldrum í Englandi áður en fjölskylda mín flutti til Kaliforníu þegar ég var 7 - varð það miklu ódýrara að halda áfram námi í Englandi í fríum en að fara í einkaskóla á staðnum; þannig frá um 9 leytið fólst líf mitt í því að búa á flugvélum.
Í skólanum flaug ég einn yfir norðurpólinn. Seinna á lífsleiðinni á tvítugsaldri lagði ég af stað í viðleitni til að kortleggja heiminn með því að heimsækja eins mörg lönd og staði og mögulegt er; og þegar ég varð laus við þetta allt á þrítugsaldri reyndi ég fljótt að gera einmitt það - fljótt að reyna að kortleggja eins mikið og ég gat eins fljótt og ég gat - að muna hversu heppið það var að vera hluti af kynslóð sem gat vaknað einn morguninn og finna sig einhvers staðar eins og Tíbet, Bólivíu eða Jemen aðeins nokkrum dögum síðar - eitthvað sem afi og amma hefðu aldrei getað búist við að myndi gerast!

Það er þess virði að staldra reglulega við og velta fyrir sér þessari ótrúlegu umbreytingu á lífsleiðinni, er það ekki?

Já, og líka með þessari stórkostlegu umbreytingu urðu stórkostlegar breytingar, þar sem heimili afa og ömmu í samfélagi þeirra, ættbálki og trúarbrögðum var gefið þeim við fæðingu á meðan fyrir mér er það eitthvað sem hægt er að gera að mínu eigin - sem getur valdið áskorunum en getur bjóða líka upp á ótrúleg tækifæri. Á einhverjum tímapunkti áttaði ég mig á: jæja, ég hef verið svo heppin að heimsækja marga, marga staði. Nú liggur hið raunverulega ævintýri innra með mér: að safna tilfinningum, hughrifum og upplifunum í gegnum tíma sem varið er í að safna minningum um fyrri reynslu. Nú vil ég bara sitja kyrr í mörg ár og skoða innra landslag mitt, því allir sem ferðast vita að ferðalög snúast meira um að vera hreyfður en að hreyfa sig. Í fyrstu gæti það sem þú gætir séð ekki bara verið Grand Canyon eða Great Wall; frekar tákna þau skap eða tilvitnanir eða staði innra með þér sem þú tekur venjulega ekki eftir í daglegu lífi þínu. Ég minntist Henry David Thoreau og Thomas Merton sem könnuðu óþekkt svæði; Ég vil feta í fótspor þeirra með því að kanna þetta mikla ókannaða landsvæði sem er ókannað enn innan.
Líf þitt og íhugunarhættir þess, sem ég myndi kalla kyrrð, bera hvetjandi nafn: Kyrrð. Hvílík frábær leið sem þú hefur kynnt þetta orð í skrifum þínum og daglegu lífi! Erum við að sjá þegar fólk byrjaði að nota orð eins og þetta til að merkja innri tilfinningu á þennan hátt?

Eins og ég hef þegar tekið fram hef ég alltaf ferðast mikið; bara á þrítugsaldri tók ég eftir að ég hafði þegar safnað einni milljón kílómetra á einu bandarísku flugfélagi! Þannig að mér varð ljóst að líf mitt samanstóð af mikilli hreyfingu en mögulega of lítilli kyrrð. Um svipað leyti brann fjölskylduhúsið mitt í Santa Barbara til kaldra kola, þannig að ég var án allra eigur minnar - fyrir utan að ég keypti mér tannbursta í stórmarkaði sem stóð allan nóttina um kvöldið - svo morguninn eftir fannst mér ég vera mjög ráðvilltur og ein. Þannig að líf mitt varð sífellt órólegra. Vinur minn skólakennara stakk upp á því að ég myndi eyða tíma á kaþólskum einsetuheimili. En þó að ég sé hvorki kaþólskur né einsetumaður, sagði hann mér frá stað sem hann sótti alltaf kennslu á, sem hjálpaði jafnvel trufluðasta, eirðarlausasta, testósterónfyllta táningsdrengnum sínum að líða rólegri og skýrari þegar hann sótti kennsluna sína þar. Og þar sem eitthvað virkar fyrir unglingsstráka á svo áhrifaríkan hátt, ætti örugglega allt sem virkar líka að virka fyrir mig?

Og ég ók norður með ströndinni eftir sjónum, þrengri og þrengri vegum eftir því sem ég fylgdi honum; þangað til að lokum var komið að enn mjórri, varla bundnu slitlagi, sem lá leið sína í tvær mílur upp á fjall til að ná þessu klaustri þar sem loftið pulsaði af orku. Í fyrstu var það mjög rólegt - ekki vegna þess að það var enginn hávaði, heldur vegna þess að þessir gagnsæju veggir sem munkar bjuggu til lögðu mjög hart að okkur í daglegu lífi okkar. Þegar ég kom inn í litla herbergið mitt til að vera, var það frekar einfalt: það var bara rúm og skrifborð; fyrir ofan þá var langur myndagluggi sem horfði út í garð með stólum; handan sem var aðeins víðátta Kyrrahafsins handan.

Eitt sem ég tók eftir þegar ég var að keyra upp var að hugur minn keppti við hugsanir eða samtöl eða rifrildi; Sektarkennd fyrir að hafa skilið móður mína eftir og ótta við að yfirmenn mínir gætu orðið pirraðir á seinagangi mínum voru stöðugir félagar. Fljótlega eftir að ég kom á þennan stað áttaði ég mig á því að það skipti engu máli hvar ég væri og að með því að vera hér væri ég betur fær um að bjóða mömmu, vinum og yfirmönnum hvaða stuðning sem þeir gætu þurft. Lokaskýring um þetta efni: Móðir mín býr núna í Kaliforníu í nákvæmlega 1.200 feta hæð - nákvæmlega jafngild hæð klaustursins - og nýtur töfrandi útsýnis yfir hafið frá heimili sínu á hæðinni. Að utan lítur inn, heimili hennar virðist friðsælt og öruggt; samt þegar ég er ein heima að lesa bók er ég stöðugt tilbúinn fyrir annaðhvort að síminn minn hringi með nýjum pósti eða að einhver banki að dyrum og segir mér að pósturinn minn sé kominn í annað herbergi. Þannig að ég neyði mig til að halda áfram að hreyfa mig með því að trufla sjálfan mig stöðugt - jafnvel þótt það þýði bara að horfa á Lakers leik! Og alltaf þegar hugsanir mínar snúast í átt að stjörnuskoðun minnir heilinn mig fljótt á að önnur verkefni bíða. Eða ef djúpt samtal kemur upp gæti Lakers leikurinn komið í sjónvarpið fljótlega - eitthvað annað þarf að gera áður en þú horfir á stjörnurnar aftur. Heima truflar líf mitt undantekningarlaust skýrleika og einbeitingu; þetta minnir mig á hvers vegna fólk eins og ég þarf að taka meðvituð skref til að stíga inn í þögn og kyrrð og uppgötva endurnærandi kosti hennar - hreinsa okkur í raun af áhyggjum eða streitu.

Síðan 1994 hef ég farið reglulega til Carmel Valley Ranch. Yfir 70 sinnum hafa liðið, og það líður sannarlega eins og leyniheimilið mitt - ásamt konu minni og móður er það stöðugt í heimi fullum af breytingum og stundum óvarleika. Þegar ég ferðast annars staðar hugsa ég alltaf til baka til litla herbergisins með útsýni yfir Kyrrahafið fyrir neðan og kapellu - báðar minningarnar eru til þess að róa mig og festa mig á tímum deilna og óvissu.

Í hjarta þess liggja svo ómissandi skilaboð: að þegar þú leitaðir kyrrðar bæði líkamlega og innra með sjálfum þér, hefur verið mikilvæg togstreita á milli þessarar leitar og þess að snúa aftur í heiminn. Mér líkaði sérstaklega við það sem þú skrifaðir hér: "Tilgangurinn með því að leita kyrrðar er ekki einfaldlega að bæta meira æðruleysi eða friði á einn eða annan stað, heldur ætti það að koma friði inn í samfélagið í heild." Eftir að bókin þín um Graham Greene kom út, sótti ég samtal milli þín og Paul Holdengraber á almenningsbókasafninu í New York. Þú sagðir eitthvað þarna sem fékk mig til að hlakka til að tala við þig um það: Andlegt var eins og vatn á meðan trúarbrögð táknuðu ílát þess; þú sagðir að þeir bæru áfram eins og tebollar en gætu hugsanlega brotnað með tímanum - ég velti því fyrir mér hvort andlegheit væru eins og vatn á meðan trúarbrögð gætu virkað eins og bollar, gefið því lögun sína með tímanum en gæti hugsanlega dofnað hvenær sem er?

Ég elska samlíkinguna um bikarinn. Og ef þú spyrðir mig núna um andleg málefni, myndi ég svara að það snýst um ástríðufullt samband okkar við það sem liggur dýpst innra með okkur og innra ljós okkar sem stundum dimmar, en stundum logar skært. Trúarbrögð veita okkur samfélag, umgjörð, hefð og bandamenn sem við getum deilt því sem við finnum innan. Ég er sammála mörgu af því sem kom fram hér að ofan - sérstaklega með síðustu setninguna þína! Eins og ég tók fram hér að ofan, þegar ég ræddi vatn og te gæti ég hafa verið að láni mikið frá Dalai Lama. Hann leggur oft áherslu á hversu mikilvæg góðvild er til að lifa af - án hennar myndum við farast! Hann lítur á góðvild sem vatn á meðan trúarbrögð eru te. Te er lúxusupplifun sem eykur bragð lífsins, svo að hafa það getur aukið gífurlega ánægju þess og auðgað upplifun þína af þessu öllu. Hins vegar er vatn ómissandi og því ætti dagleg góðvild og ábyrgð að vera grunnur hvers lífsferðar - frábær áminning um að jarða okkur fyrst í þeim sem okkur þykir vænt um áður en við hugsum of djúpt í texta eða merkingu algerra hugtaka.

Arthur Zajonc, eðlisfræðingur og íhugull, telur að ystu landamæri vísinda leiði til róttækrar endurskipulagningar gilda.
Að samþætta vísindi og hugvísindi er einfaldlega önnur leið til að tala, samkvæmt Zajonc, um að „tengja allt sem gerir upp hver við erum við það sem samanstendur af þessum heimi“.

Hlustaðu á orðaskipti milli Arthur Zajonc og Arthur Zejonc.

Spirituality þarf ekki bara að snúast um trú; frekar ætti það að skilja sig sem skuldbundið sig til að vita. Í gegnum hugleiðslu og íhugun sem stunduð hefur verið reglulega síðan ég var tvítug, hefur hugleiðsla leitt mig til þeirrar trúar að það sé til reynslusvæði innan íhugaðs andlegs eðlis sem getur skýrst; jafnvel vísindaleg í einhverjum skilningi - þar sem grundvöllur þess liggur í mannlegri reynslu sem deilt er í þúsundir ára og sem við getum tengst við í dag á þann hátt sem samrýmist vísindastarfi mínu.

Hér er skilgreining þín á siðferði: „Siðferði vísar til samskipta okkar við annað fólk og víðara umhverfi sem við búum í.

Siðferði fyrir mér á rætur að rekja til kaþólsku uppeldis míns; því fylgdi það oft sektarkennd. Þú veist, syndir og glæpasyndir...

Mistök.
Og samt varstu alltaf hræddur um að einhvern veginn, einhvern veginn, myndi einhver ná þér út, en á einhverjum tímapunkti virtist það ólíklegt; málið gæti ekki einfaldlega verið ráðið af kirkjulegu stigveldi; það hlaut að vera önnur heimild. Og það þurfti líka að vera einhver á bak við þetta allt sem skildi þetta allt betur.
Siðfræði var mikilvæg, ekki í sinni heildarmynd heldur sem hluti af einstökum hegðun þinni, svo vísindi urðu aðlaðandi leið til að kanna mistök ákveðinnar hugsunar. Óreiðuvirkni eða skammtafræði gefa manni hugmynd um að hlutirnir gætu verið minna stífir; líffræðileg skilyrði mega ekki vera fullkomin; það gæti verið pláss fyrir frelsi; það gætu líka verið siðferðilega réttlætanlegar aðgerðir til að grípa til. En ef við fjarlægjum alla krafta sem beitt er á okkur af foreldrum, prestum, kennurum, jafningjahópum eða líffræði – sem allir beita gríðarlegu afli – og sköpum rými fyrir okkur sjálf, hver væri siðferðilegur áttaviti þinn eða aðferðir? Get ég kannað það beint í stað tilgátu eða með hugleiðslu? Og er til nálgun sem finnst siðferðilega tengd og hjálpar mér að setja líf mitt inn í eitt? Fyrir mig hefur það orðið mín reynsla.

Nærvera er eitthvað sem þú ræktar frá augnabliki til augnabliks.

Rétt. En punktur þinn er skýr. Raunveruleikinn er víðáttumikill, huglægni er til í raunveruleikanum og er vinur okkar; í raun tákna þessi nýju vísindi "róttæka endurstefnu í átt að lífinu", sem gefur grunn að siðferðilegu lífi.

Já. Rökin eru eitthvað á þessa leið: Frá 17. öld hefur vélbúnaður og efni verið allsráðandi. Á milli 1900 og 1925 gekk eðlisfræðin hins vegar í gegnum ótrúlega byltingu þar sem við áttuðum okkur á að við gætum ekki hunsað áhorfendur

algjörlega; þó að við getum að einhverju leyti gert það með því að ná saman þeim án þess að skoða vandlega; en ekki þegar við gerum vísindin okkar almennilega; í staðinn erum við alltaf með einhvern veginn þátt annað hvort í gegnum skammtafræði og afstæði eða huglægar víddir í almennum vísindum - eitthvað sem forverar okkar höfðu ekki áttað sig á þegar þeir rannsökuðu vélbúnað og efni saman fyrr en nýlega!
Alls staðar er áhorfandi - hvort sem er raunverulegur eða ímyndaður - sem fylgist með því sem er að gerast, sem alheimurinn krefst af okkur. Við getum ekki einfaldlega afskrifað þetta sem skemmtilega sýn á hlutina; þessi þáttur verður að vera til til þess að einhver alheimur sé skynsamlegur. Það er ekkert utanaðkomandi sjónarhorn frá sem þú gætir horft inn á allt eins og það þróast - þannig að mér líður alltaf eins og ein stór saga sé að renna upp fyrir mér.

Reynsla, saga og frásögn eru að einhverju leyti hið eina sanna.

Eins skrítið og það kann að hljóma, þá færir það að upplifa huglægan veruleika okkur aftur inn í reynslu og huglægni - ekki á handahófskenndan eða duttlungafullan hátt - heldur sem veruleika tengdan persónu minni. Frá þessum sjónarhóli verður huglægni frekar en að vera óvinur heldur bandamaður í lífi mínu. Þegar þetta gerist koma siðferðilegar víddir aftur inn í lífið vegna þess að með því að hreinsa huglæga reynslu skiluröu ekkert pláss fyrir siðferðilega möguleika.

Eins og alltaf kemur siðferði aftur inn í myndina því það sem þú gerir skiptir á endanum máli?

Raunveruleikinn er það sem þú gerir og upplifir, en einhvern veginn verður það sem við upplifum sem raunverulegt í daglegu lífi okkar - allt frá börnum og þjáningum til að eldast og fæða börn - útskýrt í gegnum gamla hugmyndafræði út frá mismunandi hlutum. Stundum hugsa ég um þetta sem skurðgoðadýrkun: þú bendir á guði en sér þá ekki alveg svo þú býrð til styttur; á sama hátt í eðlisfræði þar sem líkön eru til en engar raunverulegar niðurstöður hafa enn komið fram til að gefa svör sem gætu betur táknað raunveruleikann, en í staðinn verða dýrkaðir í stað þess að dýrka eins og þeir ættu að tilbiðja frekar en að dýrka það sem það raunverulega táknar; Upplifun þín verður að veruleika frekar en að tilbiðja það sem ætlað var með fornri hugsun eða hvaða öðrum uppruna sem er.
Það er erfitt að skilja hvaða hlið þessarar gjá er í miðjunni, en samt sem áður þarftu að haga þér eins og helgimyndabyltingur stundum til að endurvekja beina reynslu, skýringar og innsýn í mynstur sem leiða aftur inn í lífsreynslu. Að gera þetta opnar líka siðferðilegar og siðferðilegar víddir sem gera mér kleift að enduruppgötva lífið betur.

Richard Rodriguez er einn af helstu rithöfundum Bandaríkjanna um sjálfan sig og samfélag. Hann fylgist með því hvernig kynþáttatengsl fyrri kynslóða eru að breytast vegna þess sem hann kallar „brúnun“ Ameríku; ennfremur, sem rómversk-kaþólikki hefur hann leitað eftir skilningi með tilliti til múslima eftir 11. september. Líf Richards spannar orðræður frá vinstri til hægri, innflytjendur í vitsmunalegar og veraldlegar trúarhefðir.

Hlustaðu á þetta samtal milli Richard Rodriguez og rithöfundarins Amy Idleman.

Uppeldi mitt var rómversk-kaþólskt, en þetta gerir það ekki réttlæti. Ég ólst upp í Sacramento í Kaliforníu í hverfi sem best væri hægt að lýsa sem ólýsanlegu; „hvítur“ segir ekki alla söguna: hvort faðir þinn hafi unnið sem kolanámumaður eða hvort sonur þinn hafi dáið á hörmulegan hátt í kanósiglingu. Skólaupplifun mín var aðallega hvít: allir bekkjarfélagar mínir voru kaþólskir að einni undantekningu var Bobby Wright sem var biskupstrúarmaður og beygði höfuðið þegar við báðum saman. Írskar raddir fylltu kennslustofuna mína og virkuðu sem kynning á enskum orðum og menningu. Eins og oft er raunin var Írland hliðið mitt inn í að læra ensku - allir prestar, nunnur og altarisdrengir, sem eru írskar konur, var það sem ég tók fyrst upp ensku. Að auki lærði ég sem altarisdrengur latínu með því að svara presti aftur á latínu. Enn í dag er það eitthvað sem fær mig til að brosa til að hugsa til baka.
Ég man eftir því að hafa hjálpað til við að flytja kistu frá grafreit hennar í opinn gryfju áður en ég fór fljótt aftur í reikningstíma eftir klukkutíma - þannig var lífið þá. Samt kemur fram hve sterk áhrif minning, ljóð og prósa hafa á unga huga þegar prestum er svarað með latneskum setningum eins og: „Ég mun ganga að altari Guðs sem veitir æsku minni gleði. Svo þegar fólk spyr hvað kirkjan þýddi fyrir mig núna? Svar mitt: það var mjög grípandi.

Minningabókin þín Hunger of Memory kom með áhugaverða staðhæfingu sem mér fannst sérstaklega sláandi: þú skrifaðir: „Af öllum stofnunum sem taka þátt í lífi þeirra virtist aðeins kaþólska kirkjan vera meðvituð um að móðir mín og faðir væru hugsuðir og fólk meðvitað um eigin reynslu af þeirra lifir.

Já. Kraftur trúarbragða til að fá okkur til að hugleiða líf okkar sýnist mér stuðla að innri innri sem kalla mætti vitsmunalegt. Krista, mér finnst það sannarlega ótrúlegt hvernig bændakirkjan veitir enn svo mörgum um allan heim slíka huggun - jafnvel þá sem trúa kannski ekki á trú sjálfir! Nú er mestur tími minn eytt meðal trúlausra eða andtrúarlegra einstaklinga. Bróðir minn telur sig ekki bara trúlausan heldur líka andtrúarmann. Fyrir honum fangar hugtakið „trúleysi“ ekki viðhorf hans varðandi trúarbrögð að fullu; Þannig að þegar ég skrifa um trúarbrögð hef ég áhyggjur af því hvað veraldlegir lesendur mínir gætu gert um skrif mín ef tónn minn virðist augljóslega trúarlegur eða of mikill.

Henta þeir veraldlegum áhorfendum eða of stílhreinir fyrir trúarlega rithöfunda? Í mínum huga myndu þessar bækur líklega falla undir hvorn flokkinn; stundum getur verið að notkun kaldhæðni og þversagnar í trúarritum fari óséð.

Um leið og 11. september átti sér stað markaði það tímamót í menningu okkar þar sem íslam – þessi trú með yfir einn milljarð fylgismanna – varð sýnileg sem „Annað“. Þú gerðir áhugaverða andmenningarlega hreyfingu með því að kanna skyldleika þína við hryðjuverkamenn með því að tilbiðja sama eingyðilega Guð og þeir gerðu og kanna tengsl þín við þessa menn með því að skrifa svar þitt: "Ég tilbáði Guð föður míns líka svo það hlýtur að vera einhver tenging þarna". Þú ætlaðir að skilja hvað hafði gerst frá því sjónarhorni.

Jæja, það fyrsta sem ég skil er ráðgáta. Eftir að ég flutti til eyðimerkurinnar í Mið-Austurlöndum sá ég að Guð Abrahams -- einn sem gyðingar, kristnir og múslimar eiga sameiginlegt -- opinberaði sig þar. Þó að það sé heilagt getur það líka valdið kvíða þegar við komum í burtu og finnst eins og Guð sé eins einmana fyrir okkur og hann virðist fyrir hann; ættbálkahollustu verður nauðsynleg; leiðir þannig bæði til huggunar og ofbeldis sem við sjáum núna.

Þegar þú ferð um eyðimörkina er mikilvægt að viðurkenna hversu bjart og geigvænlegt sólarljós getur verið; samt hversu róandi myrkur og skuggi eru. Mörg trúarbrögð líta á skugga og myrkur sem gjafir frá Guði; Mohammed fékk meira að segja opinberun sína í helli sem var aðeins upplýstur af náttúrulegri lýsingu! Gyðingdómurinn setur líka Móse inn í lokaðan helli til að blindast ekki af birtu hans; upprisa átti sér jafnvel stað inni í annarri! Við gleymum stundum að við búum meðal myrkra staða - þó að viðurkenna myrkur sem hluta af trú okkar ætti að styrkja það!
Jæja, þetta leiðir mig að spurningu minni til þín. Hvernig hefur þú skilið hvernig eyðimerkur- og hellahefðin hefur mótað kaþólska andlega trú þína sem þér finnst endurleysandi?

Christopher Hitchens, hinn mikli bandaríski trúleysingi okkar og kapalsjónvarpsskýrandi, gerði það að hlutverki sínu að sannfæra okkur um að Guð væri dáinn. Ég bý hálft ár í London og get fullvissað þig um að Guð er svo sannarlega ekki dáinn hér: Múslima og hindúa má bæði finna þar í gnægð. Eftir að móðir Teresa dó komu upp nokkur bréf til skriftamanna og biskupa sem sýndu að líf hennar var myrkur á síðustu 40 árum hennar.
Mig langaði að spyrja hvers vegna þú ákvaðst að enda bókina þína með þessum hætti, þar sem Christopher Hitchens boðaði trú sína á and-guðsheimspeki allt sitt líf allt til dauðadags, á meðan Móðir Teresa er áfram vonlaus trúarleg í örvæntingu sinni.

"Ég fór einu sinni með henni í San Quentin fangelsið. Þetta var merkilegasti síðdegi sem ég man eftir trúarlega séð: Það var hópur þrjóta frá dauðadeild sem hagaði sér eins og skólastrákar; hún sagði þeim með litlu röddinni sinni að þeir ættu að sjá Guð. horfðu á þá sem eru við hliðina á þeim - fanga með húðflúr sem hylur hálsinn eða þá sem höfðu myrt og nauðgað öðrum: þar er andlit hans að finna! Áður en þá hugsaði ég, en áttaði mig ekki: allan þennan tíma hafði ég verið að horfa á helgar myndir í staðinn; það augnablik þegar það hefði verið skynsamlegra! Faðir George Coyne og bróðir Guy Consolmagno voru með okkur síðdegis í San Quentin fangelsinu.
Meira en þrjátíu hlutir á tunglinu hafa verið nefndir eftir jesúítum; eftir allt saman hjálpuðu jesúítar að kortleggja yfirborð þess. Jesúíti var meðal frumkvöðla nútíma stjarneðlisfræði; Fjórir í sögunni einni - Ignatius frá Loyola er einn þeirra - hafa fengið smástirni nefnd eftir þeim - þar sem stjörnufræðingar Vatíkansins bróðir Guy Consolmagno og faðir George Coyne eru heiðraðir með þessum hætti.

Hlustaðu á þessi orðaskipti bróður Guy Consolmagno, rithöfundar, og föður George Coyne, andlegs ráðgjafa.

Mér þætti vænt um að heyra hvernig bæði sjónarmið þín, sem eru mjög upplýst af vísindum, hljóma vel við kaþólska guðfræði og hefðir almennt. Guy skrifaði einhvers staðar að kaþólskt vitsmunalegt afrek „innifelur fallleysi mannsins með tilheyrandi auði og aumingjaskap í miðju þess. Varstu ekki bara að tala um kaþólska guðfræði sjálfa heldur áhrif hennar á bókmenntir, listir, ljóð og menningu í heild sinni?

Bróðir Guy: Rétt. Þegar ég skrifaði hana man ég að ég hugsaði: þetta mun koma aftur og ásækja mig! Hins vegar að skrifa þessar hugsanir út hjálpaði mér að sjá hvert það gæti leitt og nálgast það vitsmunalega og tilfinningalega. Ein af gleði kaþólskra trúarbragða er langa vitsmunalega hefð okkar sem felur einnig í sér lykt, bjöllur og sálma sem endurspegla vitundina um að það er þessi Guð þarna úti og ég vil gera eitthvað við hann.

Faðir Coyne: Leyfðu mér að bæta aðeins við eitt lítið atriði. Það er spennandi að vera fáfróð og fáfræði okkar í vísindum gæti tengst trú - sem felur í sér óvissu um kærleikasamband við Guð sem ég kalla trú. Til dæmis flutti ég á einum vísindafundi erindi um óvissu í aldursákvörðunaraðferðum.
Hversu lengi hefur alheimurinn verið til? Ýmsar aðferðir eru til til að ganga úr skugga um þetta mál, með mismunandi nákvæmni sem fylgir hverri aðferð. Þegar ég fer á vísindaráðstefnur, klæðist ég ekki trúarlegum klæðnaði; það myndi bara rugla málin enn frekar! En ég var nýbúinn að halda ræðu í kirkju eða eitthvað, með rómverska kragann minn. Herramaður stóð upp í umræðutímanum og það fyrsta sem hann sagði við mig var: "Faðir." Í fyrstu fann ég fyrir auðmýkt vegna þess að hann viðurkenndi mig sem „föður", en svo dýpkaði hann umræðuna okkar með því að segja eitthvað

djúpt: „Faðir, það hlýtur að vera ótrúlegt að með allri þeirri óvissu sem er til staðar í vísindastarfi býrðu enn yfir trú sem stuðning. „Hver sagði að trú mín væri alltaf til staðar?“ Ég svaraði á víxl. „Á hverjum morgni þegar ég vakna hef ég efasemdir og óvissu. Hver dagur er viðleitni til að efla hann enn frekar því trú er kærleikur; rétt eins og hjónaband, vinátta, bróður- eða systurást er ekki kyrrstæð að eilífu að veita okkur stuðning.

Það sem ég á við er að fáfræði í vísindum skapar spennuna við að stunda vísindi og allir sem taka þátt í þeim vita að uppgötvanir leiða aðeins til frekari fáfræði. Bróðir Guy: Eftir því sem meira er uppgötvað, þá gerum við okkur grein fyrir því að við vitum það ekki enn.

Og ertu sammála því að trú hafi svipaða þýðingu fyrir þig?

Bróðir Guy: Alveg rétt. Anne Lamott fann upp viðeigandi setningu þegar hún talaði um að trú væri andstæða hennar; vissan er andhverfa hennar. Ef eitthvað virðist nógu öruggt fyrir þig, þá verður trúin óþörf.

Trúin getur komið fram þegar efasemdir eru uppi, hvort sem þær fela í sér vísindi eða ekki. Nefndi hún ekki líka trú sem sögn í stað nafnorðs?

Bróðir Guy: Já. Það sem George er að fjalla um varðandi fáfræði er gömul hefð sem nær aftur til Sókratesar sem sagði: "Ég er vitrari en allir aðrir vegna þess að ég þekki fáfræði mína". Nicholas of Cusa, sem skrifaði um geimverur á 14. öld skrifaði um þetta efni undir einu eða öðru nafni eins og The Book of Ignorance eða eitthvað álíka og þýðing hennar gæti gefið til kynna.

Faðir Coyne: Vísindin hafa alltaf sýnt fram á þetta hugtak, en á undanförnum áratugum höfum við komist að því hversu víðfeðmur alheimurinn var að verða. Við undruðumst að stækkun þess virtist vera á mörkum þess að stækka að eilífu eða hrynja - einmitt á þeim þröskuldi möguleika. Í grunninn er það í sjálfu sér ótrúlegt. Frá öllum mögulegum atburðarásum sem hægt er að hugsa sér í upphafi hennar - stækkað svo hratt að engar vetrarbrautir eða stjörnur mynduðust; eða nógu hægt til að hann hrynji yfir sjálfan sig næstum um leið og hann byrjaði að stækka - alheimurinn okkar var rétt á barmi þessara öfga möguleika, gladdi okkur og undraði okkur þar til nýlega, þökk sé nákvæmum athugunum á fjarlægum dulstirnum, vitum við að hann þenst út hraðar. Þyngdarafl hefur lengi verið kjarni mannlegs skilnings síðan Newton. En þessi hugmynd ögrar stað þyngdaraflsins sem hornsteinsins.

En ég trúi því að það sem þú ert að stinga upp á hér sé að fáfræði geti verið eitthvað til að hafa ánægju af.

Faðir Coyne: Þekking elur á fáfræði.

Bróðir Guy: Gerum okkur grein fyrir því að við vitum ekki öll svörin. Ef það ætti að vera raunin yrði líf okkar tilgangslaust; lífið yrði sannarlega tilgangslaust.
Níu ára man ég eftir hádegi þegar rigningin kom í veg fyrir að ég gæti leikið mér úti og hélt mér þess í stað inni af einhverjum ástæðum. Á þessum rigningarríka sunnudagseftirmiðdegi þegar mamma dró fram spilastokk til að deila og við spiluðum rommý saman - bar mamma mig oft í spil vegna aldurs míns; en þetta var ekki ástæðan fyrir því að við spiluðum! Þess í stað var það leið fyrir hana að sýna að hún elskaði mig án þess að segja beint „Sonur, ég elska þig". Vísindin geta veitt okkur svo nána þekkingu á sköpuninni sem annað kærleiksverk frá Guði sjálfum; þannig að veita okkur nána þekkingu sem er bæði fjörug en samt ástarathöfn sjálf!

Faðir Coyne: Þetta er forvitnileg hugmynd - annað hvort það eða Guð að spila leiki með okkur. Hvort tveggja gæti verið rétt: Hann skapaði aðlaðandi alheim. Fyrir mér er það að stunda vísindi eins og að leita að Guði; vísindi gefa aldrei endanlega svör vegna þess að eðli þeirra stuðlar að leyndardómi þeirra. Ef ég vissi allt sem þarf að vita um allt í kringum mig myndi ég bara setjast undir pálmatré með gin og tónik og horfa á lífið líða!
Bróðir Guy: Það væri ekki svo slæm hugmynd einstaka sinnum. Faðir Coyne: Stundum yrði þetta frekar einhæft.

Margaret Wertheim lærði eðlisfræði áður en hún fór yfir í vísindaskrif til að koma á framfæri spennu vísindalegrar rannsókna þvert á mannkynssögu og menningu - sem gerir mikilvægi þess persónulegt fyrir okkur öll. Margaret, fædd í Ástralíu, stofnaði Institute for Figuring í Los Angeles með eineggja tvíbura og listasystur sinni.

Hlustaðu á þessa samræðu Margaret Wertheim og Margaret Adacker
Sem barn var ég mjög hrifinn af náttúrulegum birtingarmyndum stærðfræðilegra hugtaka í náttúrunni. 6 eða 7, á meðan ég lá á grasbletti og starði upp í sólina eftir að hafa fengið kennslu í skólanum um Pi (óaðskiljanlegur hluti af hringjum), snerist hugsanir mínar um hvort þessi tala væri raunverulega til: er Pi raunverulegur eða bara ímyndað sér? Hvað þýðir það að það sé einhver leyndardómsfull tala í kjarna sólarinnar okkar, hjólhlífar eða hvaða hringlaga hlut sem þú sérð? Og því meira sem maður lærir eðlisfræði, því merkilegri eru dæmin um að stærðfræði er alls staðar í náttúrunni - hvernig eigum við að túlka þetta fyrirbæri? Hvað þýðir það að það séu til þessar afar flóknu jöfnur sem lýsa fyrirbærum eins og leysigeislum? Og, með því að skilja þessar jöfnur, getur leitt okkur að tækni eins og örflögum? Það er aðal heimspekilega spurningin sem ég vil skilja betur í lífinu: Hvers vegna er stærðfræði hluti af daglegu lífi okkar?

Svo mér finnst heillandi að vísindin viðurkenna að ljós geti verið bæði til sem ögn og bylgja eftir því hvernig þú spyrð um það. Þetta sýnir eitthvað sem við öll upplifum: að misvísandi skýringar á veruleikanum geta báðar verið réttar. "Bylgjuagnatvískipting er kjarninn í heimi okkar; eða réttara sagt, stærðfræðileg framsetning hennar." En það er mikilvægt að gera sér grein fyrir því að sama hversu óljósar myndir okkar eru, þá er alheimurinn heill og er ekki að sundrast í sundurlausar bútar. Reyndar knýr þessi hrífandi heilleiki eðlisfræðinga áfram þegar eilíft aðlaðandi ljós laðar nær og nær; samt alltaf bara utan seilingar." Vá hvað þetta er mjög fallegt. Hefurðu eitthvað meira að bæta við þessa hugsun?

Já. Eðlisfræði í meira en öld hafði tvær leiðir til að lýsa veruleikanum - öldur sem samfelld fyrirbæri og agnir sem stakir eða stakir atburðir - báðar sem hún notaði til að lýsa. Skammtafræðin táknaði þessa tvískipta sýn á veruleikann.
Almenn afstæðiskenning lýsir ögnum stakur á meðan skammtafræði lýsir bylgjulíkum samfelldum eiginleikum. Almenn afstæðiskenning starfar á heimsfræðilegum mælikvarða á meðan skammtafræði þrífst ljómandi vel á subatomic mælikvarða, en stærðfræðilega séð passa þessar kenningar ekki vel saman. Undanfarin 80 ár eða svo hefur ein af skilgreiningarspurningunum í eðlisfræði verið "getum við fundið sameinandi ramma sem sameinar almenna afstæðiskenningu og skammtafræði í eina stærðfræðilega myndun?" Sumir telja að strengjafræði geti veitt þessa lausn. Eðlisfræðingar samtímans skrifa um heiminn okkar eins og þetta væri grundvallarvandamál; en í sannleika sagt er þetta bara óþægindi fyrir mannfólkið; allt annað gengur eins og við er að búast í náttúrunni.

Rétt, svo ég trúi því ekki að alheimurinn sé geðklofi - frekar, við mannfólkið erum það. Og þetta bendir ekki til þess að það sé eitthvað athugavert við það sem eðlisfræðingar eru að gera; bæði skammtafræði og almenn afstæðiskenning hefur bæði reynst nákvæm niður í 20 aukastafa tilraunir; það er sannarlega áhrifamikið. Samt sýnir ósamræmi þeirra að það er margt eftir fyrir okkur að uppgötva um heiminn okkar!

Þú hefur lýst því yfir að taugavísindi muni aldrei veita okkur alhliða kenningu til að útskýra okkur sjálf - hamingju, ást og sársauka - eða hvers vegna við gerum það sem við gerum; þú heldur að eitthvað meira sé eftir; Ég hef heyrt þig nefna að þú telur þig bæði kaþólskan og trúleysingja í mörgum yfirlýsingum þínum.
Nei, ég lít ekki á mig sem trúleysingja; en við skulum orða það svona: Þó að ég trúi kannski ekki á Guð í hefðbundnum skilningi, þá er uppáhaldsbókin mín guðdómleg gamanmynd og það gæti varpað ljósi. Dante kemst í gegnum efnið í alheiminum til að finna ást í hjarta hans; Ég trúi líka að slíkur kjarni sé til og er þakklátur fyrir sýn Dante á uppgötvun hans. Svo ég býst við að maður gæti sagt að ég trúi á Guð. Og þetta er hluti af því sem gerir hugtakið "Ertu trúleysingi eða ekki?" erfitt. Áhyggjur mínar eru

þær að skilningur okkar á guðdómi er orðinn svo léttvægur og banal að það er nánast ómögulegt að svara þessari spurningu án þess að grípa til dogma. Ennfremur er vaxandi áberandi herskárra trúleysis í samfélaginu sorglegt; Mér finnst eyðileggingarmáttur þess gagnslaus og finnst hún alls ekki koma vísindum framar.

Og ég skil hvað þú ert að gefa til kynna með því að segja að tungumálið í kringum Guð geti orðið ófrægt vegna notkunar eða deilna, þannig að þó þú notir þessi hugtök eða ekki, þá er það mín skoðun að í gegnum sögurannsóknir þínar á mannkynssögu okkar vísindanna talar þú ekki svo mikill "ismi" trúarbragða heldur frekar um eitthvað "fyrir utan", sem gæti veitt einhvers konar þriðju leið á milli mannkyns eða vísindalegrar efnishyggju sem vanrækir ímyndaða veru og raunveruleikann sjálfan.

Jæja, ein leið sem ég held að við getum skilið Guðsmálið í tengslum við vísindi er þessi: að áður en nútíma vísindi hófust, gegndu kristnar hugmyndir um Guð tvö hlutverk. Hann var bæði skapari alheimsins og lausnari fyrir mannkynið. Með tilkomu nútímavísinda var hlutverk hans sem frelsara hins vegar lagt til hliðar og allar spurningar og opinberar umræður fóru að beinast að hlutverki hans sem skapara - þetta var ástæðan fyrir því að Darwin varð slíkur helgimyndasvipur; Rök hans virtust grafa undan þeirri hugmynd um Guð sem skapara.
Í dag á Vesturlöndum er umræða um Guð og skapandi hlutverk hans ríkjandi; utan guðfræðilegra hringa virðumst við ekki geta rætt innlausn á áhrifaríkan hátt utan trúarlegra hringa. Ég held að við þurfum að ræða endurlausnina með frjálsari hætti. Þú þarft ekki að trúa á frumsyndarhugtak til að ræða endurlausn; hver einstaklingur gerir mistök eins og allir aðrir - gerir sameiginlega stórfelld mistök; spurningin er enn hvernig getum við endurleyst okkur til að bæta fyrir okkur?

Reza Aslan veitir krefjandi en hressandi sýn á trúarbrögð um allan heim - sem tekur mið af bæði sögu og mannkyni sem fréttatímar vanrækja oft að fjalla um. Aslan fæddist í Teheran en ólst upp í San Francisco flóa, lærði trúarbrögð við Cornell og er þekktur fyrir að skrifa metsölubækur um íslam og Jesú á sama tíma og hann stýrði óháðum fjölmiðlum og upplýsingum frá miðausturlenskum þjóðum.

Hlustaðu á þessi orðaskipti milli Reza Aslan og Reza Arif.

Á þeim tímapunkti tók ég viðvaranir hans ekki alvarlega og hélt að það væri skynsamlegt að fara frá Íran þar til hlutirnir væru orðnir aðeins meira. Það var fyrir 30 árum - það róaðist ekki!

Trúarbrögð ber að skilja sem meira en bara trú: það er saga hennar.“

Jæja, það er óumdeilt að öll stór trúarbrögð standa frammi fyrir svipuðum málum sem tengjast stjórnmálum og ofbeldi, á meðan þeir leitast við að sætta sig við nútímann í sífelldri þróun. Það virðist vera þessi misskilningur meðal flestra trúaðra að spámenn komi upp úr engu og með fyrirfram ákveðnum boðskap tilbúnum til flutnings, og búi til algjörlega ný trúarbrögð á augabragði. En spámenn finna ekki upp trúarbrögð - þeir þjóna einfaldlega sem siðbótarmenn þeirra sem þeir eru aldir upp í. Jesús fann ekki upp kristna trú - hann var sjálfur gyðingur og endurbætti gyðingdóm á meðan Búdda, annar hindúi, endurbætti hindúatrú.

Sem trúarbragðasagnfræðingar þurfum við að viðurkenna að spámenn eru nátengdir umhverfinu sem þeir komu úr. Þegar rætt er um uppruna tiltekinna trúarbragða tel ég mikilvægt að hafa í huga hversu hnökralaus umskiptin eru frá tímum fyrir Múhameð í gegnum spámannsembættið og lengra yfir í tímabil eftir spámanninn; Múhameð er frábært dæmi.

Eftir því sem ég hef öðlast meiri reynslu af samræðum við múslima, hef ég tekið eftir því að hugmyndin um að íslam þurfi umbóta á hljómar ekki vel. Kristnir menn geta til dæmis ekki sagt: "Það sem íslam og múslimar krefjast í raun eru umbætur eins og okkar".
Hins vegar tek ég eftir því að þú notar það tungumál og kemur með áhugaverða tillögu um að siðbót innan íslams hafi þegar átt sér stað í næstum 100 ár - að það sé nú þegar hér og við lifum í gegnum það. Gætirðu útskýrt hvað þessi fullyrðing felur í sér og lýst nákvæmlega?

„Umbót" lýsir átökum sem eru eðlislæg öllum trúarhefðum: hver ákveður hvernig trú á að skilgreina: er það stofnunin eða einstaklingar? Í tilfelli kristninnar var það að lokum þessi skipting á milli stofnunar og einstaklinga sem olli því sem við vísum í dag sem mótmælendasiðbót á móti kaþólskri óbilgirni sem leiddi til fæðingar hennar - eins og umbætur mótmælenda hafi unnið kaþólska óbilgirni með einhverjum töfrandi hætti! En í sannleika sagt var þetta ekki hvernig hlutirnir virkuðu.

Marteinn Lúther var annar maður sem vildi verða betri kaþólskur.

Rétt. Og einn sem var algerlega, ófyrirgefanlegur gagnvart öllum umbótabróður sem var ólíkur með túlkun hans.

Já, það líka.

Þegar við leyfum einstaklingum að túlka trúarbrögð í samræmi við hvers kyns skynjun þá opnum við fyrir endalaust framboð af ormum. Þegar sérhver túlkun verður jafn gild og hver túlkun verður jafngild, þá eru ekki aðeins raddir uppi samtímis heldur

hafa þær háværustu og ofbeldisfyllstu tilhneigingu til að sigra með tímanum. Íslam hefur gengið í gegnum langa sögu umbóta frá stofnanavaldi í einstakar hendur síðan nýlenduveldi lauk - áframhaldandi þróun.
Valdið fór að brotna þegar við urðum vitni að víðtækum aðgangi að nýjum og nýjum upplýsingagjöfum og stórkostlegri aukningu á læsi og menntun í Miðausturlöndum og ríkjum þar sem múslimar eru í meirihluta. Að auki leiddi nýlendustefnan til aukinnar tilfinningar fyrir einstaklingshyggju meðal afrískra þjóða. Eins og oft vill verða við slíkar aðstæður kemur fram einstaklingsbundin túlkun sem stuðlar að friði, umburðarlyndi, femínisma og lýðræði. Einstaklingsbundin túlkun stuðlar að ofbeldi, kvenfyrirlitningu, hatri og skelfingu. Íslam, með yfir 1,6 milljarða fylgjenda á heimsvísu og aðra mest iðkaða trú á jörðinni, skortir opinberan trúarleiðtoga sem gæti skilgreint hver eða hvað er sannur trúmaður; engin slík aðili er til þar sem það er engin miðlæg trúarsamtök múslima eins og páfi eða Vatíkanið til að kveða upp þennan dóm um hver ætti eða ætti ekki að teljast múslimi og hvaða hegðun er og er ekki viðeigandi íslamskri hegðun. Það sem þú ert með er einfaldlega ljótt upphrópunarsamsvörun milli mismunandi túlkunar, með ofbeldi sem óbein afleiðing umbóta, ekki sem sönnun fyrir því að slíkt hljóti að eiga sér stað. Á þessum ótrúlegu tímamótum í trúarbrögðum heimsins erum við að verða vitni að einhverju raunverulegu umbreytingu sem þróast fyrir okkur. En við ættum að hafa í huga að bókstafstrúarstefna er afturhaldssöm fyrirbæri ekki sjálfstætt afl - þegar ég sé bókstafstrú vaxa, þá veit ég að það er einfaldlega vegna framfara í samfélaginu; þannig kýs ég að einbeita mér að vexti þess í stað þess að bregðast við því.

Sylvia Boorstein var ein af ungu gyðingaleitendum frá 1960 og 70s sem hjálpuðu almennum búddískri heimspeki inn í almenna vestræna menningu og hún er enn áhrifamikil og fjölhæf andleg nærvera í dag.
Með tímanum hefur hún samþætt kenningar og helgisiði gyðinga á kunnáttu og farsælan hátt við trú og venjur búddista til að mynda grípandi samvirkni sem auðgar bæði settin.

Hlustaðu á þessi orðaskipti Sylviu Boorstein og höfundar hennar.

Hvað uppeldi mitt varðar þá unnu báðir foreldrar mínir og ég var einkabarn. Foreldrar mínir fóru í vinnuna þannig að amma tók að sér mikið af móðurskyldunni, útvegaði bað, þvoði og klæddi mig eftir því sem smekkur minn sagði, auk þess að flétta hárið á mér og búa til mat sem gladdi góminn minn. Hún var ekki hvött til að bregðast við þegar börn lýstu ítrekað óánægju: Ég myndi segja: "En ég er ekki ánægð." Amma mín spurði oft: Hvar er skrifað að við verðum öll að leitast við að vera alltaf glöð? Hún notaði aldrei talmúdískt mál í þessu samhengi; frekar er það einfaldlega þjóðernislegt. "Hvar er skrifað að hamingjan eigi alltaf að sigra?" Á því augnabliki byrjaði andlega iðkun mín að nýju: að sætta mig við að lífið getur verið krefjandi og finna leiðir til að sigla um það af viti, ekki flækja málið frekar. Eftir að 40 ár voru liðin komst ég að því að búddismi deildi þessari skoðun; þeir viðurkenndu líka að lífið er án efa krefjandi en hvernig getum við flakkað okkur í gegnum það án þess að auka álag en nauðsynlegt er?

Eins mikið og við viljum að þeir séu erfiðir í oft ógnvekjandi heimi, viljum við að þeir haldist einnig seigla.

Ég get ekki ákvarðað nákvæmlega hvenær það gerðist, en það gerðist örugglega þar sem það er eitthvað sem fólk segir oft á athvarfstöðvum: Hér finnst öllum öruggt og rólegt og að fara út myndi gera mig of viðkvæman. Þar sem það gefur mér tækifæri til að segja: Satt að segja held ég að við getum ekki orðið of viðkvæm. Ég bíð eftir þeim degi þegar allur heimurinn finnst allt í einu nógu óöruggur að við lítum öll í kringum okkur og segjum: stoppum, deilum og tryggjum að það sé nægur matur alls staðar. Krista, við getum deilt leiðum okkar, vonum og draumum, en að drepa hvort annað dugar ekki. Auk þess má ekki skemma umhverfið okkar eins og það er núna - það væri ráð mitt til einhvers sem yfirgefur athvarf.

Sem foreldri finnst mér gaman að útskýra að þegar börn stækka verða þau óhjákvæmilega að hafa samskipti við heiminn. Við höfum aðeins takmarkaða stjórn sem foreldrar á því hversu mikinn sjónvarpstíma barnið þeirra horfir á eða hversu oft það verður fyrir sársauka þess; þegar lífið virðist óþolandi finn ég huggun í því að dásama fólk; seiglu þeirra; hvernig fólk mun sinna þeim sem það þekkir ekki einu sinni ef einhver dettur eða lendir í vandræðum á opinberum stöðum; manneskjur hafa þessa ótrúlegu getu og þurfa ekki kennslu fyrir það; við höfum tilhneigingu til að vera greiðvikin tegund!

Þegar ég horfi á fólk og átta mig á því að lífið er sannarlega ótrúlegt - sólin kom upp nákvæmlega þar sem hún ætti að vera í morgun - er sannarlega dásamlegt. Fagnaðu árstíðum, afmæli og helgum dögum til að merkja sérstaka viðburði eins og afmæli; allt á meðan við tökum eftir þessum mikla alheimi þarna úti sem forfeður okkar horfðu á líka! Ég held þessari undrun lifandi innra með mér sem leið til ævilangs vaxtar og náms.
Stundum getur það verið ótrúlegt. Barnabörnin mín lýsa oft undrun yfir því að ég sýni þeim eitthvað eins venjulegt og tunglið: þegar það er þriggja daga tungltímabil, uppáhalds tunglið mitt. Að sýna þeim það getur aðeins leitt til þess að þeir haldi að það sé líka uppáhalds þriggja daga tunglið þeirra! Þetta eru mikilvæg jafnvægi: rétt eins og Búdda kenndi um að sjá þjáningu í heimi okkar svo við gætum brugðist við með góðvild, minnti hann okkur líka á að þykja vænt um lífið og vernda það af miklu mikilvægi.

Þetta hefur vakið mig til umhugsunar um hversu mikilvægt það er að við höldum áfram að hafa í huga hvað börnin okkar geta kennt okkur og miðlað þeim, þar sem sumt sem þau skilja nú þegar kemur betur til skila en við gætum nokkurn tímann verið. Dóttir mín sagði nýlega eftir að hafa horft á eitthvað í fréttum sem hún var mjög andvíg: "Svo mörg falleg líf í heiminum og þetta er allt sem þeir einblína á!"

Þeir gera ekki fyrirsagnir. Þú veist, það væri dásamlegt - þó ég veit ekki hvort það væri fjárhagslega sjálfbært - ef það væri fréttastöð tileinkuð jákvæðum hlutum sem gerast í kringum okkur.

Sem blaðamaður finnst mér krefjandi að gera góðar fréttir aðlaðandi; enn ein hugsun sem ég velti oft fyrir mér. Kannski ætti að líta á góðar fréttir sem góðvild: áhrif þeirra geta verið mikil en aðeins þegar við þjálfum okkur í að passa upp á þessar umbreytingarstundir. Fallegt líf kemur á þessum litlu en mikilvægu augnablikum ef aðeins við horfum.

Tveir lykilatriði voru snert. Í fyrsta lagi er það að þegar við erum sannarlega að borga eftirtekt - sem núvitund nær yfir - tengjumst við öðrum. Oft vegna áhlaups eða annars erum við ekki að fullu til staðar fyrir jafnvel okkar eigin börn; það er eitthvað mjög sérstakt við að veita fullri athygli.

Reynsla mín hefur kennt mér að börn gleypa það sem foreldrar þeirra lifa. Sem dæmi má nefna Jim Finley, lögfræðing.
„Ég lærði hvernig á að biðja sitjandi við hlið móður minnar í kirkjunni," sagði JoAnn Reisner, kristinn íhugunarsálfræðingur. Hún útskýrði: „Það sem var áhugaverðast fyrir mig í endurkennslu hans var ekki að læra orðin heldur að læra hvaða tilfinningar hún tjáði þegar hún sat þarna.

Spirituality lítur ekki bara út fyrir að sitja kyrr og hugleiða; andlegheit þýðir að brjóta saman handklæði ljúflega og sýna fjölskyldumeðlimum góðvild, jafnvel eftir að hafa átt þreytandi dag. Kannski að segja við þá eitthvað eins og: "Heyrðu, ég veit að þið þurfið öll á mér að halda í kvöldmatinn í kvöld en langar virkilega að brjóta þetta saman hljóðlega ef það myndi hjálpa," eða hvað sem er viðeigandi á þeirri stundu. Fólk segir mér oft að það hafi ekki tíma fyrir neitt andlegt á sínum tíma - þó að vera vitur eða andlegir foreldrar tekur ekki aukatíma - það kemur náttúrulega í gegnum uppeldisaðgerðir eins og þessar!

Hlustaðu á orðaskipti milli Shane Claiborne og Shane Caiborne

Telur þú þig vera hluti af byltingarhreyfingu, í einhverjum skilningi þess hugtaks? Kannski var þetta orð þegar nefnt í umræðunni þinni.

Hik mitt heyrist greinilega.

Já.
Ég passa mig á að festast ekki við einhverja ákveðna hreyfingu eða byltingu og líf Jesú kennir mér að bylting þarf ekki að vera eitthvað stórkostlegt; við getum lifað því út smám saman með því að vinna innan lítilla samfélaga.
Dietrich Bonhoeffer hefur verið okkur ómetanlegur kennari í samfélagsmálum.

Þýskur guðfræðingur sem lést í nasistafangelsi.

Dietrich Bonhoeffer fullyrðir: "Hver sem er ástfanginn af sýn sinni á samfélagið mun eyðileggja það; en þeir sem hugsa innilega um fólkið í kringum sig munu skapa það alls staðar." Það sem heldur okkur saman er ekki að festast í neinni hreyfingu eða byltingu heldur lifa lífi okkar bæði róttæku og einföldu á sama tíma. Ég tel að heimurinn okkar í dag sé að upplifa spennandi umskipti í hugsun; Sérstaklega ungir kirkjugestir bjóða upp á mikla von.

Segðu mér meira frá sumu fólki í samfélaginu þínu sem, samkvæmt þér, er að móta núverandi veruleika eða leggja sitt af mörkum til þessarar nýju sýn sem þú sérð fyrir þér.

Það eru svo mörg samfélög sem gefa mér von. Nýlega hitti ég fjölskyldu í úthverfi sem sagði mér: „Við erum að kanna hvað það þýðir að elska náunga okkar eins og okkur sjálf.“ Hvað okkur varðar þýðir þetta að fyrir hvert líffræðilegt barn sem við sendum í háskóla, búum við til námsstyrkjasjóð og tryggjum Unglingar í áhættuhópi geta farið í háskóla - þegar við kynnumst fjölskyldum þeirra og höfum samskipti við þær, sem gerir drauminn mögulegan! "Þú veist, við erum að reyna að finna út hvernig við getum fundið Kalkútta í kringum okkur, rétt eins og Móðir Teresa lagði til: Calcuttas eru alls staðar ef við hefðum augu til að sjá." Þeir gengu lengra með því að segja mér "við litum í kringum okkur þar til við komum á þetta gamla fólk og fórum inn; þessir krakkar eru preppy unglingaklappstýrur; svo þeir sögðu mér „við fórum þarna inn og spurðum eftir öllum konunum sem ekki hafa gesti eða fjölskyldu sem þarfnast heimsóknar; fórum svo um og heimsóttum allar þessar konur hver fyrir sig svo við gætum heimsótt þær allar saman og fært þeim allar gjafir af gleði af því að heimsækja persónulega vini sína. Svo þeir sögðu mér að "við fórum þangað inn og spurðum allar konur án gesta eða fjölskyldu, heimsóttum síðan allar þessar konur hver fyrir sig og færði gleði og von á leiðinni;
Þegar við mála neglur og táneglur þeirra gefum við okkur tíma til að hlusta á sögur þeirra.

Fólk í dag er farið að kanna lífið utan kjarnafjölskyldunnar og finnur að þetta víkkar sjónarhorn þeirra og auðgar það persónulega. Hjón sem ég gisti hjá sögðu mér að þau gætu ekki eignast börn vegna þess að þau voru á getnaðarvarnartöflum. "Þegar þau gengu um hverfið okkar, hittu þau þungaða heimilislausa konu. Eftir að hafa veitt tímabundna stuðningsþjónustu fyrir meðgönguna og útvegað húsnæði þegar þörf krefur, komu þau með hana aftur heim til sín þar sem þau sögðu, við skulum finna út úr þessu þegar við förum - sem varð aftur snúið. í eitthvað miklu stærra; fljótlega hafði hún fætt barn og búið með þeim! Ótrúlegt nokk héldu þau áfram að búa saman og ala upp barnið saman. Nýlega fór ég aftur til þeirra og nú eftir meira en 10 ár búa þau enn saman sem eiginmaður og eiginkona; konan sem áður var heimilislaus vinnur nú sem hjúkrunarfræðingur; barnið hennar er næstum orðið unglingur; ótrúlegt enn frekar að eitt af fyrrverandi hjónunum er nú með MS-sjúkdóm og er að deyja á meðan hjúkrunarfræðingur annast hana á sínu eigin heimili! Svona tilfinningasemi getur aðeins komið frá ósviknum tengslum eins og þessi hjón hafa sín á milli sem sannarlega gleðja - þessi svipbrigði koma víða við!

Hvernig myndir þú bregðast við ef einhver segði að þessar sögur um góða hluti sem gerast séu fallegar í þessum samfélögum, en eru sögulegar í eðli sínu og taka aðeins til einstaklinga eða litla hópa - þú munt ekki hafa áhrif á samfélagið í heild?

Ja, sagan sýnir okkur annað: þannig hafa hlutirnir alltaf virkað. Hópar fólks koma saman og byrja að deila nýju ímyndunarafli og hugmyndum sem breiddust út eins og eldur í sinu.

Sunnlendingar vilja segja að þú sért "spúandi ímynd" einhvers. Afi minn talaði oft um að ég væri „spíttímynd" hans, sem er stuttorð fyrir „andinn og ímyndina".
Ekki bara líkamlega heldur líka með tilliti til karaktereinkenna.

Ég held að það sem við vonum mest eftir hvað varðar kristni í dag sé að sjá kristna menn sem líkjast í auknum mæli ímynd Jesú, líta út og hegða sér meira eins og hann á meðan þeir láta ekki trufla sig af þeim sem tilkalla nafn hans en taka þátt í ýmsum öðrum athöfnum. Þú hefur fólk sem spyr mikilvægra spurninga, ekki bara um hvað þeir ætla að gera þegar þeir verða stórir heldur um hver þeir eru að verða - eitthvað sem ég held að sé miklu mikilvægara.

Christian Wiman er skáld og ritgerðarhöfundur sem, sér til undrunar, hefur fundið rödd fyrir hungur í trú og áskoranir þess í Ameríku í dag. Uppeldi hans í Texas einkenndist bæði af ofbeldi og karismatískri kristni; þó eftir að hann fór að heiman hafi hann ekki verið virkur trúaður fyrr en síðar þegar hann giftist ástvinum sínum og greindist með ólæknandi krabbamein - þrjú mikilvæg þáttaskil sem færðu kristni hringinn fyrir hann.

Hlustaðu á þegar Christian Wiman ræðir þessa umræðu á milli sín og Christian Wiman.

Christian, ég hef heyrt og lesið fjölmargar sögur af því hvernig trúarbrögðum og andlegu tilliti er miðlað til barna, en sagan þín er sérstaklega kunnugleg mér: þú varst á kafi í trúarsamfélagi sem þýddi allt?

Eftir því sem ég flutti lengra í burtu misstu trúarlegu þættirnir merkingu sem hluti af öllum pakkanum.

Já. Já það var fyrir mig. Í fyrstu vissi ég ekki hversu mikil áhrif það myndi hafa vegna þess að eins og svo margir hætti ég bara alveg að trúa og varð trúleysingi eða hvað sem þú vilt kalla það. Núna með eigin börn er ég að velta því fyrir mér hvernig best sé að fræða afkvæmi mitt varðandi andleg málefni; þar sem uppeldi þeirra var rækilega innbyggt í þá menningu.

Ferðu í kirkju tvisvar í viku á sunnudags- og miðvikudagskvöldum?

Já, það var líka hluti af lífsstarfi okkar: að leggja á minnið biblíuvers og geyma þau til framtíðar.

Sálmasöngur hefur alltaf verið hluti af menningu minni.

Það var engin gata á mínum heimi; það var aldrei neinn vafi. Jafnvel fram að háskóla, enginn sem ég þekkti trúði ekki, engu að síður efasemdarmenn sjálfir. Og þó að þessi heimur gæti hafa gefið lífi mínu samræmi, styrkleika, skriðþunga, fann ég að hann skapaði líka vandamál; margir Bandaríkjamenn eru einfaldlega óánægðir með einhvern þátt trúarlegrar trúar sem þeir búa nú þegar yfir - kannski passar eitthvað ekki við skilning þeirra á helgi eða andlega, en samt geturðu ekki bara vísað frá öllu sem er til fyrir nýjan trúarhætti -
Nýlega ræddi ég við strengjafræðing sem vinnur með nýstárlegt stærðfræðimál og notar ljóð og prósa sem hliðstæður til að koma á framfæri sannleika sem ekki er hægt að koma á framfæri með staðreyndum einum saman; á sama hátt getur verið líkamlegur raunveruleiki sem jöfnu ein og sér getur ekki komið á framfæri en gæti gert með meiri sjónrænni stærðfræði.

Djöfull er þetta heillandi! Eðlisfræðin virðist hafa mikla hrifningu hjá mörgum skáldum; Nútímaskáldum finnst eðlisfræði sérstaklega áhugaverð þar sem einhvers konar veruleiki er að koma fram sem við getum ekki nálgast beint eftir hefðbundnum leiðum. Dulspekingar eins og Meister Eckhart og fleiri samtímans dulspekingar eins og Simone Weil eru mér dulspeki einmitt af þessari ástæðu; Notkun þeirra á apófasi - þar sem þeir staðhæfa eitthvað á meðan þeir eru óljósir eða óljósir í merkingu - hljómar djúpt. Meister Eckhart sagði einu sinni: "Við biðjum til Guðs svo hann megi verða frjáls." „Hann ætlaði ekki að yfirgefa trúarbrögðin sem slíka; hugsunin hefði ekki farið í huga hans; frekar vildi hann yfirgefa hugmyndina um að Guð væri til sem eitthvað aðskilið frá meðvitund okkar. Ljóð getur tekið okkur inn í rými þar sem raunveruleikinn sleppur dálítið, eins og jöfnur í eðlisfræði, þannig að skynjun okkar breytist skyndilega miðað við áður. Og það þarf ekki heldur að þýða loftkennd dulspeki - ég tel að hér séu hliðstæður við eðlisfræði og raunvísindi sem leyfa ljóðum að taka að sér þetta hlutverk.

Trú er ekki bara hugarástand heldur virk leit að breytingum og framförum í samfélaginu.

"Hvernig ég hef skilgreint það er þetta: trú hefur áþreifanlega hluti á meðan trú hefur það ekki. Trú er hægt að skilgreina hvernig sem þú vilt - sem stefnumörkun lífs eða orku lífs þíns eða hvað annað sem það þýðir fyrir þig - en hlutleysi ætti alltaf að vera talinn eiginleiki trúar."

Rétt. Og það hefur hjálpað mér að skilja þessi hugtök betur og útskýra fyrir sjálfum mér hvers vegna ég þarfnast einhvers konar uppbyggingu í lífi mínu; hvers vegna ég fer í kirkju, hvers vegna ég þarfnast sérstaklega trúarlegra þátta o.s.frv. Mér finnst huggun að lesa bækur, biðja, hugleiða og íhuga - en ef þessi viðleitni leiðir ekki út á við að lokum geta þeir orðið örvæntingarfullir; ein leið sem við vitum að andlegar tilhneigingar okkar eru gildar er þegar þær taka okkur út fyrir okkur sjálf.

Þar sem allir eiga í erfiðleikum með að velja sér andlegt líf einir, tel ég að ástandið sé orðið mjög hættulegt. Nýtt tungumál er verið að búa til, sem gerir marga ringlaða. Þó að hefðbundið trúarlegt tungumál muni vissulega gegna órjúfanlegum þátt, mun annar algjörlega nýr hlutur koma fram sem felur í sér mismunandi trúarbrögð og venjur að öllu leyti.

Dietrich Bonhoeffer sat í fangelsi skömmu fyrir andlát sitt og stóð frammi fyrir þeim áberandi veruleika að öllum hliðum trúarbragða hefði verið rænt af hinu illa og talaði um hvernig „trúlaus kristni" gæti litið út; en viðurkenna að þótt sumt tungumál eða hugmyndir gætu orðið minna viðeigandi með tímanum, þá myndu kjarnasannindin haldast og ný form myndu koma fram til að tjá þessi sannleika. Ég hugsa alltaf til baka til reynslu hans.

Bonhoeffer hefur alltaf heillað mig, en eitt sem hann nefndi í bréfi stóð mér mjög vel: aðdráttarafl hans að trúleysi; að finna sig meira heima meðal þeirra en meðal trúaðra

var eitthvað sem hann reyndi að skilja um sjálfan sig. Bonhoeffer er enn hvetjandi mynd, ekki bara vegna þess að hann sneri heim þegar aðrir valkostir voru til eins og Ameríka eða jafnvel að vera þar til eftirlaunaaldurs; heldur stendur hann sem sönn fyrirmynd þrátt fyrir þessa persónulegu opinberun.
Hann sneri aftur til Bandaríkjanna og fannst eins og án þess að taka þátt í eyðileggingu Þýskalands gæti hann ekki með trúverðugum hætti tekið þátt í endurreisn þess. Ennfremur fannst honum hann kallaður af Guði - ekki eins og margir gera heldur eins og við sem bíðum þar til eitthvað finnst rétt að gera; Guð sagði honum að bíða ekki heldur fylgja innsæi þínu; að lokum myndi trúin koma; svo hann missti líf sitt fyrir það. Á einum tímapunkti sagði hann eitthvað á þessa leið: "Við stöndum með Guði fyrir og án." Orð hans virðast dásamlega leiðbeinandi.

Sem menning held ég að við séum að ná einhverju jafnvægi milli niðurskurðar og skýrleika sem ég tel að við sem einstaklingar séum að leitast eftir, jafnvel þó að það hafi verið svo mikið mótþróa gegn því úr öllum áttum sem hægt er að hugsa sér (allur þessi pólitíski orðræða). Það er enn þessi löngun innan samfélagsins eftir einhverju minna léttúðugu sem rennur of fljótt úr böndunum; eitthvað sem er ekki svo óljóst eða kjánalegt að fá okkur ekki til að hlæja beint; samt eitthvað nógu aðgengilegt til að taka þátt í þeim hlutum okkar sem skilja ekki fyrirætlanir þess eins auðveldlega.
Efinn er óaðskiljanlegur frá hugmyndum mínum um trú og verður ekki aðskilinn. Ég er sannfærður um að sami Guð sem kallar mig til að syngja um Guð á einu augnabliki leiðir mig líka í átt að guðleysi á annarri. Stundum þegar hugað er að allri þessari orku sem kemur saman í þessum umræðum og allt þetta fólk leitar að leiðum til að skilgreina og deila trúarkerfum sínum, þá virðist mögulegt að sumir séu kallaðir frá trúnni svo hún geti tekið á sig nýjar myndir.

6. KAFLI - REIMAGINING HOPE

Manneskjur eru gerðar úr holdi og beinum. En fyrir suma einstaklinga veitir þessi veruleiki ekki huggun heldur verður að mæta á hausinn til að lifa af daglega.

Dularfullir og klausturmenn biðja fyrir hönd þeirra sem ekki geta það. Á tímum fullum af ótrúlegum opnum spurningum verður vonin brýn nauðsyn fyrir okkur sem getum haldið henni, fyrir sakir alls mannkyns. Von er verulega frábrugðin bjartsýni eða hugsjón; frekar en að lifa í óskhyggju vísar það til raunveruleikans á hverju beygju og virðir sannleikann, en lifir með opin augu með myrkrinu sem hluta af daglegu lífi sem stundum virðist yfirþyrmandi. Vonin getur orðið andlegt vöðvaminni með vali sem verður æfing sem hjálpar manni að sigla um raunveruleikann í stað þess að búast við að hlutirnir fari okkar leið.
L'Arche Movement fagnaði fimmtíu ára afmæli sínu í ágúst síðastliðnum - 50 ár síðan Jean Vanier bauð Raphael og Phillippe frá hæli í París að búa hjá þeim! Það var sannarlega heiður og ánægja að safna meðlimum frá samfélögum um Bandaríkin með fötlun kjarnameðlimum, vinnufærum aðstoðarmönnum, sem allir klæðast fegurðinni sem tilheyrandi hefur í för með sér.
Í fyrstu tók það augun mín smá tíma að aðlagast; þetta nýja landslag er óhugnanlegt og truflar mig gífurlega; svo óvenjulegur þverskurður af mannkyninu. Pör af fólki leiddu ákæruna.
Sem hluti af helgisiðunum voru ýmsir þátttakendur meðal annars einn spenntur sex feta hár tuttugu og tuttugu aðstoðarmaður og kjarnameðlimur sem var nokkrum fetum styttri með mismunandi húðlit, báðir geislaðir af hamingju. Þegar við loksins komumst í fyrirhugaða samdráttinn okkar var búið að útvega köku svo allir héldu beint niður til að fagna saman!

Tim Stone frá Chicago var fljótur að svara að L'Arche væri ekki bara lausn heldur merki, sem ég kunni að meta og taldi vera nákvæm. „Vonandi," var svar hans. Tim er einn af kjarnameðlimum L'Arche sem er fatlaður - þó mætti líta á þessa lýsingu sem takmarkaða; Tim elskar vini sína og fjölskyldu heitt, elskar eldamennsku af ástríðu og er þekktur fyrir að skapa abstrakt list; geislar af tilfinningagreind og miðlar miklu magni af þekkingu. Líkt og Tim sjálfur, stendur L'Arche sem yfirlætislaus uppspretta vonar - líkt og Tim gerir L'Arche meðlimir eins og Tim fulltrúar fyrir.
Uppkomin viska um heiminn okkar þróast oft hljóðlega: allt frá verkefnum og fólki sem þú bjóst ekki við, til tengsla milli punkta í rúmi og tíma sem virðast ekki mikilvæg við fyrstu sýn. Dagleg samtöl mín snúast um "merki, ekki lausnir," endalaust sannfærandi setningu sem gegnsýrir líf mitt með breyttum formum og líflegum litbrigðum, og krefst þess að ég taki það alvarlega. Þessi merki eru ekki í samræmi við heimsendamerki og undur trúarbragða frá barnæsku minni sem ég tók alvarlega en

voru alltaf óskiljanleg. Leiðtogar borgaralegra réttinda voru oft að leita að sjónleifum frekar en þeirri miklu vinnu sem þarf til að endurleysa líf einstaklinga. Vincent Harding sagði mér frá því að hitta unga afrísk-ameríska menn og konur frá miðborg sem sögðu honum að þeir vildu „lifandi mannleg skilti" sem gætu hjálpað þeim að sjá fyrir sér og trúa á nýja möguleika fyrir sig.

Hlustaðu á orðaskipti milli Vincent Harding og höfundarins.

Einn af lykilgöllunum í menntunarferli okkar, sérstaklega hjá svokölluðu jaðarsettu ungmennum, er að fræða þau til að flýja myrkrið fljótt inn í ljósið.
Það sem þarf í staðinn er fleira fólk sem er tilbúið að standa í því myrkri, sem mun ekki hlaupa frá djúpt særðum samfélögum en geta þess í stað opnað möguleika sem aðeins fólk sem þykir vænt um getur séð.

Einu sinni voru kort sem afhjúpuðu jaðra og landamæri hins þekkta heims valdatæki sem fáir notuðu og haldið fast í. Nú lifum við í innbyrðis háðum heimi sem er skilgreindur af sögu frekar en landvinningum; einn þar sem tengingar skapa tilveru okkar sem punkta á korti; Ímyndunaraflið okkar hefur enn ekki náð þessum nýju manndrifnu landamærum ennþá, sem skilur okkur öll eftir að nokkru leyti föngum af hefðbundnum dómurum sem eru mikilvægir - eða "undir ratsjánni" stöðu; því miður falla flest allt og allir sem eru að breyta plánetunni okkar undir „undir ratsjá".
Radarinn hefur bilað.

Höfum við alltaf búið við slíkar aðstæður? Joan Chittister minnir mig á að ígildi The New York Times í Róm frá sjöttu öld hafi ekki verið með fyrirsögnum sem lýstu því yfir: BENEDICT SKRIFAR REGLUNA! Benedikt frá Nursia hafði rólega áætlun: að búa til aðgengilegan lífstakt sem gæti hýst bæði einsetumenn og fólk utan frá, og skipta samkeppnishæfu trúaryfirvöldum þess tíma út fyrir eitt sameinað vald. Í fyrstu gekk verkefni Benedikts ekki snurðulaust fyrir sig. Eitt snemma samfélag sem viðurkenndi hann sem leiðtoga þeirra reyndi að eitra fyrir honum; hann stofnaði tólf klaustur meðan hann lifði með aðeins tólf menn í hverju. En Benedikt setti eitthvað af stað sem hefur komið aftur til að uppskera mikil umbun með tímanum: án þess að gera sér grein fyrir því sjálfur eða einhver í kringum hann á þeim tíma, skapaði Benedikt eitthvað sem hefur haldið vestrænni siðmenningu lifandi yfir árþúsundum síðar.
Hugrekki má finna í þessari sögu. Þrátt fyrir bestu viðleitni mína sem blaðamaður til að einbeita mér að því sem er gagnlegt og nærandi, sé ég líklega ekki alla frumlega einstaklinga þarna úti sem gætu bjargað heiminum eftir 100 eða 1000 ár.
Samt er ég undrandi á öllu því góða sem ég sé í kringum mig og ég vona að ég hafi deilt einhverju af því á þessum síðum - jafnvel bara einn eða tveir af því hafa snert líf mitt svo mjög að handleggir mínir og hjarta fyllist af þakklæti.

Hugur springur af vitneskju um hvað er að lækna okkur, jafnvel þegar ég skrifa, jafnvel þegar við gerum okkur ekki grein fyrir því eða biðjum um það. Og með lækningu á ég við að skapa tækifæri fyrir dýpkað líf saman: að verða vitrari og heill frekar en bara eldri eða klárari.

Ferðalag mitt frá því ég lifði snemma í Oklahoma hefur tekið mig langt, nóg til að sumir gætu sakað mig um að ýkja dyggð vonar of mikið. Samt hallast hugur minn nú sterkari að því en nokkru sinni fyrr; Ég hef afsalað mér þeirri hugmynd að vitsmunalega trúverðugt sjónarhorn hljóti alltaf að koma frá því að vera efins: vitsmunir vinna ekki gegn dulúð; umburðarlyndi kemur ekki í stað ástarinnar; né tortryggni fullnægjandi valkostur - ólíkt mörgum verðugum viðleitni í lífinu, reynir tortryggni aldrei af spillingu eða hörmungum; né generative; heldur dæmir það einfaldlega hlutina eins og þeir eru til án þess að reyna að breyta þeim frekar eða reyna frekar en nauðsynlegt er.
Á þessum tímamótum í sögunni sé ég fólk á öllum aldri vera eftirsóknarvert. Þetta er ólíkt metnaði; frekar, áhugi þýðir að vera dregist að því að vera okkar besta sjálf og reyna að finna út hvernig það gæti litið út. Þegar við uppgötvum þurfum við hvert annað til að gera þetta með góðum árangri. Ég finn innblástur í því að heyra hvað ungt fólk segir um hvernig og hver það vill verða, frekar en að einblína á aðeins einn þátt í því hver eða hvað það vill verða. Sylvia Boorstein minnir okkur á að börnin okkar taka ekki alltaf eftir því sem við segjum, en þau fylgjast alltaf með okkur. Sumir, eins og Shane Claiborne, nota orð eins og einmana og ósjálfbær til að lýsa menningu fullorðinsáranna sem var fyrirmynd þeirra sem börn.
Ég hef of seint áhyggjur af því hvort hugleiðingar mínar og skrif séu nógu alvarleg. Enda er eitthvað hressandi fjörugt í mér, sem og í þessum heimi þar sem viskan vex hratt - vonin hefur ekki alltaf þunga merkingu! Viskan þarf ekki að vera alhliða til þess að hún teljist framfarir, sem myndi grafa undan skáldsagnahöfundum sem sumir af okkar bestu atferlissálfræðingum, taugavísindamönnum og heimsfræðingum. Við höfum ekki lengur vaxið upp úr eldinum, þar sem við deildum spennandi og ógnvekjandi sögum sem hjálpuðu okkur að búa okkur undir að takast á við raunveruleg undur og hrylling lífsins á auðveldari hátt. Í dag fara brennslurnar okkar fram á stórum og smáum skjám auk hefðbundinna sagna- og ljóðaslamma; Ég les skáldskap sem hluti af frístundalestri mínum.
Heimspekileg smárit taka mestan hluta frítíma míns á meðan ég horfi of mikið á sjónvarp sem hefur lítil hlutlæg jákvæð áhrif á mig. Þó að morð- og leyndardómsskáldsögur heilli mig, er leikur nauðsynlegur mannlegri tilveru - einn af stofnendum hans, læknirinn Stuart Brown kom fyrst inn á þetta svið með því að rannsaka morðingja þar sem barnæsku þeirra fólst oft í fjarveru leiks - eitthvað sem Stuart fann með því að rannsaka huga þeirra sem hluti af rannsókn á leikgleði (grófur leikur í æsku hjálpar til við að þróa samúð).

Manneskjur eru heillandi en samt flóknar verur, síbreytilegar verur sem eru til í einu í bæði/og. Við erum vörur okkar tíma með sífellt ávanabindandi leikföngum og aðlaðandi myndum af velgengni vs skelfilegum mistökum; samt er pláss innra með okkur - eitthvað sem fleiri okkar eru að heiðra, vernda og rækta - fyrir það sem nærir og sækir í okkur; von er stefnumörkun sem ætlað er að draga visku og gleði úr ófyrirsjáanlegum veruleika sem liggur fyrir okkur öllum.

Fyrsta ástríða Teilhards de Chardin var jarðfræði. Hann fæddist og ólst upp í eldfjallahéraði í Frakklandi og var heillaður af steinum - efni í hreinasta skilningi - og eyddi miklum tíma sínum í að íhuga eignir þeirra áður en hann varð burðarberi í fyrri heimsstyrjöldinni og skrifaði út frá þeirri reynslu, síðar lýsti hann mannkyninu sem "efni á sprengifyllsta stigi þess."

Teilhard var bæði íhugull og Jesúíti; þannig varð andleg og vísindaleg heimsmynd hans til þess að hann tók víðtæka sýn á söguna. Hann gróf upp steingervinga sem sýndu lífeðlisfræðilegar framfarir mannkyns í gegnum árþúsundir. Hann fór að trúa því að þróun stefndi í átt að meðvitund og anda, sem veitir honum von sem byggir á vísindalegum athugunum. „Upphafspunktur minn," sagði hann með nálgun sem hentar okkar eigin tíma en hans, er „grundvallarstaðreynd í upphafi að hver einstaklingur er í raun samtvinnuð öllum þáttum líkamlegrar, lífrænnar og sálrænnar tilveru hans og öllu sem umlykur hann. " Eins og áður hefur verið rætt um, taldi Teilhard að mannlegir gripir og uppfinning myndu skapa noosphere, ímyndað hugtak sem dregið er úr grísku noos sem þýðir hugur. Kenning hans spáði fyrirfram fyrir því hvernig jarðfræðingar okkar tíma hafa merkt tímabil okkar mannfjölda - viðurkenningu á því að áhrif mannkyns verði ekki horft frá sögu okkar. Mannkynið hefur skilið eftir sig spor á plánetunni sem spannar jarðfræðilegan tíma. Rétt eins og einstök hegðun okkar hefur áhrif á okkur hvert fyrir sig, hafa sameiginlegar aðgerðir verulega breytt lögun sinni.

Teilhard de Chardin lést friðsamlega á páskadag 1955 eftir að yfirmenn Jesúíta hans bönnuðu honum að gefa út önnur verk en steingervingafræði meðan hann lifði. Þegar andlegu bækurnar hans (The Phenomenon of Man, The Divine Milieu) voru loksins aðgengilegar á sjöunda áratugnum urðu þær fljótt metsölubækur; Hugmyndir hans dreifast um heiminn núna með endurnýjuðum krafti.
Sýn Teilhards skorar á okkur að koma jafnvægi á langa tímasýn og fjárfestingu í þróun mannlegrar meðvitundar og sjálfræðis, en fáir búa yfir orðaforða fyrir slíkt símtal. Þess í stað snúast flestar umræður um gervigreind: skynsamlegar tölvur verða tælandi eða vondar eða komast til valda - aldrei einu sinni heyrði ég okkur ræða sjálfa meðvitundina: hvert hún tekur okkur, eða hvort hún gengur lengra eða ekki. Hvernig gæti andleg þróun litið út á víðum mælikvarða?

Og þar uppgötvaði ég forvitnilega samræðu sem byggir beint á hugmyndum og spurningum Teilhards de Chardins og aðlagar þær á afkastamikinn hátt í bili. Þróunarlíffræðingurinn David Sloan Wilson hafði ekki lesið Teilhard de Chardin áður en hann sótti ráðstefnu sem haldin var í Vatíkaninu árið 2009 í tilefni af bæði 150 ára útgáfuafmæli þess og 200 ára afmæli Charles Darwins.

Hlustaðu á þessi orðaskipti milli David Sloan Wilson og höfundarins, þar sem þeir deila innsýn í samskipti sín.

Auðvitað þekkti ég Teilhard, eins og flestir þróunarsinnar. En höfðu þeir lesið hann eða talið hugmyndir hans núverandi? Fyrir flesta þróunarsinna væri svarið við báðum þessum spurningum líklega nei; mér til mikillar undrunar þó ég frétti að Teilhard var í raun á undan sinni samtíð vísindalega; margt af því sem hann skrifaði hafði verðleika frá þróunarsjónarmiði nútímans.
Helstu boðskapur hans - sem nýlega er kominn aftur í tísku - var að þótt mannkynið kunni að virðast vera bara önnur tegund eða prímat, þá erum við í raun algjörlega nýtt þróunarferli og hægt er að líta á þróun okkar sem jafn afleiðing af lífinu sjálfu. Teilhard hafði rétt fyrir sér um það atriði og það kom mér á óvart. Táknræn hugsun sem erfðakerfi og allar hinar ýmsu menningarvenjur okkar mynda sannarlega nýjar þróunarleiðir - hugmynd sem ég var undrandi að finna staðfest.

David Sloan Wilson er trúleysingi eins og Teilhard de Chardin; samt rannsakar hann trúarbrögð út frá þróunarlíffræðilegu sjónarhorni sem mjög áhrifaríka aðlögunarhópa, sem fara oft í átt að hnignun frekar en framfarir. David Sloan Wilson hefur helgað mikið af starfi sínu í að beita þróunarlíffræði innsýn í átt að félagslegum hagsmunum; vinnur nú að borgarendurnýjunarverkefnum í Binghamton New York í þessum anda með það fyrir augum að beita þessum lærdómi til endurnýjunar þar; Í bók hans sem fjallar um þetta verkefni er kafli sem heiðrar Teilhard de Chardin sem ber titilinn "Við erum nú að ganga inn í háloftahimnuna."

Hlustaðu á þessi orðaskipti milli rithöfundarins David Sloan Wilson og hans sjálfs.

Hann talaði oft um "hugsunarkorn". Fyrir honum þýddi þetta að í fyrstu bjuggu menn í litlum hópum með aðskilin táknræn kerfi sem voru aftengd hvert frá öðru. Með tímanum fóru þessi hugsunarkorn þó að sameinast - þegar samfélög stækkuðu - sem leiddi til einnar hnattrænnar meðvitundar sem kallast The Omega Point.
Þróun eins og hún sést í gegnum eigin spegilmynd.
Rétt. Þó að samfélagið sé að stækka í sívaxandi mæli, frá örsamfélögum til stórsamfélaga nútímans, eru allar forsendur þess efnis að þetta myndi að lokum leiða til eins heimsheila innan möguleikans en vissulega engin trygging; hrun er enn mögulegt hvenær sem er. Kannski er Omega Point til einhvers staðar þarna úti

einhvers staðar ef við bara unnum nógu hart að því að ná honum; annars töpum við öll!

Spirituality verður að leiða mannlega þróun; til að gera þetta verðum við að skilja skilgreiningu þess og hvers vegna andleg hugtök eins og andi og sál gegna svo mikilvægu hlutverki í daglegu lífi.
Þegar við gerum það held ég að við getum fundið upp fullnægjandi merkingu fyrir þá sem byggir ekki á yfirnáttúrulegum efnum. Þannig getum við talað hreinskilnislega um að hafa sálir - hópar okkar hafa sálir, borgir okkar hafa sálir, jafnvel plánetan okkar með sálir! Það getur í raun haft aðgengilega túlkun.

Teilhard benti á að andleg málefni ætti ekki bara að snúast um persónulega þægindi; frekar ætti það að hvetja til eitthvað stærra en við sjálf til að ná meiri árangri. Þegar ég íhuga hvað þú ert að gera í Binghamton og þessi hugsun virðist styðja það.

Alveg er það. Í þróunarlegu tilliti sér þróunin aðeins aðgerð; það sem gerist í huga þínum eða sem merkingarkerfi þitt er ósýnilegt þar til það birtist í raunverulegri hegðun. Þess vegna ef það sem er að gerast innra með þér veldur ekki viðeigandi aðgerðum frá þér þá þýðir það að merkingarkerfið þitt gæti ekki verið eins áhrifaríkt við að framkalla æskilega hegðun hjá öðrum.

Merking er nauðsynleg til að hvetja okkur til að bregðast við og gera það sem er rétt, sem í nútímasamfélagi verður að fela í sér að meta allar staðreyndir sem málið varðar. Og við verðum að hafa í huga gildi okkar til að nota þessar staðreyndir til að skipuleggja aðgerðir í heimi sem er sífellt flóknari og krefst stjórnun á plánetulegum mælikvarða.

Hugsjón eins og "stjórnun á plánetuskala" finnst mér fjarstæðukennd; það virðist fáránlega úr takti við heimsskipulag nútímans eða eitthvað sem gerist hér og nú. Svo þegar blaðamaðurinn og umhverfisbloggarinn Andrew Revkin dregur upp líkingu á milli núverandi alþjóðlegra atburða og þeirra sem sjást innan heilaþroska unglinga; báðir sýna ójafnvægi, með svæði þar sem sambúð er mikil ásamt sviðum kæruleysis; bæði sýna fyrirheit um sköpunargáfu sem og eyðileggingu í senn.

Hlustaðu á þegar Andrew Revkin tekur höfundinn í samtal.

Svo hvort sem við lítum á hlutabréfamarkaði eða hvernig Tahrir Square atburðir þróast og síðan mótuðu sig í gegnum Twitter og Facebook, þá sé ég okkur vera að prófa nýjar raflögn án þess að hafa skýran skilning á virkni þess ennþá. Blogg veitir mér innsýn í þetta svið; Augnablikslygar geta blossað upp samstundis en svo kemur raunveruleiki þeirra fljótlega jafnt í ljós - ef ekki hraðar en þegar þær voru upphaflega afhjúpaðar.

Þetta vekur áhugaverðar spurningar. Það eru þeir eins og Kurzweil sem sjá möguleika á að kerfið okkar verði enn öflugra en mennirnir; en ég held að það sem í raun og veru er miklu öflugra núna sé aukin hæfni þessa kerfis til að hjálpa okkur í samvinnu að búa til hluti, finna hluti og upplifa hluti á þann hátt sem áður var ekki hægt - það er þessi hæfileiki til að deila og móta hugmyndir sem er áhrifamestur.
Geðveikur. Það fer vel út fyrir aðeins tölvugetu; eitthvað umfangsmeira hlýtur að vera hér á ferðinni.

Andrew Revkin leiddi hugtakið þekkingarhvolf frá enskuhveli Teilhards.

Hér er annar texti frá þér sem sýnir hversu öflugt andlegt tungumál hefur náð tökum á samfélagi okkar: hvaða hugtak sem maður velur - í þessu tilfelli "þekkingarheimur" - það er augljóst að heimurinn okkar er fljótt að tengjast með nýjum leiðum til að deila athugunum og móta hugmyndir sem hafa áhrif á mannlegar framfarir. Það er satt andlegt tungumál.

Jæja, vissulega; Loftslagsbreytingamál birtast oft sem vísindaleg. Þegar grannt er skoðað færist ákvarðanatökuferli þeirra manna fljótt frá vísindalegri hugsun yfir í gildismat og mat. Þegar við skoðum öll málamiðlunina á milli þess að skipta frá jarðefnaeldsneyti og hægja á hækkun sjávarborðs eða hættu á uppskerubresti (allt óvísindalegar spurningar!), verður ljóst hvernig við vegum ávinninginn á móti öðrum. Þessar ákvarðanir fela ekki síður í sér hagfræði og gildismat.

Og þó að við eigum kannski auðveldara með að ræða staðreyndir, þá verður það miklu flóknara þegar við byrjum að ræða gildi.

Já. Þetta tímabil hefur orðið þekkt sem mannkynslífið - eða tímabilið þegar menn stjórna jörðinni - og til að það gangi snurðulaust fyrir sig þurfum við það sem ég vísa til sem "mannfælni", eða samþykki hvers annars ágreinings.

Fólk af öllum íbúum hefur tilhneigingu til að hafa mismunandi skoðanir varðandi sameiginlega þekkingu.
Þegar það hefur tengst hvert öðru í gegnum vísindi, verður netnotkun hluti af lífi okkar og vísindi eru betri fyrir það. Með því að vera hluti af einhverju stærra, þegar við förum á netið, erum við ekki einangruð í okkar eigin kúlu, hvort sem það er grænt eða frjálslynt; frekar leitum við eftir skoðunum annarra með því að virkja þær og ná til. Það er hluti af þekkingarheiminum: að finna fólk með mismunandi orkuval sem deilir svipuðum markmiðum um orkunýtingu sem þú gætir hugsanlega unnið saman

að lausnum saman - að átta þig á að einhvers staðar gætum við unnið saman - það er líka hluti af þessu öllu líka.

Ekkert þeirra vandamála sem við stöndum frammi fyrir á internetinu eru einstök fyrir svið þess; þau eru hluti af því að vera mannlegur. Þegar þeir eru í herbergi fullt af fólki, hafa þeir sem eru með háværari, reiðari raddir tilhneigingu til að fá mestan útsendingartíma; eitt sem ég reyni að gera á blogginu mínu er að þróa verkfæri fyrir hljóðlátari þátttakendur til að hafa líka inntak.

* * * Ég er heillaður af ummyndunarsamvirkninni sem verður á milli hljóðlátara fólk sem finnur rödd sína, gömul sannindi eru grafin upp og ný þekking skapast - eitthvað sem margir menn hafa löngu vitað en síðan gleymt.

Eftir því sem efnahagur Detroit breyttist og fólk missti lífsviðurværi urðu innri mótsagnir þess um þægindi allt of skýrar. Heilar borgarblokkir tæmdar. Sumir sem eftir voru fóru að gróðursetja mat á lausum lóðum - upphaflega bara til að lifa af en síðar til að tjá von; þessar tilraunir urðu síðar innblástur í borgargörðum um alla Ameríku. Ég hitti Myrtle Thompson og Wayne Curtis en garðurinn þeirra innihélt mörg undur - allt frá sólblómafræjum og kryddjurtum til grænmetis eins og leiðsögn. Þegar þeir voru spurðir hvað uppskeran innihélt gáfu þeir glæsilegan lista:

Hlustaðu á orðaskipti Myrtle Thompson, rithöfundar, og Wayne Curtis, aðalritstjóra. Grænkál - þrjár tegundir - grænkál, tómatar, papriku, papriku, eggaldin, leiðsögn, jarðarber, hindber og vatnsmelóna auk laukkartöflujurtir eins og kóríander basil steinselja eru ræktaðar hér í garðinum okkar. Á síðasta tímabili ræktuðum við líka sólblóm korn sólblóm sólblóm smá korn á síðasta tímabili líka. Okra dregur fólk að nær og fjær á meðan eggaldinið okkar kemur með fólk úr indverskri menningu sem kemur í uppskriftir; Að horfa á krakka bregðast við þegar við lærum að eitthvað vex er sannarlega gefandi og að sjá hlutina þróast, þegar við vissum aldrei að það myndi gerast svona miklu fyrr! Að horfa á krakka bregðast við þegar við lærum meira í hvert sinn sem eitthvað nýtt birtist kemur mér meira á óvart og mér sjálfum þegar við áttum ekki von á því að það myndi blómgast hér í fyrstu!

Myrtle og Wayne sýna alveg jafn mikla skynsemi og vísindi og Dan Barber eða Michael Pollan þegar þeir ræða næringarefnaþéttleika, en ræða um meðvitund við mig.

Hlustaðu á orðaskipti Myrtle Thompson, rithöfundar, og Wayne Curtis, rithöfundar.

Jafn mikilvægt og matvælarækt er hlutverk okkar að rækta menningu, samfélag, hugmyndafræði og aðra þætti til að tryggja að áframhaldandi tilveru okkar sé ekki lengur í hættu. Að rækta meðvitund er lífsnauðsynlegt þar sem þessi garður snýst ekki bara um að rækta mat heldur um að verða hluti af vistkerfi sem er meira að segja á undan þessum garði og sem við stuðlum að með því að verða hluti af tilveruferli hans frá upphafi - ekki aðeins að rækta mat heldur verða hluti af því auk þess að iðka húmaníska iðkun sem er ekki lengur háð Del Monte fyrir sjálfsmynd okkar.

Að enduruppgötva það sem hægt er að borða sem hefur alltaf verið til staðar hefur kraftinn til að umbreyta menningu, þar sem þú gerir þér grein fyrir að þú gætir hafa keyrt yfir hluti með verðmætum; eða að horfa undir bretti þar sem einhver er að skipta um olíu og sjá plöntur sem gætu hugsanlega fóðrað okkur öll breytir sambandi þínu bæði við jörðina sem og þá sem eru í kringum þig; þar sem þú verður að finna leiðir til að útskýra þetta allt fyrir þeim.
Ég eyddi grípandi, grípandi kvöldi í Louisville með borgarstjóranum, lögreglustjóranum, skólastjóranum, leiðtogum trúarsamfélagsins í Louisville og skipuleggjendum stéttarfélaga sem og meðlimum sögulegra fjölskyldna þess. Um kvöldmatarleytið heimsækjum við innilegan „sveitaklúbb" sem líður meira eins og heimili ástkærrar ömmu einhvers: myglaðan kjallara með fínu postulíni. Að sögn einhvers hefur þetta alltaf verið þar sem elítan hefur safnast saman. Ohio áin rennur út fyrir gluggann minn; bankar þess marka sögulega skiptingu í stétt og auði. En í kvöld má finna þennan fjölbreytta þverskurð borgarbúa saman tala og hlusta. Þegar hann var kjörinn lét Greg Fischer, borgarstjóri Louisville, það vita að markmið hans fyrir borg sína yrði samúð; að það ætti að verða eitt í öllum þáttum borgaralegs lífs þeirra saman. Þeir taka þessa tilraun mjög alvarlega. Nú hafa þeir fært sig framhjá rómantík yfir í félagslegar breytingar; að gróðursetja langtímaverkefni í skólum sem gætu tekið mörg ár áður en árangur kemur í ljós. Einn sonur í fremstu húsi sagði mér að þetta væri bara von; hins vegar eru borgaralegar þráir öflugar: að gefa siðferðilegu ímyndunarafli eitthvað áþreifanlegt til að vinna að.

Áberandi meðal þessara merkilegu þróunar var sú merkilega tilfinning um traust sem skapaðist í því herbergi; óttinn minnkaði og veikleikar afhjúpaðir án ótta.
Afríku-amerískur prestur segir mér að það sem raunverulega hafi skipt sköpum hafi verið að hafa stjórnmálamann tilbúinn að sitja með sársauka fólks án þess að leggja strax fram stefnu eða lagfæringu; í staðinn að leyfa því að vera til sem eitthvað til að syrgja yfir í herberginu áður en það er hughreystandi eða kveinandi til að bregðast við því - harmað eins og fornir spámenn gerðu vegna taps síns! Þó að syrgja tap okkar sé aldrei afkastamikið eða árangursríkt í sjálfu sér - án þessarar opnunar gætum við aldrei vonast eftir viðvarandi framförum eða vexti áfram!
Það er hægt að taka upp þekkingu sem valdsverk ef við veljum að taka hana sameiginlega í slíka viðleitni. Því miður stangast þessi þekking hins vegar á við eðlishvöt sem við þróuðum á tuttugustu öldinni til að berjast fyrir lausnum á vandamálum okkar með stríði - viðhorf sem síast inn í alla þætti atvinnulífs okkar, utanríkis- og innanlandsstefnu, uppeldisstíl og uppeldi barna. Stríð tekur reiði og

metnað sem eldsneyti á meðan það frestar harmakveinum eða sorgartilfinningum ásamt samúð; reikningur hennar mælir vinning á kostnað þess að tapa. Eftir 11. september í Ameríku áttum við nóg af hefndarorðum gegn óvinum en engin orð til að hjálpa okkur að sætta okkur við sorg eða sorg af völdum missis - eitthvað sem þurfti að komast út í gegnum. Eftir 11. september í Ameríku notuðum við sterk orðaforða hefndarorð á meðan við virkuðum á það án þess að staldra við til að taka tíma og innræta það sem hafði gerst síðan.
Bandaríkjamenn voru slegnir af áður óþekktri tilfinningu um varnarleysi innan okkar sterkustu virkja. Það varð til þess að Bandaríkjamenn komust í ný tengsl við ókunnuga um allan heim sem lifa lífi sínu á svipaðan hátt; en viðbrögð okkar fjarlægðu okkur enn frekar frá hvort öðru.

Þegar samfélagið fer að muna að bilun hefur alltaf verið hluti af mannlegri reynslu, allt frá viðskiptum til menntunar og sálfræði, erum við líka að átta okkur á hlutverki þess í andlegum vexti og persónulegri visku. Ég myndi taka þá hugsun lengra: bilun og varnarleysi eru nauðsynlegir þættir fyrir andlegan og persónulegan þroska. Sama hvað fer úrskeiðis fyrir okkur - hvað sem má líta á sem veikleika okkar og styrkleika - hjálpar þessi reynsla að gera vonina sanngjarna og lifað dyggð mögulega; þau eru hluti af einstöku framlagi okkar til mannkyns. Brene Brown hefur orðið eftirsóttur kennari í ýmsum stillingum og leiðtogastigum fyrir sérfræðiþekkingu sína á að miðla þessum forna, grundvallarsannleika sem hafði fallið út úr sameiginlegum orðaforða okkar í gegnum kynslóðir. Þessi vinna hófst við háskólann í Houston Graduate College of Social Work þar sem hún er aðjunkt.

Hlustaðu á sem höfundur og Brene Brown hefur orðaskipti.

Ég spyr fólk alltaf einfaldrar spurningar til að meta hvort það telji sig hafa sýnt virkilega hugrakka hegðun, annaðhvort persónulega eða vitni að öðrum einstaklingi gera eitthvað hugrakkur. Og sem akademískur rannsakandi með 11.000 gögn til að vinna út frá, get ég ekki fundið dæmi um siðferðilegt, andlegt, leiðtoga- eða sambandshugrekki sem ekki er sprottið af varnarleysi - en samt of oft kaupum við inn í goðafræði um að veikleiki sé veikleiki sem afsökun fyrir því að bregðast ekki við. nógu djarft.

Brene Brown var djúpt breytt af þessum uppgötvunum í eigin lífi sem sjálfsögð klassísk fullkomnunarsinni. Hún ákvað að deila þeim á TEDx fyrirlestri í Houston þar sem það hefur síðan farið eins og eldur í sinu.
„Hlusta á skömm“ er enn einn af mest áhorfðu TED fyrirlestrinum frá upphafi, þrátt fyrir óaðlaðandi titil: Ég naut þess í botn að læra að Dr. Sheen rakst á sannleika sem hljóma neikvætt í nútíma eyrum á meðan hann rannsakaði líf af heilum hug.
Hlustaðu á þegar Brene Brown ræðir við höfundinn.

Ég byrjaði að kóða gögn og leita að mynstrum og þemum í orðum og þau komu fljótt mjög hratt fram. Ég byrjaði að setja saman lista sem undirstrika hluti sem heilshugar karlar og konur hafa tilhneigingu til að einbeita sér að því að velja vísvitandi, en samtímis útrýma ákveðnum athöfnum úr lífi sínu meðvitað eða ómeðvitað. Og um leið og ég leit upp á ekki-gera listann minn sem lýsir mér nákvæmlega - varð það mjög ljóst: það var ekki einu sinni minn! Ég áttaði mig á því að allt líf mitt var alls ekki þarna - öll tilvera mín virtist framandi.

Svo hvað var í því? Jæja, leyfðu mér að spyrja þig að þessu fyrst. Bjóst þú við að finna vísbendingar um að þetta fólk hefði fengið betra uppeldi eða upplifað minna áfall, með sterkari stuðningskerfum í boði?

Í fyrstu var svar mitt nokkuð sjálfseignarlegt. Ég gerði ráð fyrir að þeir sem trúðu á sjálfa sig og trúðu á verðugleika þeirra hlytu að hafa lifað lífi með færri skilnaði eða gjaldþrotum eða sögu um áföll eða fíkn samanborið við almenning; þó var það alls ekki; þær voru ekkert öðruvísi hvað varðar þessar breytur - þær voru alveg eins og allir aðrir!

Hvað var á listanum þínum sem skilgreindi þig best?

Fullkomnunarárátta, dómgreind, þreyta sem stöðutákn, framleiðni sem sjálfsvirðing, flott, hvað finnst fólki, að sýna sannanir og leit að vissu eru allt þættir sem draga upp svo aðlaðandi mynd.

Einkennast þetta heilshugarlíf af varnarleysi eins og þú notar hugtakið núna?

Já, algjörlega. Þetta voru einstaklingar sem komu inn í líf mitt án mikillar loforða eða ábyrgða, svo þegar ég sat við borðið nokkrum dögum síðar og tók þá ákvörðun að ég myndi geyma gögnin þeirra og finna meðferðaraðila í staðinn - og það virkaði, sú ákvörðun varð að veruleika.

Ég man að ég spurði sjálfan mig þessarar spurningar: Ef þetta þýðir að geta okkar til heilshugar getur aldrei farið fram úr vilja okkar til að upplifa sár, hvernig er það þá mögulegt?

Það kemur aftur til menningarlegrar andúðar okkar á varnarleysi - það sem við höfum gert með fyrstu tilfinningu okkar um varnarleysi. Þó að það hafi kannski byrjað sem aðdáunarvert eðlishvöt að vernda okkur sjálf og þá sem okkur þykir vænt um, hefur það með tímanum orðið eitthvað allt annað. Við höfum tilhneigingu til að gera hlutina betri með því að fara að fullkomnun frekar en að vera einlæg um að vernda okkur sjálf og þá sem standa okkur næst.

Ég er sammála. Það sem knúði mig til að leita mér hjálpar og vilja lifa öðruvísi var það sem ég sá um uppeldi. Hvernig við tökum þátt í heiminum spáir miklu meira fyrir um velgengni barna okkar en nokkur þekking sem við gætum haft um starfshætti hans. Sem stendur tel ég að við séum á tímum blíðrar vakningar, þó að rannsóknir mínar hófust aðeins sex mánuðum fyrir 11. september. Í 12 ár hef ég horft á óttann hlaupa í rúst innan fjölskyldna og séð okkur ganga ótrúlega langt til að vernda okkur og börnin okkar fyrir óvissunni í heiminum í dag - bæði í gegnum rannsóknarlinsuna mína sem háskólaprófessor, auk þess að vera bæði foreldri og nemandi sjálfur.

Til okkar koma nemendur sem aldrei hafa mætt raunverulegu mótlæti áður og mæta þar með í vanmáttarkennd og vonleysi. Eitt af því sem er mest heillandi er að verða vitni að þessu leikriti á undan þeim.
Reynsla mín af því að vinna á þessu sviði hefur kennt mér að þeir sem eru í raun og veru vongóður deila oft einum öðrum eiginleika: Rannsóknir C. R. Snyder frá University of Kansas í Lawrence sýna okkur að von vaknar með baráttu.

Skrif þín hafa sannarlega komið mér á óvart með nokkrum hrífandi setningum eins og þessari.

Von er ekki tilfinning; frekar er þetta vitsmunalegt og hegðunarferli sem við þróum þegar við stöndum frammi fyrir erfiðleikum, byggjum upp áreiðanleg sambönd og öðlumst trú annarra á getu okkar til að koma okkur ómeidd út úr erfiðum aðstæðum.

Sem er frábrugðið tilhneigingu okkar til að trúa börnum okkar í blindni og hunsa sársauka eins lengi og mögulegt er. En vissulega skiljum við löngun okkar til að skapa ótrúlegan heim, líf og reynslu fyrir þá sem okkur þykir vænt um?

En við missum oft sjónar á fegurðinni. Sumar af mínum dýrmætustu minningum í lífinu koma frá baráttuhlaupum sem ég hélt aldrei að væru mögulegar; augnablik þegar ég hugsa að "Guð skapaði mig þessa manneskju" eru augnablik sem ég bjóst ekki við eða sá fram á.

Vonin er niðurbrotin á ferð sinni í átt að því að vera heilshugar; von er niðurstaða baráttu. Ég spurði þróunarlíffræðinginn David Sloan Wilson hvort það væri eitthvað vitlaust í þróunarfræðilegu tilliti við það að mönnum gengi stundum áfram með því að læra aftur hluti sem við vissum einu sinni en gleymdum, eins og fæðuuppsprettum eða grænum svæðum í sameiginlegu lífi; eitthvað svipað gæti átt við um mannlega uppfinningu, til dæmis; kannski þurfum við að læra að barátta er hluti af því að alast

upp; enduruppgötvaðu alvöru mat eða græn svæði geta aukið líf í daglegu lífi eða fundið huggun með því að vita að tegundir okkar eru enn. Svar hans? Hér er útskýring hans - fiskar lifa ekki utan vatns og munu hvorki lifa né dafna; mannleg uppfinning getur gert nákvæmlega það sama með því að læra aftur hluti sem einu sinni voru þekktir og gleymdir áður. Hér er svar hans - eitthvað sem fiskar gera ekki náttúrulega: Taktu sjálfan þig upp úr vatni og lifir ekki lengur af eða dafnar eins og menn gera þegar við lærum hluti sem við vissum einu sinni áður en við gleymum því sem við vissum einu sinni áður en við gleymum því sem við vissum og gleymdum áður en við fórum út af vatni og lifa ekki lengur eða dafna rétt eins og fiskar geta tekið sig upp úr vatni og ekki lengur lifað eða dafnað, alveg eins og hvernig menn hafa þróað snjöll uppfinning hefur gert nákvæmlega það sama með uppfinningu getur gert þetta á óteljandi snjallan hátt svo að endurlæra barátta spilar í því að alast upp, enduruppgötva alvöru mat eða finna þægindin í því að kynnast náunga okkar í massavísu með sameiginlegu lífi á meðan að bjóða upp á græn svæði sem lífga upp á sameiginlegt líf eða þægindi af því að þekkja náungann að læra að gera eitthvað með því að taka okkur út frá tímanum eða bara að vita eitthvað sem við vissum áður getur núna; fiskurinn getur það ekki! Þegar út af vatni getur ekki lengur lifað/þá bara lifa ekki af/þá mun að lokum vegna hafa gert jafngild áhrif til að taka okkur út. Hér er útspil allar sniðugar leiðir fyrir alls konar. að læra upp á nýtt hvað hlutverkabaráttan okkar gerir við að læra að þekkja hvert annað bæta okkur betur þekkja hvert annað eins og að kynnast því að þekkja svo vel í sameiginlegu lífi án þess að þekkja hvert annað með því að þekkja þægindi okkar við að vita allt ef þörf er á/þekkjum aftur/veit svo fljótt svo þægilega að þekkja annan gæti samt veitt huggun sem þú vissir fyrirfram eða huggun að þekkja aðra frá þínum bara svo mjög gott er í raun út sem endurlæra (eða einfaldlega vita). Í stytta vatnið gæti það. ó n
Nágrannar - ekki ætti að líta á þessar breytingar sem andstæða heldur frekar sem vakningu fyrir því sem við þurfum hvað varðar þróun og mannkynið andlega. Að endurheimta þætti sem eru nauðsynlegir til að lifa af og lífsþrótt er skref í rétta átt; önnur leið til að tala um visku þar sem þróunin birtist aftur í sjálfri sér.

***

Mér er hugleikið að seiglu er orðið hluti af nútímamáli okkar - frá borgarskipulagi til geðheilbrigðisþjónustu. Seiglu býður upp á val til framfara og sjálfbærni á sama tíma og viðurkennd er að hlutirnir gætu farið úrskeiðis á leiðinni. Allar lausnir okkar munu að lokum lifa lengur en notagildi þeirra. Við munum búa til sóðaskap og röskun sem við ollum ekki eða gerðum ekki ráð fyrir mun koma á vegi okkar - það er einfaldlega hluti af því að lifa lífinu! Þetta drama tilverunnar heldur okkur á jörðu niðri. Að hlúa að seigurum einstaklingum eða borgum felur í sér að innræta hugarfari sem gerir ráð fyrir erfiðleikum, með skilningi á óumflýjanlegri varnarleysi. Seigla sem bæði hugtak og stefna virðir veruleika veru okkar og lífs, sem gerir það að styrkjandi leiðarvísi til að skapa kerfi og samfélög sem dafna. Seigla færist frá óskabyggðri bjartsýni yfir í raunveruleikatengda von. Seiglu er hægt að skilgreina sem þroskandi og viðvarandi hamingju - ekki háð tímabundnu ástandi fullkomnunar eða ánægju, né tilfinningalegum viðbrögðum við aðstæðum í augnablikinu, heldur nálgun til lífsins sem nær yfir allar tilfinningar og upplifanir, ljósar og myrkur, sem bætast við aðstæðum í augnablikinu. lífið sjálft. Seiglu krefst þess að vera fyrirbyggjandi en samt raunsær á sama tíma og vera auðmjúkur: að viðurkenna að það þarfnast annarra til stuðnings eins mikið og það sigrar bilun - að samþætta það inn í það sem hefur gerst hingað til.

Andrew Zolli er meðal þeirra sem bera ábyrgð á því að þetta hugtak hefur verið vinsælt í frumkvöðlamáli; hann leiddi endurvakningu PopTech samfélags félagslegra frumkvöðla í tíu ár; nú ráðleggur hann fyrirspurnum um ástand mannsins á stöðum eins og Facebook. Með fingurinn á púlsinum á sameiginlegri vakningu okkar fyrir áhrifum nýs vísindalegs jafnt sem menningarlegs skilnings milli alda, er Zolli í fararbroddi vakninga frá nýjum vísindalegum jafnt sem menningarlegum skilningi á milli aldarinnar og hinnar næstu.
Hlustaðu á þessi orðaskipti Andrew Zolli og Andrew Tolliss.

Eitthvað sem þú sagðir sem vakti athygli mína var ákall þitt um kerfi sem geta "mistókst með þokkabót." Til dæmis er þessi hugmynd svo viðeigandi þegar hugað er að atburðum eins og efnahagshruninu 2008 eða fellibylnum Katrínu; samt hugsum við sjaldan á þennan hátt í tengslum við stofnanir okkar og hvernig þær stjórna og skipuleggja sameiginlegt líf. Þetta hugtak meikar fullkomlega sens.

Nógu satt. Hluti af þessu liggur í röngum trú okkar á að við gætum þróað okkur út úr bilun; að einhvern veginn væri hægt að koma í veg fyrir það með verkfræði eða áætlanagerð. Mitt persónulega ferðalag hófst á tíunda áratugnum - það er áhugavert að líta til baka núna á það sem var að gerast þá. Sovétríkin voru fallin, við vorum ekki í stríði, internetið blómstraði og fólk gaf út bækur með titlum eins og The End of History. Sögu eins og við vissum að henni var lokið - eins og að mæta í vandaða veislu áður en allir fóru og ég fór að heiman; ekki í síðasta skiptið sem þetta myndi gerast í lífi mínu heldur - þar sem slagsmál einskorðast við hagfræði og sköpunargáfu, ekki um líkamlegar auðlindir; þannig að engin raunveruleg stríð myndu brjótast út milli þjóða; við vorum komin út fyrir þennan punkt.

Allt myndi hækka; ekkert myndi fara niður.

Það er rétt; lögmál eðlisfræðinnar höfðu verið stöðvuð og við vorum upptekin af því að eyða friðararðinum okkar. Berðu þetta í berhögg við það sem hefur gerst síðan - sem margir vilja meina að hafi byrjað með ótrúlega vel heppnuðu hryðjuverki á

heimsvísu, í kjölfarið á stórum, kostnaðarsömum, flóknum, sársaukafullum málum af alþjóðlegum áhyggjum sem hafa tekið mörg ár að leysa af sjálfu sér.
Sagan mun líklega líta aftur á þennan áratug sem einn þann versta sem sést hefur í sögu Bandaríkjanna; ekki vegna þess að við munum öll elska það, heldur vegna þess hve hratt hlutirnir fóru frá tiltölulegri ró yfir í raunverulega truflun, eitthvað sem hefur seytlað inn í menninguna. Svo þegar hugað er að þokkafullri bilun ætti fyrsta forsendan að vera: bilun er eðlislæg, heilbrigð, eðlileg og nauðsynleg í flóknum kerfum.

Ofgnótt og mistök eru óumflýjanleg þegar kemur að lausn vandamála og þjónustu. Nýsköpunarsinnar og aðgerðarsinnar allra tíma hafa upplifað kulnun eins mikið og kjarnorkuvopnasérfræðingarnir sem ég vann með á tvítugsaldri. Það er fín lína á milli þess að hjálpa til við að bjarga heiminum og móta aðra að okkar eigin markmiðum, þó vel vilji sé til. Frumkvöðlahyggja, þar á meðal félagslegt frumkvöðlastarf, getur stundum kallað fram hugsanir um sjálfgerða manninn: þá göfugu en hugsanlega sjálfsigrandi hvatningu að reyna að bjarga heiminum með einni manneskju einum. Mín eigin von er hins vegar hjá þeim yngri á meðal okkar - sérstaklega unga fólksins - sem ég hef séð dafna og aðlagast í breytingum á óvæntan og seigur hátt. Kjarnahópur þeirra er tilbúinn að ganga á undan með góðu fordæmi og breyta á áhrifaríkan og sjálfbæran hátt. Courtney Martin, óvenjulegur og heillandi þrítugur hugsunarleiðtogi og aðgerðarsinni, skildi hversu flókið og pirrandi „að bjarga heiminum“ gæti verið á tvítugsaldri og hafnaði eðlislægri rökfræði þess sem skipti mannkyninu upp sem „bjargvættum“ á móti þeim sem þurfa að bjarga, sem bendir til þess að heiminum gæti verið skipt upp í samræmi við það. Courtney skrifar: "Tilgangur okkar í lífinu er ekki að bjarga heiminum, heldur er það að vera til innan hans, ófullkominn og grimmur, ástríkur og auðmjúkur. Hvert sem ég sný mér, læra Courtney og jafnaldrar hennar bæði íhugandi og virkan - að þjóna öldunga eins mikið og að gera nýjan veruleika mögulegan.

Einstein leit á andlega snilld sem mótvægi við tækniframfarir - áhrifarík leið til að virkja vísindin án þess að skaða samfélagið með óábyrgri beitingu. Viska nútímans er að sameinast tækni; þar sem internetið er okkar útgáfa af því að kljúfa atóm. Það býr yfir gríðarlegum krafti, bæði hættulegum og efnilegum til að koma upp hefðbundnum námsstofnunum eins og háskólum.
Fornar og frumlegar athafnir mannsins eins og að skapa, leiða, tilheyra og læra. Mesta áhyggjur mínar, og sú sem flækir mat mitt á samtímanum okkar, er hvernig internetið dreifir orku og frumkvæði sem það gerir mögulegt. Seth Godin er vel meðvitaður um þessa hættu líka. En með því að horfa á lífið í gegnum linsu internetsins sér hann líka að við búum nú yfir áður óþekktum krafti til að víkka út fyrir það sem menn gátu áður dreymt. Nú viðurkennum við sjálf okkur ekki bara með því að tengjast öðrum umfram ættingja og ættbálka. Við höfum nú bæði burði og frelsi til að mynda okkar

eigin ættbálka sem eru bundnir af ástríðu og þjónustu, burtséð frá ættbálki eða landafræði. Þessir sýndarættkvíslir þjóna sem stafrænar hliðstæður hugmynda John Paul Lederach um mikilvægar ger; þeir geta hvatt það sem margrómaður mannfræðingur Margaret Mead nefndi „þróunarþyrpingar".

Það eru svo margir stafrænir ættbálkar sem tengja greind við visku um rúm, netheim og tíma. Hackers of Benedict eftir Nathan Schneider er aðeins eitt dæmi; Brain Pickings blogg Maria Popova er önnur slík saga.

Hlustaðu á þessi heillandi orðaskipti Maria Popovu og höfundarins.

Dagar mínir eru yfirleitt fullir af bókabunkum, bréfum, dagbókum og gömlum heimspekibókum frá liðnum hugsuðum frá liðnum árum. Það er þetta nýaldarhugtak andlegt enduruppeldis sem mér finnst aðeins of hippalegt fyrir minn smekk - þó það sé þáttur sem mér finnst aðlaðandi: að hlúa að þessum horfnu hugsuðum á meðan ég miðla visku sinni til yngri huga á meðan ég fer á ferðalagi mínu. enduruppeldis kynslóða fyrr og nú.

Maria Popova fæddist í Búlgaríu á tímum járntjaldsins þegar allar hugmyndir um sál höfðu verið útlægar. En María fann rödd fyrir þá engu að síður.
Hún er alin upp í bókfóðri íbúð hjá afa sínum og ömmu og rannsakar enn jaðarinn í bókum hans sem andlega næringu. Eftir að hún fór frá Evrópu eftir síðari heimsstyrjöldina valdi hún Ameríku til náms. Á meðan hún vann á skrifstofu til að borga fyrir háskóla, byrjaði Maria að gefa út fréttabréf í tölvupósti fyrir samstarfsmenn á skrifstofunni og ræddu hugmyndir vikulega. Ég held að mið-evrópskar rætur Maríu gefi henni einlæga trú á mátt hugmynda - eitthvað sem ekki er of algengt hér í Ameríku! Og einhvern veginn tekst henni að nota tæknileg tæki í þjónustu hefðbundinnar visku. Þegar ég hitti Maríu 30 ára, hafði hún þegar verið í því í 10 ár; Brain Pickings hefur hlotið víðtæka viðurkenningu og varpa ljósi á lausnarmöguleika tækninnar; líkt og Brene Brown, Maria hafði grafið upp víðtækan orðaforða vonar á meðan hún rannsakaði að því er virðist ólíkar spurningar.

Hlustaðu á hljóðsamtal milli Maria Popovu og rithöfundarins Önnu Bell.

Verk þín virðast hafa aðdráttarafl fyrir fólk vegna eftirvæntingargæða þeirra - öfugt við "truflun". Við höfum allar þessar forsendur um ungt fólk að það sé ekki pláss fyrir dýpt; að þeir ættu aðeins að taka hlutina í bita stórum bitum; enn þú opinberar þennan sannleika fyrir fólki: að þeir vilja teygja heilann. Mér finnst eitthvað sérstakt og rausnarlegt við þig sem manneskju sem kemur fram í starfi þínu - getur verið einhver skýring á þessu fyrirbæri?

Jæja, ég býst við að það séu ákveðnar kjarnaviðhorf sem mér þykir vænt um. Ein slík trú beinist að sambandinu á milli tortryggni og vonar: gagnrýnin hugsun án vonar jafngildir tortryggni á meðan von án gagnrýninnar greiningar leiðir til barnaleika. Svo ég reyni að koma jafnvægi á þá báða; að lifa einhvers staðar á milli þessara öfga gerir mér kleift að byggja líf mitt á traustum grunni frekar en að láta undan tortryggni sem tjáningu uppgjafar; sjálfsvörn í þessu tilfelli.
Á sama tíma leiðir það þó til uppgjafar að treysta á vonina eina, þar sem við höfum enga hvata til að breyta neinu til hins betra. Ég trúi því að til þess að dafna sem einstaklingar og sem siðmenning, þurfi gagnrýnin greining að vera í sambandi við von.

Efni þitt fyrir Brain Pickings virðist oft ná jafnvægi á milli tímanleika og tímaleysis, eitthvað sem stenst tímans tönn.

Svo mikið af menningu einbeitir sér að því sem er brýnt núna frekar en það sem ætti að vera í forgangi í stóra samhenginu, skapar eins konar tímaskekkju eða nútíðarskekkju sem á sér stað.

Presentismi. Ég elska það.
Það er að hluta til vegna þess hvernig internetið er byggt upp - allt frá Twitter straumum og Facebook tímalínum, til fréttavefsíðna - þar sem nýjustu atriðin virðast alltaf fljóta á toppinn í öfugri tímaröð - sem gerir okkur kleift að halda að það nýlega sé mikilvægara eða skipta máli. minna, sem leiðir okkur til að trúa því ranglega að allt sem gerðist eða var til áður væri ekki lengur viðeigandi eða mikilvægt - jafnvel þegar það skiptir máli eða er yfirhöfuð til. Þannig að það hefur leitt til þess að við trúum því að allt sem ekki sést á Google eða fréttum sé ekki til eða sé til eða sé alls ekki til - allt vegna þessarar skilyrðingar!

Fegurð internetsins felst í getu þess til að bæta sig; en svo framarlega sem hann er áfram auglýsingafjármögnuð miðill mun eini hvati hans vera viðskiptalegur - að fullkomna lista, myndasýningar og véfréttir í stað þess að auðga notendur sína með mannúðlegum gildum og hugmyndum.
Anne Lamott ræddi Emily Dickinson þegar hún ræddi mikilvægi vonar. Emily Dickinson skrifaði, að von hvetur aðgerðir okkar til framfara og "von hvetur gott til að sýna."
„Þegar fólk segir að internetið sé lífvera sem fullkomnar sjálfan sig, þá meina það oft að það líti á tæknina sem stað þar sem mannsandinn getur blómstrað og dýpkað - þetta tungumál birtist sjaldan þegar rætt er um líf okkar með tækni.

Hafðu þetta í huga: þetta eru enn mjög ungir fjölmiðlar, við höfum ekki einu sinni lifað í gegnum eina kynslóð með þeim ennþá, og eins og öll landamæri sem við könnum af brautryðjandi vandlætingu, mun líklega verða bæði góð og ill niðurstaða.

Því miður fáum við ekki að vita fyrr en löngu síðar hvernig fór; en það sem skiptir máli á meðan eru daglegar ákvarðanir sem við tökum og áhrif þeirra; von mín er sú að að lokum muni fólk gera uppreisn gegn hlutum sem þjóna ekki lengur andlegum, vitsmunalegum eða skapandi þörfum þeirra.

Og við erum að verða vitni að því á einhverju stigi. Yngri kynslóðir - ekki endilega miðað við aldur heldur frekar fólk sem er nýlega komið inn á netið - virðast viljugri en þær eldri til að borga fyrir auglýsingalausar útgáfur af ritum eða takmarka það sem þeir taka þátt í og viðurkenna að búa til gæðaútgáfur tekur tíma, hugsun, fyrirhöfn, fjármagn og skuldbindingu allra hlutaðeigandi; ennfremur að taka ákvarðanir byggðar á því hvernig eitthvað lætur þér líða og heildarframlag þess til sameiginlegs mets mannkyns er að verða meira áberandi meðal þessa aldurshóps.
Þegar ég hlustaði á viðtal við Jimmy Wales, stofnanda Wikipedia, heyrði ég hann fullyrða að fólk leggi ókeypis af mörkum vegna þess að það vilji gera eitthvað gagnlegt með tíma sínum. Ég er sammála og hef lengi trúað því að þetta sé satt - fólk í nútímasamfélagi þráir eitthvað göfugt með tíma sínum - eitthvað sem erfitt er að mæla með nytjagildum eins og nytsemi. Kjarni trú mín er sú að flest okkar viljum gera gott - að fólk þrái dyggð fram yfir gagnsemi meira en nokkur önnur hlutlæg ráðstöfun getur. Ég trúi því staðfastlega að fólk vilji gott umfram önnur markmið og er fullviss um að þetta fyrirbæri sé til meðal okkar allra.
Sem sagt, við þráum öll að verða betri, efla okkur sjálf, vaxa andlega - þessi miðill gefur von í þeim efnum.

Enginn sér heiminn nákvæmlega eins og hann er; það er vegna þess að hvert okkar leggur eitthvað einstakt til þess. William James sagði: "Mín reynsla er það sem ég samþykki að sinna og aðeins það sem vakti athygli mína hefur mótað huga minn." Með því að velja hvernig við erum í heiminum og velja hvernig við leggjum okkar af mörkum, er upplifun okkar af því og framlag öll ákvörðuð af okkur - mótar ekki aðeins innri en ytri heim heldur að lokum okkur sjálf líka. Það fyrir mig er kjarninn í andlegu ferðalagi - ekki þreytandi heldur uppörvandi hugsun, sem tók mig margra ára persónulegan þroska!

* * * Von er nauðsynleg til að hvetja gæsku til að koma fram. Það tekur á gæsku sem þátt í lífinu sjálfu: að taka eftir því sem er gott. Þessi setning kom fyrst inn í meðvitund mína í gegnum skemmtilega grein í New York Times sem birt var í kringum þakkargjörðarhátíðina fyrir nokkrum árum. Vísindarannsóknir höfðu greinilega sýnt fram á heilsufarslega kosti þess að iðka þakklæti; einfaldlega að telja allt það góða á hverjum degi, líka þeim sem þér finnst reyna. Það skilaði ótrúlegum, mælanlegum árangri: heilbrigðari svefn, meiri hugarró, minnkað kvíða og þunglyndi, ljúfari hegðun og almennt meiri lífsánægja. Ný rannsókn sýndi þessi áhrif með því að sýna hvernig þakklæti gerir fólk ólíklegra til að verða árásargjarnt þegar það er ögrað;

sem gæti hjálpað til við að útskýra hvers vegna svo margir mágar lifðu af þakkargjörðina án alvarlegra meiðsla.“

Eins og von og góðvild getur þakklæti virst saklaust og þyngdarlaust. Eins og hamingja, er það oft rangt lýst sem kyrrstæðu ástandi sem maður er annað hvort fæddur með eða ekki; blessaður eða ekki með. Fyrir mig persónulega getur það stundum fundist árangurslaust að tala orðið en þegar það er heiðrað sem visku verður það miklu ríkara - vaninn að gleðjast, gleði. Lofgjörð er önnur tegund af þakklæti sem er að finna í andlegum hefðum eins og sálmum kristninnar sem gefur rödd fyrir reynslu okkar frá niðurlægingu til dýrðar - jafnvel þegar við stöndum frammi fyrir þjáningu. Lofsöngur getur virkað á svipaðan hátt og það virkar á svipaðan hátt og í hebreskum biblíusálmum sem gefa rödd mannlegrar reynslu eins og þá sem tengist þjáningu í gegnum lofgjörðarsálma sína sem gefa rödd fyrir hverja mannlega reynslu okkar frá niðurlægingu til hamingjusamlegrar ánægju.

Sálmaskáld fullyrðir hins vegar að í dag sé sannarlega dagur Guðs og hvetur lesendur sína til að gleðjast og gleðjast yfir honum.

Æskuminningar mínar geyma ekki margar huggunarhugsanir fyrir mig; samt man ég enn eftir sjálfum mér að hafa tengst, með einhverju á milli gleði og léttar, við ákveðna kafla úr Biblíunni meðan á miklu en óviðurkenndu þunglyndi í fjölskyldu minni stóð þegar ég var að alast upp. Ég lagði á minnið nokkrar fallegar, ljóðrænar línur sem heilagur Páll skrifaði fyrir ungu kirkjuna í Filippí: "Að lokum, elskaðir, allt sem er satt, virðulegt, réttlátt, hreint og þóknanlegt getur verið lofsvert eða lofsvert - hvað sem þetta kann að vera skoðaðu það vandlega." . "Gjörið það sem ég hef sagt og sýnt þér, og Drottinn friðarins mun vera með þér." Þessi ávísun á andlega og andlega seiglu hefur nú verið sett í gegnum tvö árþúsund vísindarannsókna - þar sem andleg tækni kemur út úr þessum prófum sem veraldleg andleg tækni.
Allt þetta lætur mann samt velta því fyrir sér hvers vegna eitthvað eins eðlilegt og hressandi og að taka inn góðgæti hvar og hvenær sem við sjáum það krefst einhverrar fyrirhafnar yfir höfuð - hvers vegna það þarf öll þessi orð. Jákvætt frávik er viðeigandi félagsvísindahugtak til að lýsa fólki sem gengur gegn væntingum sem skapast af þróunarfræðilegri "survival of the fittest" sýn á þróun mannkyns. Ferill minn, sem ég met mikils, misskilur oft það sem er satt, virðulegt, réttlátt, hreint, ánægjulegt lofsvert framúrskarandi sem jákvætt frávik; þetta táknar öfugt siðferðilegt ímyndunarafl að verki. Allir sem ég hef nefnt í þessari bók geta talist jákvæðir fráviksmenn, auðveldlega afskrifaðir af dómsfréttum sem undantekningar frá mannareglum. Og nú heyri ég gagnrýni fyrir að velja Brain Pickings sem dæmi um hvað internetið gerir mögulegt þegar gnægð netheimsins af klámi, ofbeldi og léttvægi er svo augljóst.
Raunveruleikinn er bæði/og. Nánar tiltekið, eins og Maria Popova tekur fram, er internetið enn á frumstigi og táknar nýja leið til að skoða mannlegt ástand okkar og

allar mótsagnir þess - eins og hjálpræði og synd - á stafrænum hraða og veiruafritun. Ennfremur virkar það sem stækkunargler á allar mannlegar tilhneigingar sem hægt er að hugsa sér - hvort sem þær eru fallegar eða hræðilegar, léttvægar eða illgjarnar eða gjafmildar og forvitnar.

Athugaðu hvernig þessi skilningur setur okkur aftur stjórn á því hvernig tæknin mun hafa áhrif á okkur, setur kraftinn aftur í okkar eigin hendur og sýnir hvernig jafnvel öfgafyllsta birtingarmynd illsku hennar hefur getu til að koma á persónulegum umbreytingum og ígrundun. Taktu eftir því hvernig þegar þú áttar þig á þessu kemur krafturinn aftur til okkar; við getum ákveðið hvaða leið tæknin tekur við að móta okkur og séð hvernig jafnvel róttækasta birtingarmynd internetsins á eyðileggjandi getu þess getur oft þjónað sem uppspretta léttir og lækninga.

Netrýmið neyðir okkur til að horfast í augu við einelti, eitthvað sem hefur lengi verið til í líkamlegu rými þar sem börnin okkar alast upp. Um aldir hafa æðstu stig vestrænnar siðmenningar þolað hana með virkum eða aðgerðalausum hætti sem óumflýjanlegur hluti af því að alast upp fyrir óheppilega fáa; en það að sjá áhrif þess birtast á striga á netinu hefur gert einelti óþolandi, og ýtt undir meðvitund um það í eitt skipti; kenna börnum hvernig eigi að snúa eineltisatvikum við og hefja herferðir til að binda enda á einelti fyrir fullt og allt - marka siðferðilega vatnaskil í sögunni.

Undanfarna mánuði, þegar ég lýk þessum skrifum, hefur dýrmætur farmur borist: andlit og líf sem hafa verið dregin til mikillar léttir vegna getu tækninnar til að afhjúpa myrku hliðina okkar í tafarlausum, hráum smáatriðum. Slík nöfn eru meðal annars Kayla Mueller, Deah Shaddy Barakat, Yusor Mohammad Abu-Salha Razan Mohammad Abu-Salha og Clementa Pinckney, en líf hennar sýnir hver við getum öll orðið með breyttu sjónarhorni og ákveðni. Ég minnist þeirra hér vegna þess að líf þeirra táknar stærri endurlausnarsögur um hver við getum orðið með hverju skrefi fram á við.

Kayla var tekin í gíslingu af vígamönnum ISIS þegar hún yfirgaf heilsugæslustöð Lækna án landamæra í Sýrlandi og lést 18 mánuðum síðar. Deah og Yusor voru gift tannlæknanema við háskólann í Norður-Karólínu á meðan Razan, mágkona Yusors var upprennandi kvikmyndagerðarmaður og skráði sig í NC fylki. Allir fjórir ungir Bandaríkjamenn sem tóku þátt voru venjulegt fólk sem eitthvert okkar gæti lent í því að búa nálægt - nágrannar sem við þekkjum kannski og meðlimir kynslóðar sem við lítum oft á sem eftirlátssemi.

Eðlileg viðbrögð mín eru að forðast fréttir af þjáningum, mér finnst vanmátt við að hjálpa eða lina þær. En ég var dáleidd af stórkostlegri hugleiðslu um Deah, Yusor og Razan af einstaklega vini mínum og samstarfsmanni Omid Safi - íslamskum fræðimanni og trúarbragðafræðingi. Deah og Yusor urðu mér lifandi í gegnum myndir eins og Yusor í brúðarkjólnum sínum augnablikum fyrir andlát hennar; frásögn af því hvernig Deah og Yusor notuðu tannlækningar sem aðstoð við flóttamenn í Tyrklandi sem og nágranna hér í Norður-Karólínu; síðan áfram að áleitnu en þó djúpt hvetjandi

myndbandi Razan sem sýnir tugi ungra múslimskra Bandaríkjamanna við UNC með bros, hugrekki og harðfengna von - þar á meðal andlit Razan sjálfs!
Í dag sjáum við enn marga sem halda uppi kraftmiklum yfirlýsingum í hverri stellingu sem þeir taka: Þær tákna allar raddir okkar sem enduróma í tíma og rúmi:

„Það væri ósanngjarnt af neinum að halda því fram að mín kynslóð sé óvirk og áhugalaus.

„Í framtíðinni vonast ég til að verða hluti af samfélagi án aðgreiningar sem ég hef byggt upp sjálfur.

Bréf Kaylu Mueller heim voru vitnisburður um visku og náð langt fram yfir árin hennar, eins og sést á bloggi hennar: "Þetta er í raun lífsstarf mitt: Að fara þangað sem þjáning er." Rétt eins og við erum öll, er ég að læra hvernig á að takast á við þjáninguna í heiminum innra með mér - að stjórna eigin sársauka á sama tíma og viðheldur virku hlutverki sem hluti af samfélaginu. Fylgdu köllun sinni, hún var farin að starfa í sjálfboðaliðastarfi hjá samtökum eins og Amnesty International og Big Brothers/Big Sisters sem og Big Brothers/Big Sisters í heimabæ sínum. Að auki þjónaði hún á stöðum frá Indlandi til Gvatemala áður en hún endaði í Sýrlandi; í haldi skrifaði hún foreldrum sínum bréf sem minnti mig á lestur minn á dulspekingum eins og Julian frá Norwich eða Móður Teresu: bréfið hennar minnti mig á að framkvæma verkefni hennar án tafar!

„Ég er kominn á stað í reynslu minni þar sem ég hef, í öllum skilningi orðsins, gefið mig algjörlega fram við skapara okkar, þar sem það var bókstaflega ekkert annað fyrir mig að gera... og í gegnum Guð og bænir þínar hef ég fannst hughreystandi jafnvel þegar hann féll.

"Þú hefur sýnt mér ljós í myrkri + ég hef lært að jafnvel innan fangelsismúra getur maður fundið frelsi. Fyrir það er ég sannarlega þakklátur."

Svo það sé á hreinu þá hefðu bréf Kaylu aldrei ratað í dagblöð eins og Guardian og Washington Post ef hún hefði ekki dáið í haldi; né værum við að horfa á YouTube myndbönd með Yusor, Razan og Deah frá Norður-Karólínu ef þeir hefðu ekki verið myrtir þar; né hefði ég haft tækifæri til að þróa svona náin tengsl án tækninnar sem svo oft virkar sem truflun í daglegu lífi mínu.

Svo ég spyr sjálfan mig hvernig get ég farið lengra en að muna? Hvernig get ég viðurkennt þessi líf sem gjafir og borið virðingu mína í staðinn?
Hvernig talar reynsla mín við lífið sem ég er svo heppin að halda áfram? Hvernig getum við – og ég nota „við“ lauslega – verið til staðar og studd öll fallegu lífin sem

enn eru í gangi sem leið til að minnast þeirra sem við höfum misst á sama tíma og heiðra þá sem enn eru á meðal okkar?

Clementa Pinckney lést innan um ár af hörmulegum atburðum fyrir svarta karla (og konur) víðsvegar um Ameríku, oft í höndum lögreglu. Hann gæti vel farið í sögubækurnar sem einn af þeim sem bera ábyrgð á því að fá að lokum að draga fána Samfylkingarinnar úr höfuðborgum fylkisins í Suður-Karólínu og Alabama, 150 árum eftir að honum lauk í bandaríska borgarastyrjöldinni. Þegar litið er til baka virðist Clementa Pinckney hafa lifað lífi sínu hratt; frá því að vera vígður 18 ára til að verða einn af fulltrúadeild Suður-Karólínu, 23 ára, sem gerir hann að yngsta manneskju sem hefur verið kjörinn sem öldungadeildarþingmaður ríkisins - tveir áfangar sem ekki er hægt að neita eins og sést af árangri hans á ferlinum. Hann var framúrskarandi opinber starfsmaður sem ráðherra í fullu starfi í Emanuel AME kirkjunni í Charleston, andlegu hjarta borgarinnar. Það sorglega er að einmitt í þessari kirkju var hann og átta geislandi meðlimir safnaðar hans myrtir af ungum hvítum manni sem þeir höfðu tekið á móti til biblíunáms á miðvikudagskvöldum.

„Við höfum einstakt tækifæri til að bæta ljósi og innsýn í þetta ferli og gefa okkur ný augu til að sjá.
Heimurinn okkar er fullur af rólegri fegurð og hugrekki hversdagslífsins sem lifað er af góðvild. Á hverri mínútu eru milljónir ungra og gamalla einstaklinga sem færa fórnir í þjónustu við aðra og hætta á von um bata - þessi góðvild skiptir máli; láta það upplýsa raunveruleika okkar meira en fyrirsagnir um ofbeldi gera; faðma ljós þess í myrkri eins og Razan, Deah, Yusor Kayla Clementa og ættingjar þeirra hafa gert. Að leita að gæsku hvar og hvenær sem hún birtist opnar nýja glugga á lífið sjálft.
***
Mér var boðið til Youngstown, Ohio, til að deila því sem ég hef lært um að búa til ný samtalsrými og sambönd innan um áskoranir sem við þurfum að takast á við á skapandi hátt, og þær sem við getum enn ekki nefnt. Youngstown byrjaði sem iðnaðarstöð en hefur fyrir löngu lent á erfiðum tímum; kynslóðir lífsviðurværis og sjálfsvirðingar glatast í fátækt þar sem meira en helmingur barna Youngstown býr nú fyrir neðan hana. Fyrirlestur mín í biskupakirkjunni á mjúku og stormasamt föstudagskvöldi í júní dregur fullt hús. Eftir að hafa talað hlusta ég af athygli þegar fólk deilir sögum, spurningum, svörum og visku - bæði kvöldið og annað. Hluti fyrir stykki fylla þeir út það sem ég fann í því herbergi áður en einhver tengist: Þetta samfélag er samtímis að deyja og endurfæðast."

Saga þeirra er okkar saga; að hvers einasta samfélag fjölskyldu, stað og skyldleika sem við myndum í tíma og rúmi. Of oft eigum við í erfiðleikum með að treysta því að endurfæðing komi eftir missi, en samt kennir sagan okkur annað. Stundum, þegar við stöndum frammi fyrir vali um það sem kemur næst, getum við fundið fyrir vanmáttarleysi eða ofviða að vita hvar á að byrja. Samt er það einmitt þegar við leyfum okkar dýpstu spurningum og viðkvæmustu tilfinningum að birtast mitt á meðal okkar sem við verðum fær um að lifa í gegnum þær saman frekar en að hverfa frá. Í senn berskjaldað og sterkt, stendur mannkynið sem vitni um tilvist unglingstegunda okkar. Viskan kemur einmitt fram þegar við verðum að leiða andstæðan veruleika saman að því er virðist og halda þeim í skapandi togstreitu: krafti og viðkvæmni, fæðingu og dauða, sársauka og von, fegurð og sundurlyndi, leyndardóm og sannfæringu, ró og upplífg... allt stuðlar þetta að því að skapa visku .

Samræðulíf mitt er, eins og ljóð, virðing fyrir ótrúlegum hæfileika mannkyns til að tjá sannleika umfram það sem orð geta lýst. Í lok þess skilur þessi skrif mig eftir ótta og skjálfta yfir öllu sem er ósagt eða óútskýrt af orðum mínum - og viðurkenna nauðsynlega auðmýkt þeirra.

Auðmýkt er önnur dyggð sem vert er að fagna hér, sem er að finna í gegnum lífið sem einkennist af visku og seiglu. Þó að merking þess hafi fallið úr tísku með tímanum, hafa samtöl um auðmýkt hjálpað mér að enduruppgötva mikilvægi hennar. Eins og húmor og fegurð, mýkir auðmýkt okkur fyrir gestrisni og spurningu sem og allar aðrar dyggðir sem nefndir eru hingað til.

Andleg auðmýkt felur ekki í sér að skreppa niður til að passa, gera lítið úr sjálfum sér eða rýra gildi sitt, heldur að nálgast allt og alla af ákafa til að sjá gæsku og vera undrandi. Jesús fagnaði þessu þar sem það sýndi barnslega auðmýkt á meðan vísindalegar og dularfullar persónur sýndu svipaða eiginleika lotningar fyrir öðrum með léttum skrefum, engu hjartaþunga.

Léttleiki er prófið mitt til að þekkja visku þegar ég sé eða skynja hana í heiminum eða sjálfum mér. Spurningar sem gætu leitt okkur eru þegar til staðar og bíða þess að verða kannaðar og gerðar raunverulegar - það er gleði og forréttindi að kalla þær fram, planta þeim inn í skynfæri okkar, líkama, staði sem við búum í og hjálpa til við að lækna í gegnum þá, taka ábyrgð á að lækna þau sem ævintýri eða köllun, krefjumst ást okkar á hvort öðru sem ævintýri eða köllun, undrast veruleikann sem er innbyggður í okkur sjálfum á meðan við gleðjumst yfir víðáttu hans - loksins að halda á einhverju sterku en þó seiglu sem kallast von hefur kraftinn til að breyta öllu að eilífu!

Listin og leyndardómurinn að lifa eru víðfeðmar. En þeir eru innan seilingar: byrjaðu einfaldlega að leita rólega að allri náðinni, fegurðinni, lækningu og athygli sem er tiltæk á þessari stundu og næstu.

ENDIRINN